கதாநதி

AF504871

தேசிய
அளவிலான
சிறுகதைப்
போட்டியில்
வென்ற
கதைகள்

notionpress
.com
INDIA • SINGAPORE • MALAYSIA

முதல் தேன்துளி

NotionPress & Bynge இணைந்து ஜூன் 10, 2022 அன்று தேசிய அளவிலான சிறுகதைப் போட்டியை அறிவித்தது. *BYNGE* செயலி தொடங்கப்பட்டு ஒன்றரை வருடத்தில் நடக்கும் முதல் போட்டி என்பதால் மிகுந்த மகிழ்ச்சியோடு போட்டியை எதிர்கொண்டோம்.

போட்டி அறிவிப்பு வெளியான அன்று இரவே கதைகள் வரத் தொடங்கியது எங்களுக்குப் பெருத்த ஆச்சரியம். ஒவ்வொரு நாளும் காலை கண்விழித்துப் பார்க்கும்போது, பங்குச்சந்தையில் சென்செக்ஸ் புள்ளிகள் ஏற்றம் காணுவது போல் கதைகள் மளமளவென வந்து குவியும்.

அன்றே அவற்றையெல்லாம் படித்து, மதிப்பெண் வழங்கி, மதிப்பிட ஆரம்பித்தோம். ஒரு மாத காலம் நடந்த இந்தப் போட்டியில் காதல், த்ரில்லர், வரலாறு, குடும்பம் எனப் பல வகைமைகளில் கிட்டத்தட்ட *1000* கதைகளை *NotionPress* இணையதளத்தில் பதிவேற்றி, எங்களைத் திக்குமுக்காடச் செய்துவிட்டார்கள் கதாசிரியர்கள். இவர்களுக்கு இணையாக வாசகர்களும் கதைகளைப் படித்து, ரேட்டிங் கொடுத்து தங்களுடைய உற்சாகத்தைக் கதாசிரியர்களுக்கு வழங்கினார்கள்.

விதவிதமான களங்கள், வித்தியாசமான எழுத்துகள், புதிதான பெயர்கள், திரைப்படம் எடுக்கத் தகுதி வாய்ந்த கதைகள் என அத்தனை கதைகளும் அட்டகாசமான கதைகளாக இருந்தன. இதிலிருந்து, அடுத்த மாபெரும் எழுத்தாளர், ஆசிரியர் குழுவின் தேர்வு, வாசகர்களின் தேர்வு ஆகியவற்றோடு, தேர்ந்தெடுக்கப்பெற்ற *22* கதைகளையும் சேர்த்துத் தொகுத்து உங்களுக்கு அளிப்பதில் பெருமிதம் கொள்கிறோம்.

இதற்குப் பின்னால் கடுமையாக உழைத்த எங்கள் அணிக்கு என்னுடைய பேரன்பைக் காணிக்கையாக்குகிறேன். நாங்கள் ரசித்த கதைகளை 'கதாநதி' மூலமாக நீங்களும் ரசிக்கக் காத்திருக்கிறோம்.

– ம. பிரியதர்ஷினி
ஆசிரியர்
BYNGE

முதல் தேன்துளி

உள்ளடக்கம்

காதல் என்றால் காத்தல் என்று பொருள்!

– திருக்குமரன் கணேசன்

ஐந்து கிலோ மீட்டர் நீளமுள்ள கருத்த மலைப் பாம்பு அப்படித்தான் வளைந்து நெளிந்து கிடக்கும் அருகிலிருக்கும் திருப்பனந்தாள் எனும் நகரை இணைத்து வைக்கும் எங்கள் ஊர் கிராமச்சாலை.

சாலையின் விளிம்பில் கருப்பஞ் சோலைகள் தாழக் கிடக்கும். இரு மருங்கிலும் மஞ்சள் பூக்களைச் சுமந்தபடி மண்ணில் படர்ந்து சிரிக்கும் நெருஞ்சி. இடையிலாடும் கூந்தல் விரித்து செந்நாக்கை வெளிநீட்டி, கைகள் பல கொண்டு நடனமாடி நிற்கும் காட்டுக் கோவில் காளியைப் போல ஆங்காங்கே பலநூறு கைகள் விரித்து வளர்ந்து நிற்கும் கிளைக் கள்ளிகள்! அதன் மீதேறி பிரண்டைக் கொடிகள் மரகதப் பச்சை மணிகளைச் சூடியது போல் பின்னிப் பிணைந்திருக்கும்.

கதிர்கள் முற்றிய நெல் வயல்கள் மீதுலாவிக் களிப்புறும் பொன்மஞ்சள் நிறமுடைய தட்டாண்கள் சாலை எங்கும் குறுக்கும் நெடுக்குமாக தாழப் பறந்து திரியும். சிவபுராணி வாய்க்கால் பாலக்கரை மதகை ஓட்டிய ஒற்றைப் பனையோரம் குடிகொண்டிருக்கும் அய்யனார், முறுக்கிய மீசையோடும் பிதுங்கி நிற்கும் பெருத்த விழிகளோடும் கையில் வெட்டரிவாளோடு அச்சமூட்டி பக்தியுள்ள பாதசாரிகளுக்கு வழித்துணையாகவும் நிற்பார்.

லெட்சுமிக்குடி எனும் கிராமச் சாலைக்கு வழிகாட்டி நிற்கும் ஆலமரம் தாண்டி, இளம் பெண்களின் கொங்கைகளை ஒத்த சிவந்த மொட்டுகள் ஆகாயத்தை நோக்க, இலைகள் மீது நீர்த் திவலைகள் பட்டுத் தெறிக்க, துள்ளிக் குதிக்கும் கெண்டை மீன்களை தன் வசப்படுத்தியிருக்கும் தாமரைக் குளமொன்று

இருக்கும். அதனருகில் நீண்டு கிடக்கும் நத்தம் எனும் கிராமமே இடையில் உள்ள சிற்றூர்.

விளத்தூர் சாலையைக் கடந்து பயணிக்கையில் அடர்ந்து பரந்த அரச மரமொன்று எண்ணற்ற பறவைகளைத் தன் கிளைகளில் சுமப்பதோடு வழிப்போக்கர்களை கொஞ்ச நேரம் நின்று இளைப்பாறிப் போகச் சொல்லும் அளவிற்கு அப்போதியின் அடர்நிழல் இளம் இருளைப் போல சாலையில் விழுந்து கிடக்கும். அங்கிருந்து அடுத்த மூன்றாவது வளைவில் சிற்றோடை ஒன்று சேர்ந்து கொள்ளும் அவ்விடத்தில் நீர்த் தடுப்பணை ஒன்று கம்பீரம் காட்டி நிற்கும். அங்கிருந்து ஒன்றரைக் கிலோ மீட்டர் தூரம் பயணித்தால் திருப்பனந்தாள் நகரின் நுழைவாயில். அரண்மனை போல வீற்றிருக்கும் காசிமடத்தையும் மடத்திற்கு சொந்தமான செந்தமிழ்க் கல்லூரியையும் கடந்தால் கடை வீதிகளுக்குச் சென்று விடலாம்.

கொக்கின் கழுத்தையொத்த ஆளரவமற்ற அந்த அரசமரத்துச் சாலை வளைவில்தான் இரவு நேரங்களில் வெள்ளை நிறத்தில் நாயொன்று படுத்துக் கிடக்கும். பகல் பொழுதுகளில் அருகில் இருக்கும் தெருவில் அலைந்து திரிந்து விட்டு இரவு பொழுதுகளில் அடித்துப் போட்ட நாய்போல சாலை வளைவின் ஓரம் சுருண்டு கிடக்கும். இரு சக்கர வாகனத்தில் விரையும் அவசர கதியில் முதல் முறையாக அந்நாயைக் கவனிக்கையில் அது இறந்து கிடப்பதாகவே எண்ணினேன்.

"தம்மைக் கடந்து செல்பவரை
நாற்றத்தால் அறைகிறது
சாலையில் இறந்து கிடக்கும் நாய்!"

என்ற கவிஞர் நா.முத்துக்குமாரின் கவிதை வரிகள் நினைவில் வந்து போனாலும் ஏனோ அங்கு துர்நாற்றம் எதுவும் வீசவில்லை. தொடர்ந்து அடுத்தடுத்த நாட்களின் இரவுநேர பயணத்தில் அதே இடத்தில் அந்நாய் அசைவற்று உறங்குவதைக் கவனிக்கத் தொடங்கினேன். அந்நாய்க்கு ஆதரவாக அவ்விடத்தில் வீடுகள் எதுவும் இல்லை. அவ்வப்போது விரைந்து செல்லும் வாகனங்களின் இரைச்சலைத் தவிர அவ்விடத்தில் அதற்கு உணவுகள் கிடைப்பதற்கான எவ்வித வழியும் இல்லை.

இருந்தும் ஆபத்தான அந்த சாலை வளைவில் இந்த நாய் மட்டும் ஏன் படுத்துறங்க வேண்டும்? வாகன ஓட்டிகளின் கவனம் சற்றுப் பிசகினாலும் சாலையோரத்தில் படுத்திருக்கும் அந்நாய்மீது வாகனங்களை ஏற்றிவிடும் ஆபத்திருந்தும், அந்நாய் அதற்காக எல்லாம் அச்சப்பட்டதாக தெரியவில்லை. இயல்பாகவே அதன் தூய வெள்ளை நிறம் அத்தகைய ஆபத்திலிருந்து அதனைக் காக்கக் கூடும். வாகனங்கள் சிந்திச் செல்லும் வெளிச்சத்தில் அதன் உருவம் பளிச்செ்ன்று தெரிந்து விடும். சாதாரணமாக கவனிக்கத் தொடங்கிய எனக்கு அதன் பிறகான பொழுதுகளில் அந்நாயை அவ்விடத்தில் காணாது பயணம் நிறைவடைவதில்லை.

மெல்ல மெல்ல அந்நாய் என்னுள் ஒரு கேள்விக்குறியாக மாறி இருந்தது. சிலநேரங்களில் என்னுடன் பயணிக்கும் என் அக்காள் குழந்தைகளிடம் கூட அந்நாயைப் பற்றி கதைக்கத் தொடங்கியிருந்தேன். அவர்களுக்குள்ளும் அந்நாயைப் பற்றிய தகவல்களை அறிந்து கொள்ளும் ஆர்வம் மேலிட்டது. என்னுடனான இருசக்கர மோட்டார் வாகன பயணங்களின் போது எனக்கு முன்பாகவே முந்திக் கொண்டு அந்த நாயைப் பார்த்து வியப்பார்கள்.

பகல் பொழுதுகளில் அந்த நாயை அவ்விடத்தில் காண்பது அரிது. ஆனால் இரவு நேரங்களில் அவ்விடத்தில் இல்லாமல் இருப்பது அரிதினும் அரிது. எங்களைப் போல அந்நாயை இன்னும் யாரெல்லாம் பார்த்து கவனித்திருப்பார்கள், அதை பற்றிப் பேசி கதைத்திருப்பார்களோ தெரியாது. ஆனால் எனக்கோ, "அந்த நாய் மட்டும் ஏன் யாருமற்ற தனிமையில் அதுவும் இந்த சாலை ஓரத்தில் படுத்துறங்க வேண்டும்?" என்ற கேள்வி மட்டும் நாளுக்கு நாள் அதிகரித்துக் கொண்டே இருந்தது. இக்கேள்விக்கான விடை யாருக்கு தெரிந்திருக்கும்? அவர்களை எப்படிக் கண்டு பிடிப்பது? அப்படியே கண்டு பிடித்தாலும் ரோட்டில் கிடக்கும் ஒரு நாயைப் பற்றி எப்படிக் கேட்பது? அந்த நாய் என்னை ஒரு ஆய்வாளனாகவே மாற்றிவிட்டது.

அச்சாலை ஓரத்தில் இருக்கும் பண்ணை நிலத்தில் வயது முதிர்ந்த தாத்தா ஒருவர் அவ்வப்போது நடமாடிக் கொண்டிருப்பார். அவரிடம் அந்த நாயைப் பற்றி கேட்டுப் பார்க்கலாம் என்றால் அவர் பேசுவதற்கு ஏதுவாக சாலைப் பக்கம் வருவதே இல்லை.

சதா வயல் வரப்புகளில் நடந்து கொண்டிருப்பார். ஒரு வேளை அவர் சாலைப் பக்கமாக வந்து அவரிடம், "இந்த நாயைப் பற்றி கொஞ்சம் சொல்லுங்க தாத்தா" என்றால் அவர் என்னைப் பற்றி என்ன நினைப்பார் என்ற எண்ணங்கள் எழாமல் இல்லை. அதற்காகவெல்லாம் நான் கவலைப்படத் தயாராகவும் இல்லை. எப்படியாவது அக்காரணத்தைக் கண்டறிந்துவிட வேண்டும் என்று ஒவ்வொரு முறையும் கண்ணும் கருத்துமாய் அச்சாலையைக் கடப்பேன்.

ஒரு நாள் அச்சாலை வளைவின் அருகிலிருக்கும் தெருவிலிருந்து எனக்கு பழக்கமான நண்பனின் தம்பி ஒருவன், சாலையோரம் ஆடுகளை மேய்த்துக் கொண்டிருந்தான். வண்டியை நிறுத்திவிட்டு "தம்பி எப்படி இருக்க... நலமா?" அவனை நலம் விசாரித்து விட்டு அந்நாயைப் பற்றிய பேச்செடுத்தேன்.

"ஆமாணா அந்த வெள்ள நாய்தானே... அது பேரு டைகரு பொழுதுக்கும் தெருவுல அலையும். சாயந்தரம் ஆயிட்டா ரோட்டுக்கு வந்துடும். இங்கிட்டுதான் படுத்து கிடக்கும். அத யாரும் வளக்கல. அது தெரு நாயி..." என்றான்.

"அந்த நாய் தெருவுக்குள்ள படுத்துக்காம ஏன் பொழுது போனா மட்டும் இங்க வந்து படுத்துக்குது தம்பி?"

"தெரியலையே அண்ணா..." அந்த நாயைப் பற்றி அவனுக்குத் தெரிந்த தகவல் அவ்வளவுதான். எப்படியோ அவனிடமிருந்து அந்த நாயின் பெயரை தெரிந்து கொண்டதில் எனக்கு பெரும் மகிழ்ச்சி என்றாலும் என் கேள்விக்கான பதில் கிடைக்காதது ஏமாற்றமாகவே இருந்தது.

மற்றொரு நாள் அந்த சாலையின் வழியே ஒரு பாட்டி விறகு சுமந்து கொண்டு எதிரே வந்து கொண்டிருந்தாள்.

"பாட்டி இராத்திரி நேரத்துல தினமும் இங்கிட்டு ஒரு நாய் வந்து படுத்துக் கிடக்குதே ஏன்னு தெரியுமா?"

"ஓ... அந்த நாயாப்பா!? ஊரான் ஊட்டு சோத்தப் பாரு நோனிப்பய வயித்தப் பாருனு பொழுதுக்கும் தெருவுல திரியும், தெருவுல கெடக்குற கண்டத கழிச்சத தின்னுபுட்டு ராத்திரி

ஆயிட்டா ரோட்டுக்கு வந்து காவக் கிடக்குது..." தன் பொக்கை வாயால் சிரித்துக்கொண்டே எள்ளலோடு கதைத்தாள்.

இப்படியே இன்னும் சிலரிடமும் டைகரைப் பற்றி விசாரிக்கையில் அவர்களுக்கு டைகரைத் தெரிந்திருக்கிறது ஆனால் அது அங்கு வந்து படுத்துக் கிடப்பதற்கான காரணம் மட்டும் தெரிந்திருக்கவில்லை என்பதை அறிந்து கொண்டேன். இப்படியே சில நாள்கள் கழிந்தன.

ஒருநாள் இருள் கவ்வத் தொடங்கியதொரு அந்திப் பொழுதில் "டைகர்" வழக்கம் போலவே அச்சாலை வளைவில் படுத்திருந்தது. வழக்கத்திற்கு மாறாக பண்ணை நிலத்து வரப்புகளில் அலைந்து கொண்டிருக்கும் தாத்தா அச்சாலையில் மண்வெட்டியைத் தோளில் கிடத்தி எதிரே வந்து கொண்டிருந்தார். எனக்கென்னவோ என் கேள்விக்கான விடையை அவர் சொல்லிவிடுவார் என்றே, எனக்குள் உள்ளுணர்வு உணர்த்திக் கொண்டிருந்தது. எப்படியாவது இன்று அவரிடம் கேட்டு விடுவோம் என்று வண்டியை நிறுத்தி விட்டு, "தாத்தா தினமும் பார்க்குறேன் இந்த நாய் ஊருக்குள்ள இருக்காம ஏன் இங்க வந்து படுத்துக் கிடக்குது?" அவர் என்னைப் பார்த்து ஒரு நமட்டுச் சிரிப்பு சிரித்தார். அந்த சிரிப்பின் அர்த்தம் பிடிபடவில்லை எனக்கு.

"தம்பி விலங்குகள பத்தி எதும் ஆராய்ச்சி கீராய்ச்சி பண்றீங்களா?"

"இல்ல தாத்தா எனக்கு சொந்த ஊரு திருலோக்கி. தினமும் சாயந்தரம் இந்த வழியா ஊருக்கு போகும் போது இந்த நாயைப் பார்க்குறேன் கார் வண்டிக்குலாம் பயப்படாம இப்படி ரோட்டோரமா படுத்துக்கிடக்குது... ஆனா பகல் நேரத்துல காண முடியல... அதான் பாக்குறதுக்கு விநோதமா இருக்கேன்னு கேக்குறேன் வேற ஒன்னுமில்ல தாத்தா" என்றதும் அவர் முகம் சற்று இறுக்கமானது.

தோளில் கிடந்த மண் வெட்டியை கீழே வைத்துவிட்டு யாரிடமாவது சொல்லிவிட வேண்டும் என்று வைத்திருக்கும் ஒரு பரம இரகசியத்தை சொல்லிவிடும் ஆவலில் டைகரைப் பற்றி பேசத் தொடங்கினார்.

"தம்பி அந்த நாயி பேரு டைகரு... அது ரோஸினு தெருவுக்குள்ள இருந்த ஒரு பொட்ட நாயோட திரிஞ்சிக்கிட்டு இருந்துச்சு. அதுவொரு வீட்டுநாய். ரெண்டும் எங்க போனாலும் சேர்ந்தேதான் போகும் வரும். மத்த கெடாய்ங்க அந்த ரோஸியோட சுத்தினா டைகருக்குப் பிடிக்காது. விட்டுக் கொடுக்காம சண்ட போட்டு விரட்டும். பொதுவா கெடா பொட்டைங்க மார்கழி மாசத்துலதான் ஒன்னுமண்ணா திரியுங்க ஆனா இதுங்க எப்ப பாத்தாலும் ஒன்னாதான் சுத்துங்க... விட்டா பிரியாது. செங்காமட்ட நெறத்துல ஓடம்பெல்லாம் மசுரு பொசு பொசுனு... அந்த ரோஸி பாக்குறதுக்கு மொசலு குட்டி கணக்கா வடிவா இருக்கும். எப்போதும் இந்த தெரு நாயோட சுத்துறதால அந்த வீட்டுக்காரங்க ரோஸி நாய வீட்டுக்குள்ள சேத்துக்காம அடிச்சி தொரத்திட்டாங்க... அப்புறமா அதுவும் தெருநாயி போல இந்த டைகரு கூடவே சுத்திக்கிட்டு வீட்டுப் பக்கம் போகாம இருந்துச்சு. வொருநாள் சாயுங்கால நேரத்துல ரெண்டும் இந்த ரோட்டோரமா ஒன்னுமண்ணா சந்தோஷமா பொணைஞ்சிக்கிட்டு இருந்துச்சுங்க... இந்த வழியா கோட்டூர் சக்கர ஆலைக்கு கரும்பு லோடு ஏத்திட்டு போன ஒரு லாரிக்கார படுபாவிப் பய என்ன நெனைச்சானோ திடீருனு கூடிகிட்டு இருந்துதுங்க மேல வண்டிய ஏத்திபுட்டான்! பாவம் ரோஸி துள்ளத் துடிக்க அதே எடுத்துல ஓடம்பு நசுங்கிச் செத்துப் போச்சு... எப்படியோ டைகரு மட்டும் கொஞ்ச காயத்தோட உசுரு பொழச்சி கெடந்துச்சு... செத்துப் போன ரோஸியோட மாட்டிக்கிட்டு கிடந்த டைகர கொஞ்ச நேரத்துக்கு பிரிக்க முடியல... ஒரு வழியா நாந்தான் இழுத்து வொரு ஒரமா போட்டேன். டைகருக்கு அடிப்பட்டு ரத்தம் கொட்டுது... சதையெல்லாம் பிஞ்சி தொங்குச்சு அடிப்பட்ட காலோட தன்னோட வலிய மறந்து அங்கிட்டும் இங்கிட்டுமா செத்துப் போன ரோஸியவே சுத்திச் சுத்தி வந்துச்சு... அத பாக்குறதுக்கு மனசே வரல தம்பி. ரொம்ப பாவமா இருந்துச்சு... பொறவு நாந்தான் அங்கனையே ஒரு ஒரமா குழிய வெட்டி ரோஸிய புதைச்சேன்... அன்னைல இருந்து இப்ப வரைக்கும், வயித்துப் பசியும் வாட்டுற வெயிலும் பகல் பொழுது மட்டும் அதுக்கு ஒரு தடையா இருக்கும் போல! பொழுது சாஞ்சா போதும் டைகரு இந்த எடத்துல வந்து படுத்துக்கும்."

டைகர் ரோஸியின் காதல் கதையைச் சொல்லிவிட்டு பெருமூச்சு விட்டார் பெரியவர். இந்த நாய்களின் கதையைக் கேட்டதும் மனசுக்குள்ள ஏதோ சொல்ல முடியாத சோகம் அப்பிக்கொண்டது. சின்ன வயசுல டைட்டானிக் படம் பார்த்துட்டு மனசு இப்படித்தான் துடிச்சது எனக்கு. மேற்கொண்டு எதுவும் பேச முடியாமல், "ரொம்ப நன்றி தாத்தா" என்றேன்.

"அட என்னப்பா நீ, இதுக்குலாபோயி நன்றி சொல்ற?"

"இல்ல தாத்தா வேற யாருக்கும் தெரியாத இதுங்களோட கதைய எங்கிட்ட சொல்லிருக்கீங்களே அதுக்குதான்."

"எவ்வயசுக்கு இப்புடி வொரு நேசமுள்ள ஜீவன நான் பாத்தது இல்லப்பா... சரிப்பா நான் போயிட்டு வாறேன்." என்றபடி ஏதோ பெருஞ் சுமை ஒன்றை இறக்கி வைத்ததைப் போல மண்வெட்டியை எடுத்து தோளில் மாட்டிக் கொண்டு அந்த பெரியவர் அங்கிருந்து நடக்கத் தொடங்கினார். என் மனமோ தவிக்கத் தொடங்கியிருந்தது.

பிறகு நான் அந்த நாயின் அருகே சென்று "டைகர்" என்றேன். அது என்னைப் பார்த்து வாலாட்டிக் கொண்டே விழித்தது.

"முன் பின் அறிந்திராத இவனுக்கு எப்படி நம்மை தெரிந்திருக்கும்?" என்று என்னைப் பார்த்து விழித்திருக்கலாம்.

அடுத்த நாளிலிருந்து ஐந்து ரூபாய் பிஸ்கட் பாக்கெட்டோடுதான் அச்சாலையில் பயணிக்கத் தொடங்கினேன். ஒழுங்கீனமான காதலை நாய்க் காதல் என்று விளிக்கின்றோம். ஆனால் நாய்க் காதலிலும் "டைகர்-ரோஸி"யின் காதலைப் போல மகத்துவமான காதலும் இருக்கத்தான் செய்கிறது. காதல் என்றால் காமம் அல்ல. காத்தல் என்று பொருள்.

⤙⤚

வாரணாசி

– ஆர்.பாலஜோதி

மணிகர்னிகா படித்துறையில் அமர்ந்திருந்தார் தீனதயாளன். பல நூறு சடலங்கள் எரிக்கப்பட்டுக் கொண்டிருந்தன. பிடிச் சாம்பலை செம்பிலான கலயத்தில் பெற்றுச் செல்வதற்காக உறவுகள் காத்திருந்தனர். கங்கா லாப் பவனில் தங்களுக்கான மரணத்தை எதிர்பார்த்தபடி ஆண்களும் பெண்களுமாகக் காத்துக் கொண்டிருந்தார்கள். எல்லாமே தீனதயாளனுக்குப் பழக்கப்பட்டுவிட்ட ஒன்றாகி விட்டது. அவற்றிலெல்லாம் கவனத்தைக் குவிக்காமல், சுழித்துக் கொண்டு விரையும் கங்கை நதியையே வெறித்துக் கொண்டிருந்தார். அவர் மனமும் பல்வேறு நினைவுகளிலும் சிந்தனைகளிலும் அந்த நதியைப் போலவே பிரவாகித்துக் கிடந்தது.

காசி நகருக்கு வந்து ஒன்பது மாதங்கள் கடந்து விட்டன. இன்னும் எதிர்பார்த்துக் காத்திருக்கும் மரணம் வாய்க்காமலிருப்பதில் தீனதயாளனுக்கு மனமடிவு ஏற்பட்டுவிட்டது. ஏழு வருடங்களுக்கு முன்பு கோமதியின் அஸ்தியை எடுத்துக் கொண்டு, குமரேசனுடன் முதல் தடவையாக காசிக்கு அவர் வந்த போது, ஏற்பட்ட பிரமிப்பு இப்போது இல்லை. மரணத்தை ஒரு திருவிழா போலவும் வசந்த காலம் போலவும் பெரும் பண்டிகை போலவும் கொண்டாடித் தீர்க்கும் காசி நகரம் அவருக்கு அதிசயமாகத் தெரிந்தது. குமரேசனை அன்றே பெங்களூருவுக்கு அனுப்பிவிட்டு, மேலும் ஒரு வாரம் காசியில் தங்கி, அந்த நகரை, மரணத்தை விரும்பி, சுவைக்க வந்து குவியும் முதியவர்களை, அதற்கான சடங்குகளை அவதானிக்க ஆரம்பித்தார். அன்னப்பூரணி கோவிலையும் விஸ்வநாதர் ஆலயத்தையும் கங்கை நதியையும் சுற்றிச் சுற்றி வந்தார். ஆலயத்தைச் சுற்றியுள்ள எண்ணற்ற குடில்களில் மரணத்துக்காக காத்திருக்கும் முதியவர்கள் குறித்து பேராச்சரியமாக இருந்தது.

கங்கா லாப் பவன் நிர்வாகிகளிடம் பேச்சுக் கொடுத்த போது, தங்களுடைய மரணத்துக்காக இருபதாயிரம் பேர் முன்பதிவு செய்துக் கொண்டு, காசிக்கு வருவதற்காகக் காத்திருப்பதும் தெரியவந்தது.

கோமதி, அந்திமக் காலத்தில் காசிக்குப் போய்விடலாம் என்பதை ஓயாமல் சொல்லிக் கொண்டிருந்ததன் முக்கியத்துவம் தீனதயாளனுக்கு இப்போது புரிய ஆரம்பித்தது. பாதகத்தி, அதற்கும் கொடுப்பினை இல்லாமல், உடம்பும் மனதும் ஆரோக்கியமாக இருக்கும் போதே, சட்டென போய் சேர்ந்து விட்டாள். அவளுக்கு இப்படி சாவு வருமென்று கொஞ்சமும் எதிர்பாக்கவில்லை. அவள் ஆசைப்பட்டதுதான் நடக்கவில்லை... அஸ்தியையாவது கரைப்போம் என்று காசிக்கு வந்தவருக்கு நகரை ரொம்பவும் பிடித்து விட்டது. தனது அந்திமக் காலத்தை இங்குதான் கழிப்பதென முடிவு செய்து விட்டுத்தான் அந்நகரைவிட்டு பெங்களூருவுக்கு போனார்.

இதோ, ஏழு வருடங்களுக்குப் பிறகு காசி நகருக்கு வந்து ஒன்பது மாதங்களும் கடந்தாகி விட்டது. மரணத்துக்கு ஆசைப்பட்டு இரண்டாவது தடவை காசி நகரில் கால் வைத்த போது. இருந்த மனக் கொண்டாட்டம் முற்றிலுமாக அவருக்குள்ளிருந்து அகன்றுவிட்டது. மாறாக, வருத்தமும் சோகமும் அவருக்குள்ளாக சூழ் கொள்ள ஆரம்பித்தது. அதிகபட்சமாக, மூன்று, நான்கு மாதங்களுக்குள் தனக்கு மரணம் நேர்ந்துவிடும் என்று எதிர்பார்த்தவருக்கு ஏமாற்றமே மிஞ்சியது. இடையில் இரண்டு தடவை குமரேசனும் வந்துப் பார்த்துவிட்டு போய்விட்டான்.

"அப்பாவுக்கு எப்போ முக்தி கிடைக்குதோ... அதுவரை அவரை எந்தக் குறையும் இல்லாமல் பார்த்துக்கங்க" என்று ஒப்பந்தக்காரரிடம் கூறி விட்டு, அடுத்த மூன்று மாதங்களுக்கான பணத்தையும் கொடுத்துவிட்டான்.

இத்தனை மாதங்களில் காசியும் நகரத்தில் உள்ள ஆயிரத்து எண்ணூறு ஆலயங்களும் கங்கா நதியில் தினமும் எத்தனை பிணங்கள் மிதந்துச் செல்கின்றன என்பது வரை அவருக்கு அத்துபடியாகி இருந்தது. பழக்கமற்ற மொழி கூட இப்போது வசப்பட்டிருந்தது. வந்தப் புதிதில் மலைப்பாகத் தோன்றிய

ஊர், இப்போது மலைப்பாம்பாக தனக்குள் நெளிவது போலும் உணர்ந்தார்.

"ஆசையே அத்தனை துன்பத்துக்குத் காரணம்" என்று போதித்த புத்தர் அவதரித்த தேசத்தில், மரணத்துக்கு ஆசைப்படுகிற பெருங் கூட்டத்தில் ஒருவனாக, தானும் இருப்பது ஆரம்பத்தில் நகை முரணாக தீனதயாளனுக்குத் தோனிற்று.

நாள்கள் மாதங்களாகியது. மாதங்கள் ஒன்பது ஆகியது. இன்னும் தனக்கான மரணம் நிகழாதவொன்றாக இருப்பதில் சோர்வுற்றார். வாழ்நாளெல்லாம் உழைத்து காத்திரமாக இருக்கும் தனது உடம்பு மரணத்துகேதுவாக கனியவில்லையோ...? தரிசாகக் கிடக்கிறதோ... மலட்டு நிலம் போல் தன் உடலும் மாறிவிட்டதோ...? கரிசல் மண்ணாக உருக்கொண்டுவிட்டதோ...? கங்கையை வெறித்தபடி சிந்தித்த தீனதயாளனுக்கு சட்டென்று பூர்வீக ஊரில் கிடக்கும் கரிசல் நிலம் நினைவுக்கு வந்தது.

காசிக்கு வருவதற்கு முன்புதான் தன் பெயரிலும் மனைவியின் பெயரிலும் வாங்கியிருந்ததான வீடுகள், பலசரக்குக் கடை உள்ளிட்ட சொத்துக்களை குமரேசனுக்கும் இரண்டு மகள்களுக்கும் பாகம் பிரித்துக் கொடுத்திருந்தார். கோவில்பட்டி அருகில் உள்ள கிராமத்தில் உள்ள ஒரு ஏக்கர் கரிசல் பூமியை மட்டும் சொல்லி வைத்தாற்போல், பிள்ளைகள் தங்களுக்கு வேண்டாம் என்று மறுத்து விட்டார்கள். அதன் மூலப்பத்திரத்தை கையோடு எடுத்துவந்துவிட்டார். காசியில் வைத்து அந்த நிலத்தைக் குறித்து முடிவெடுத்துக் கொள்ளலாம் என்பது அவரது எண்ணமாக இருந்தது. வந்த இரண்டாவது மாதத்திலேயே காசி விசுவநாதருக்கு எழுதலாமா... அன்னப்பூரணிக்கு கொடுத்துவிடலாமா என்ற குழப்பம் வந்தது. கடைசியில், ஊரில் ஆரம்பசுகாதார நிலையக் கட்டுவதற்கு அரசு அனுமதி அளித்திருப்பதாகவும், அதற்கு இடம் கொடுத்தால் உடனடியாக கட்டிடம் எழும்பிவிடும் என்றும் ஊர்காரர்கள் போன் செய்து சொன்னதாக குமரேசன் சொன்னதைக் கேட்டு, அந்தக் கரிசல் நிலத்தை மருத்துவமனை கட்டுவதற்காக எழுதி கொடுத்துவிட்டார். தான் இறந்த பிறகு அந்தப் பத்திரத்தை ஊர்த் தலைவரிடம் கொடுத்துவிடும்படி கூறியிருந்தார்.

தங்களுக்குஎழுதித்தருவதாக இருந்த சொத்தை, ஊர்மக்களுக்காக எழுதிக் கொடுத்து விட்ட தன் மீது காசி விசுவநாதருக்கும் அன்னப்பூரணிக்கும் கோபம் வந்துவிட்டதோ? அதனால்தான் மரணம் தனக்கு இன்னும் வராமல் இருக்கிறதோ? மறுபடியும் அந்தப் பத்திரத்தை வாங்கி விசுவநாதருக்கும் அன்னபூரணிக்கும் பகிர்ந்து எழுதிக் கொடுத்து விடலாமா...? என்றெல்லாம் தீனதயாளன் யோசித்தார். இரண்டு சாமிகளுமே ஏகப்பட்ட சொத்துக்கள் வைத்திருக்கும் கோடீஸ்வர கடவுள்கள். அவைகளுக்கு எங்கேயோ கரிசல் காட்டில் பயனற்றுக் கிடக்கும் மலட்டு நிலத்தினால் ஒரு பயனும் இல்லை. உள்ளூர் மக்களின் பல வருட கோரிக்கைக்கு அரசு இப்போதுதான் செவி சாய்த்து, நிலம் கொடுத்தால் மருத்துவமனை கட்டித் தரப்படும் என்று இறங்கி வந்திருக்கிறது. போதிய மருத்துவ வசதி இல்லாமல் போனதால், விரியன் கடித்தவர்களும் நிறை கர்ப்பிணிகளும் கோவில்பட்டிக்குக் கொண்டு போகிற வழியிலேயே மரணித்துப் போனதை தீனதயாளன் சிறுவயது முதலே பார்த்திருக்கிறார்.

முப்பது வயதில் பஞ்சம் என்று பிழைக்க குடும்பத்தோடு பெங்களூருவுக்கு வந்தபோது ஊரையும் மண்ணையும் மறந்தே போனார். நாற்பது வருடங்கள் நான்கே தினங்கள் போல கடந்த பிறகும், ஊருக்குள் அவலச் சாவுகள் தொடர்ந்தபடி இருந்த சேதி அவருக்கு தாங்க முடியாத துக்கமாகவே மனதுக்குள் கவிழ்ந்திருந்தது. எழுபது வயதில் கூட ஊருக்குப் போகவும், தனது கரிசல் நிலத்தைப் பார்க்கவும் தோன்றவும் இல்லை. அதற்கு நேரமும் இல்லை. இத்தனைக்கும் பெங்களூருவுக்குப் புறப்படவும், அங்கு பலசரக்குக்கடை வைக்கவும் பொருளீட்டுத் தந்ததே அந்தக் கரிசல் நிலம்தான். அதை அடமானம் வைத்து வந்தப் பணம்தான் அவருக்கு 'பிழைத்து விடலாம்' என்ற பெரும் நம்பிக்கையைக் கொடுத்தது. அதை மீட்கும் காலம் வந்தபோது, கூட கோவில்பட்டிக்குத்தான் போய் வந்தாரே தவிர, கிராமத்துக்குப் போகவில்லை. நிலத்தையும் மக்களையும் பார்க்க வேண்டும் என்ற ஆர்வம் துளிர்க்க வில்லை. அந்த அளவுக்கு பொருளீட்டும் வெறி ஓய்வு ஒழிச்சலின்றி அவரை ஓட வைத்துக் கொண்டே இருந்தது. இப்போது சொந்த கிராமத்துக்குப் போகும் அந்த ஆசை அவருக்குள்ளாக துளிர்விட்டது.

பெங்களூருவுக்குப் போய், குமரேசன் வசமிருக்கும் பத்திரத்தை வாங்கிக் கொண்டு, ஒரு எட்டு கிராமத்துக்குப் போய் வரலாம் என்று தோனிற்று. கரிசல் நிலத்தை கடைசியாக ஒரு தடவை பார்க்கவும் அதில் உருண்டு புரளவும் வேண்டும் போல இருந்தது. அப்போதே கிளம்புவதென முடிவெடுத்தார். கங்கையைப் பார்த்தவர், "கங்கா தாயே... ஒரு வாரம் கழித்து வருவேன். அப்போதாவது எனது அஸ்தி உன்னில் கரைக்கப்பட வேண்டும்" என்று மானசீகமாக சொல்லிவிட்டு எழுந்தார். விசுவநாதர் ஆலயத்துக்கும் அன்னபூரணி ஆலயத்துக்கும் சென்று "சாவை விரும்பி இங்கு வருகிறவர்களுக்கெல்லாம் அதை தந்து விடுகிற உங்களுக்கு என் விஷயத்தில் மட்டும் ஏன் இத்தனை காலதாமதம். என் மீது என்ன கோபம்? எனது ஊரை... எனது மக்களை... எனது நிலத்தை பார்க்காமல், விசாரிக்காமல் உங்களிடம் வந்தது தவறு என்று உணர்த்துகிறீர்களோ...? இதோ புறப்பட்டுவிட்டேன். திரும்பி வரும்போது மரணத்தை பரிசளித்து, எனக்கான முக்தி பேரு கிடைப்பதற்கு வழிவகை செய்யுங்கள். நீங்களும் அரசு அதிகாரிகளைப் போல அலட்சியம் காட்டி என்னை வதைக்காதீர்கள்" என்று வேண்டிக் கொண்டு பெங்களூருவுக்கு புறப்பட்டுப் போனார்.

மறுநாள் இரவு வீட்டுக்கு வந்த அப்பாவைப் பார்த்து குமரேசன் திகைத்தான்.

"என்னப்பா... திடும்னு வந்து நிக்கிறீங்க...?" என்ற மகனிடம் எல்லாம் சொன்னார்.

அவன் அவர் சொல்வதையெல்லாம் கேட்டபடியே, அவரையும் அவதானித்தான். அப்பா காசிக்கு போவதற்கு முன்பாக இருந்த உடம்பு இப்போது இல்லை. ஆரோக்கியம் கூடி இருந்தது. தோலில் புதுப் பொலிவு மினுத்தது. கண்களில் தீர்க்கம் தெரிந்தது. அவனுக்குப் புரிந்தது விட்டது. 'அப்பா நூறு வயது வரை வாழ்வார். காசிக்குப் போய் ஆயுள் நாள்களை, வயதை கூடுதலாக்கிக் கொண்டு வந்து விட்டார். நன்றி இறைவா' என்று மனதுக்குள் நினைத்தான்.

"நாளைக்கு கிராமத்துக்குப் போய், நம்ம நிலத்தை பார்த்துட்டு, அப்படியே பத்திரத்தையும் ஊர் தலைவர்கிட்டே குடுத்துட்டு வந்துடறேன் குமரேசா."

     கதாநதி

"நானும் வரேம்பா."

"வேணாம்டா. நீ கடையைப் பார்த்துக்க."

"ரெண்டு நாள்தானே... செல்வி பார்த்துக்குவா."

"சொன்னா கேளுடா."

"நீங்க ஊருக்குப் போய் நாற்பது வருடங்களுக்கு மேல ஆச்சுப்பா. எல்லாம் மாறிக் கிடக்கு. மனுஷாளுங்களும் புதுசு... புதுசா இருக்காங்க. நீங்க தடுமாறுவீங்கப்பா..."

"வேண்டாம்டா... குமரேசா. காசியிலேயே ஒன்பது மாதங்கள் காலம் தள்ளினவனுக்கு பொறந்த மண்ணை அடையாளம் கண்டுபிடிக்கிறதா கஷ்டம். என்னதான் மாறி இருந்தாலும் தெருக்களும் கோயில்களும் மாறாதுப்பா" என்றவரிடம் அதற்கு மேல் பேச முடியாமல் அமைதியாகி விட்டான்.

அதிகாலை நான்கு மணிக்கே குளித்து, பயணத்துக்குத் தயாராகிவிட்ட அப்பாவைப் பார்த்து வியந்தான் குமரேசன். கடையை கவனித்துக் கொண்டிருந்த போது, வழக்கமாக மூன்று மணிக்கே எழுந்து, கொள்முதலுக்காக பெரிய மார்க்கெட்டுக்கு போய் வருகிறவர்தான் அப்பா. என்றாலும் அந்தப் பழக்கம் இப்போதும் அவரிடம் மாறாமல் இருப்பதில் குமரேசனுக்கு வியப்பு வந்ததில் வியப்பேதும் இல்லைதான். அவரை பேருந்து நிலையத்துக்கு அழைத்துச் சென்று, மதுரை செல்லும் பேருந்தில் ஏற்றிவிட்டான்.

பேருந்து புறப்படும்போது, தீனதயாளன் மணி பார்த்தார். 4.20 என்பதாகக் காட்டியது. மனதுக்குள்ளாக கணக்கிட்டுப் பார்த்தார். 'மதுரைக்கு மதியம் ஒரு மணிக்குப் போயிடலாம். அங்கிருந்து விருதுநகர் ஒரு மணி நேரம். அப்புறம், கோவில்பட்டி போயி, கிராமத்துக்குப் போக நாலு மணி ஆயிடும்' என்று தனக்குள்ளாகப் பேசிக் கொண்டார். பயணம் முழுக்க கிராமத்து பால்ய நினைவுகளில் திளைத்திருந்தார். அதிலும் அந்தக் கரிசல் நிலம் குறித்த நினைவுகள் தீனதயாளனுக்கு குளிர்ந்த நீரூற்றுபோல பீறிட்டு எழுந்தது.

முப்பாட்டன்கள் காலத்தில் முப்போகம் விளைவித்த நன்செய் நிலங்கள் விருதுபட்டி தாலுகாவைச் சுற்றியும் இருந்தன. தாத்தன்கள் காலத்தில் ஒரு போகமாக மாறி, அப்பன்கள் காலத்தில், கரிசல்களாக நிறமும் குணமும் மாறி, வெயிலை அருந்தி முனிவன் போல தவமிருக்கத் தொடங்கிவிட்டன. அப்படியும் சில ஊர்களில் ஒரு போகம் கொடுத்த நிலங்கள் இருக்கத்தான் செய்தது. அப்படியான ஒன்றுதான் தீனதயாளனின் நன்செய் நிலம். அவரது பால்யவயதில் அப்பாவுடன் வயலுக்குப் போய் விடுவது வழக்கம். மடை திறப்பதும், நீர் பாய்ச்சுவதுமாக இருப்பார். கூடமாட அவருக்கு உதவியாக இருப்பதோ, தொல்லையாக இருப்பதோ சிறுவன் தீனதயாளனுக்குப் பிடித்தமான ஒன்றாக இருந்தது. நான்கு வயதிலிருந்து ஏழு வயது வரை அப்பாவும் வயலும்தான் அவனது உலகமாக இருந்தது. ஏழுவயதில் பள்ளியில் சேர்த்தபோது அழுது புரண்டான்.

"பள்ளியோடம் வேணாம்" என்று மூர்க்கம் காட்டினான். அவனுக்கு அப்பாவின் அருகாமையும் வயலின் ஈரமும் பிடித்திருந்தது. தன்னைப் போலவே மிரட்சிக் காட்டியபடி இருக்கும் பள்ளி மாணவர்களை அவனுக்குப் பிடிக்கவில்லை. முதல் நாள் என்பதால், தீனாவின் அப்பாவும் அவனுடனே மதியம் வரை பள்ளியில் அவன் அருகிலேயே அமர்ந்திருந்தார். அழுகையைத்தான் தீனா நிறுத்தியிருந்தான்.

"யப்போவ், வயக்காட்டுக்குப் போலாம்ப்பா" என்று ஓயாமல் நச்சரிப்பதை அவன் நிறுத்தவில்லை. அந்த வயதில் அவன்கண்ட முதல் ஆச்சரியம். 'அப்பா எப்படி வயலுக்குப் போகாம நம்ம கூடயே உட்கார்ந்திருக்கார்' என்பதுதான். அதுபோல், அவன் போட்ட முதல் தப்புக் கணக்கு, தினமும் அப்பா தன்னோடு பள்ளியோடம் வந்து, பக்கத்துலேயே உட்கார்ந்திருப்பார் என்பது.

மறுநாள் அவன் எதிர்பார்ப்பு பொய்த்ததும் செய்த சண்டித்தனத்தால், ஆசிரியரிடம் இருந்த பிரம்பை வாங்கி அப்பா வெளுத்துவிட்டார். தாறுமாறாக விழுந்த அந்த அடியிலும் அழுகையிலும் தீனாவின் பிஞ்சு மனதுக்குள் எழுந்து நின்ற கேள்வி. 'அப்பா அடிப்பாரா?' என்பதுதான். அன்று தனது குழந்தைமையைத் தொலைத்துவிட்டு, பயம் என்ற

உணர்வுக்குள் விழுந்தான். 'பள்ளியோடம் போகலேன்னா, அப்பா அடிப்பாரு' என்ற சிந்தனை அவனுக்குள் மிக ஆழமாக வேறூன்றி விட்டது. ஆனால், சனி, ஞாயிறு வந்துவிட்டால், தீனா இல்லாமல் அப்பா வயலுக்குச் செல்வதில்லை. அவனுக்கு படிப்பை விட, நிலத்தோடும், வயல் வரப்புகளோடும், வேளாண் வேலைகளிலும் தன்னியல்பாகவே ஆர்வம் இருப்பதைப் புரிந்துகொண்டார். படிப்பிலும் அவன் மக்கு மாணவனாகவே இருக்கிறான் என்பதை ஆசிரியர் மூலம் அறிந்தார். எழுதப் படிக்கத் தெரிந்தாலே போதும் என்ற மன நிலைக்கு வந்து விட்டார். அப்பாவின் இந்தக் குறைந்த பட்ச ஆசையை ஓரளவு நிறைவேற்றிய தீனா எட்டாம் வகுப்போடு பள்ளிச் செல்வதை நிறுத்தியும் விட்டான். அவன் தலையெழுத்து அவ்வளவுதான் என்று விட்டு விட்டார். அதன் பிறகு வயல்தான் அவனுக்கு எல்லாமே. இனி விவசாயம்தான் நமக்கு வாழ்க்கை என்று பதின்ம வயதில் அவன் முடிவெடுத்த போது, நிலம் நிறம் மாறத் தொடங்கியது. தனது உயிர் சக்தியை இழந்து மலடு தட்டத் தொடங்கியது. விவசாயம் பொய்த்தது. அந்தக் கவலையிலேயே அப்பா போய் சேர்ந்து விட, சில வருடங்களிலேயே அம்மாவும் காலமானார்.

என்ன செய்வதென திகைத்து நின்ற போதுதான் அத்தை தனது மகள் கோமதியை அவனுக்குத் திருமணம் செய்து வைத்தாள். சட்டென்று கடந்து போன வருடங்களில் மூன்று குழந்தைகளுக்குத் தகப்பனானான். சொந்த வீடும் விவசாயத்துக்காக அப்பா வாங்கிய கடனில் மூழ்கி, வங்கியாளர்கள் ஜப்தி செய்து விட்டுப் போனார்கள். பஞ்சம் விருதுபட்டியை மாத்திரம் இல்லாமல், ராமநாதபுரம் மாவட்டம் வரை பரவியிருந்தது. கொஞ்ச நாள்கள் அத்தை வீட்டில் குடும்பத்தோடு போய் தங்கியிருந்தான். கையிருந்த நிலை தலைக்கு மேல் போன போதுதான் பெங்களூருவுக்கு அந்த தாலுகா மக்கள் பஞ்சம் பிழைக்கச் சென்று தலையெடுத்து வருவதாகக் கேள்விப்பட்டான். குடும்பத்தோடு அங்கு புலம் பெயர்வதுதான் புத்திசாலித்தனம் என்ற முடிவுக்கு அவன் வந்த போது, உதவி செய்ய யாருமில்லை. அப்போது அவனுக்குக் கை கொடுத்ததுதான் கரிசல் பூமி. கோவில்பட்டியில் இருந்த

அப்பாவின் நண்பர் முன்னால் நிலப்பத்திரத்தோடு போய் நின்றான்.

அவனது நிலையறிந்த அவர், "எப்படியாச்சும் முண்டியடிச்சு மேல வந்துருடா தம்பி. போராடி சாகலாம். பஞ்சத்துல சாகக் கூடாதுடா" என்றபடியே, அடமானம் பெயரில் அவன் எதிர்பார்க்காத தொகையைத் தந்து வழியனுப்பி வைத்தார்.

பெங்களூருவுக்கு வந்து புறநகர் பகுதியில் வீடும் நகரில் பலசரக்குக் கடையும் வாடகைக்குப் பிடித்த போது, நம்பிக்கை லேசாகக் துளிர்த்தது, என்றாலும் அந்தப் பெருநகரத்து மக்களும் மொழியும் சற்று பதற்றத்தையும் பயத்தையும் தந்தது. அதையெல்லாம் கடந்து கால் ஊன்றி நின்றபோது, வாழ்க்கை வசப்பட்டிருந்தது. மூன்று பிள்ளைகளையும் நன்றாக படிக்க வைக்க முடிந்தது. மகள்களுக்கு திருமணம் நடத்தி வைக்க முடிந்தது. அடுத்த சில வருடங்களிலேயே குமரேசனுக்கும் பெங்களூருவிலேயே பெண் பார்த்து விமர்சையாக திருமணம் நடத்திக் காட்ட முடிந்தது.

சொந்த வீடு, கடை என்று வளர்ந்து விட்டாலும் விருதுநகராக மாறிவிட்ட மாவட்டத்திலோ, கிராமத்திலோ இடம் வாங்கத் தோன்றவில்லை. அடமானத்திலிருந்த நிலத்தை மீட்பதற்கு கோவில்பட்டிக்கு போய் வந்தார். அப்பாவின் நண்பர் இறந்து பல வருடங்களாகி விட்ட சேதி தீனதயாளனை துக்கமடையச் செய்து விட்டால், கிராமத்துக்குப் போகாமலேயே பெங்களூருவுக்குத் திரும்பிவிட்டார். கோமதி இறந்த போது, தனக்கான காலமும் நெருங்கிவிட்டதை உணர்ந்தார். உயிரோடு, சுயநினைவோடு இருக்கும் போதே சொத்துக்களை பிள்ளைகளுக்கு பிரித்துக் கொடுக்கும் கடமையையும் நிறைவேற்றிவிட்டார்.

'இனி இந்த மனிதப் பிறவியே வேண்டாம். மறு ஜென்மம் பிறப்பும் வேண்டாம். முக்தி தேடி உன்னிடம் வருகிறேன் என்னை எடுத்துக் கொள்' என்று காசிக்கு ஆசையாக ஓடிவந்தார். பிணத்தை கரை ஒதுக்கும் கடலாக, தீனதயாளனின் ஆசையை கடந்த ஒன்பது மாதங்களாக ஒதுக்கிக் கொண்டே வருகிறது காசி.

"எனது கரிசல் நிலத்தை ஊர் பொதுவுக்கு எழுதிக் கொடுக்கும் கர்மாவை நிறைவேற்றிய பிறகுதான் கங்கா நதியும் காசி நகரும்

எனக்கான முக்திக்கான கருணையைக் காட்டும் போல”என்று உள்ளுணர்ந்து கிராமத்துக்குப் புறப்பட்டு விட்டார்.

அவர் நகரப் பேருந்திலிருந்து கிராமத்துக்குச் செல்லும் விளக்குச்சாலையில் இறங்கிய போது, மணி பிற்பகல் மூன்றரை ஆகியிருந்தது. பிரதான சாலையிலிருந்து ஊர் ஒரு கிலோ மீட்டர் தூரத்தில் இருந்தது. மண்ணில் கால்பட்டதுமே காலணியைக் கழற்றிவிட்டு, வெறுங்காலுடன் நடக்கலாமா...? என்று யோசித்தார். ஆனால், அவரை வரவேற்ற வெயில் அதற்கு அனுமதிக்கவில்லை. சாலை தகித்தது. வெயில் அவர் முகத்தில் பட்டதுமே... ‘நம்மூரு வெயிலுக்கு உக்கிரம் கொஞ்சம் கூட குறையல’ என்று தனக்குள்ளாக சொல்லிக் கொண்டார். விலக்குச் சாலை முனையில் சில ஆட்டோக்கள் காத்திருந்தன.

‘அட நம்மூருக்கு ஆட்டோ வசதி எல்லாம் வந்துருச்சா?’ என்று யோசிக்கும் போதே “அய்யா... ஆட்டோ வேணுமா?” என்றபடியே ஆட்டோக்காரர் அவரை நெருங்கினார். தலையசைத்து மறுத்தார்.

“அய்யாவுக்கு எந்த ஊரு? யாரை பாக்க போறீக?” ஆட்டோக்காரரின் கேள்வி அவருக்கு உள் சிரிப்பைத் தந்தது. உள்ளூர்காரனைப் பார்த்து இப்படியொரு கேள்வி கேட்பதென்பது சற்றேறக்குறைய மரணத்துக்கு ஒப்பானதுதான்.

அறுத்துவிட்டது போல் நாற்பது வருடங்கள் ஊர் பக்கமே வராமல், ஊரில் நடக்கும் நல்லது கெட்டது எல்லாவற்றுக்கும் கோமதியையும் குமரேசனையும் அனுப்பி வைத்ததால், இப்படியான கேள்வி கேட்கும் புதிய தலைமுறையை எதிர் கொள்ளத்தான்வேண்டும்என்றுதன்னையேசமாதானப்படுத்திக் கொண்டு “உள்ளூர்தான்ப்பா” என்று சொல்லிவிட்டு சாலையில் நடந்தார். போகிற வழியிலேயே கிழக்குப் பக்கமாக அவர் நிலம் கொஞ்சம் உள்ளடங்கி இருந்தது. முதலில் நிலத்தைப் பார்த்து விட்டு, ஊர்த்தலைவர் வீட்டுக்குப் போகலாம் என்று முடிவெடுத்தவராக நடந்தார்.

அரை கிலோ மீட்டர் தூரம் கடந்ததும் இடது பக்கமாக பிரிந்த வண்டிப் பாதையில் நடந்தார். அவர் நிலத்தை

கண்டுபிடிப்பதொன்றும் சிரமமாக இல்லை. நிலத்தின் அடையாளமாக ஒற்றைப் பனை ஒன்று நின்றிருந்தது. இப்போது அதன் தலை இல்லை. மழையற்ற கோடை வறட்டு இடி தாக்கி, பனை தனது தலையை இழந்திருந்தது. கரிசல்காட்டு சம்சாரிகளுக்கு மழையின்மை தீராத சாபம் எனில், பனைகளுக்கு வறண்ட இடிகள் சாபம் போலும் என்பதாக நினைத்தார்.

நிலத்தை நெருங்கும் போதே காலணிகளை கழற்றி விட்டார். பத்திரம் அடங்கிய பையையும் காலணியையும் வெடித்துக் கிடந்த நிலத்தின் வரப்பு மீது வைத்தார். நிலத்தைப் பார்த்தார். வெயிலை அருந்தி அருந்தி மண்பொறித்துப் போயிருந்தது. அவர் மனதுக்குள் நிலம் பசுமையாக இருந்த போது, அம்மணமாக இறங்கி விழுந்து புரண்டு, உழவுச் சகதி உடல் முழுக்கப் பூசிக் கொண்டது நினைவுக்கு வந்தது. அந்த நிலமெங்கும் ஓடி திரிந்து, விளையாடியதும் மின்னல் வெட்டுக் காட்சிப் பதிவுகளாக வந்து போனது.

“எந்தாயீ” என்று கதறியபடியே வயலில் இறங்கி மண்ணில் உட்கார்ந்தார். சிறு குழந்தைப் போல் விசும்பி விசும்பி அழுகை பொங்கிக் கொண்டு வந்தது. கையில் மண்ணை அள்ளி உள்ளங்கையில் தேய்த்தார். பவுடர் போல உதிர்ந்தது.

“அய்யோ... அய்யோ” என்று தலையிலடித்துக் கொண்டு அழுதார். உடுத்தியிருந்த சட்டையையும் வேட்டியையும் உள்ளாடைகளையும் கழற்றி தூர எறிந்து விட்டு, அம்மணமாக நிலத்தில் விழுந்துப் புரண்டார். அவர் புரண்ட இடமெல்லாம் கரிசல் மண் அரைபட்டு நொறுங்கியது. கொஞ்சம் கூட ஒட்டவே இல்லை. வேதனையும் துக்கமும் பொங்க, மண்ணை அள்ளி உடலெங்கும் பூசிக் கொண்டார். அது மெழுகு போல உதிர்ந்ததே தவிர, உடலில் ஒரு துணுக்குக் கூட ஒட்டவில்லை.

“தப்புதான் தாயீ... உன்னை விட்டு அறுத்துட்டுப் போனது தப்புதான் தாயீ... என்னை மன்னிச்சுடு” என்று அரற்றினார்... எழுந்து, நிலத்தைச் சுற்றி பைத்தியம் பிடித்தது போல் குறுக்கும் நெடுக்குமாக ஓடினார். மேல் மூச்சு முட்ட முட்ட, ஓடினார். வியர்வை முகத்தில் ஆரம்பித்து. கணுக்கால் வரை வழிந்தது. நிலத்தின் நடுவில் வந்து நின்றார். நிலத்தில்

நெடுஞ்சாண்கிடையாக விழுந்துப் புரண்டார். இப்போது கரிசல் மண் அவர் உடல் முழுக்க ஒட்டிக் கொண்டது.

அதைப் பார்த்த தீனதயாளன் மல்லாந்துப் படுத்து, சுட்டெரித்துக் கொண்டிருந்த சூரியனைப் பார்த்து பெரும் சத்தமிட்டு சிரித்தார். அந்தச் சிரிபொலி கரிசல் மண் வெளியெங்கும் எதிரொலித்தது. அதன் பிறகு, அவர் எழவே இல்லை.

தீனதயாளன் முக்தி அடைந்திருந்தார்.

——◦◦——

புத்தர் கனவு

– பெ.கனகராஜ்

ஒரு ஊரில் புத்தரைப் பின்பற்றுகிறவர் ஒருவர் இருந்தார். அவர் புத்தரது போதனைகளை மிகவும் மதித்தார். புத்தரைப் பற்றியும் அவரது போதனைகளைப் பற்றியும் எவராவது தவறாகப் பேசினால் அவர்களுடன் சண்டையிட்டு அடிக்கக் கூடத் தயங்கமாட்டார். ஆனால் புத்தரது போதனைகளுக்கும் அவரது வாழ்க்கை நடைமுறைக்கும் தொடர்பு இருக்காது. சாதி பார்ப்பார். தன் பிள்ளைகளுக்கு திருமணம் செய்து வைக்கும்போது வரதட்சணை கேட்பார். பல தலைமுறைகளுக்கு சொத்து சேர்த்து வைப்பார். ஆசைகளைத் துறக்க வேண்டும் என்ற புத்தருக்குக் கோயில் கட்டி தங்கத்தில் சிலை வைக்கப்பட்டிருப்பது போல தங்கத்தில் இவருக்கு மிகவும் நாட்டம்.

ஒரு முறை அவர் சுற்றுலாவாக புத்த மடங்களுக்கு சுற்றுப்பயணம் மேற்கொண்டார். ஒரு நாள் அதிகாலை வீடு திரும்ப இரயிலில் பயணம் செய்து கொண்டிருந்தார். அப்போது ஒரு நபர் படிக்கட்டு அருகில் அமர்ந்து பயணம் செய்து கொண்டிருந்தார். அவர் அங்கும் இங்கும் நடந்தபடி தொலைபேசியில் பேசிக்கொண்டே இருந்தார். புத்தரடியார் இறங்க வேண்டிய இரயில் நிலையமும் நெருங்கிக் கொண்டிருந்தது. புத்தரடியார் அருகில் காலியாக இருந்த இருக்கையில் அமர்ந்து கால் மேல் கால் போட்டுக் கொண்டு தொலைபேசியில் பேசிக்கொண்டே இருந்தார் அந்த நபர். அவர் தொலைபேசியில் ஹாங்காங் செல்வதைப் பற்றியும் பிளைட் (*flight*) விவரங்களையும் பேசிக்கொண்டே இருந்தார். இதைக் கவனித்த புத்தரடியார் இவருக்கும் இவரது உடைக்கும் ஹாங்காங் செல்வதற்கும் கொஞ்சமும் பொருந்தவில்லையே என்று உள்ளுக்குள் நினைத்தபடி தான் இறங்க வேண்டிய

இரயில் நிலையம் வந்ததும் தனது பைகளை எடுத்து கொண்டு இறங்கினார்.

புத்தரடியவர் தன் பைகளை வைத்து விட்டு கல்தூண் இருக்கையில் அமர்ந்து தன்னை அழைத்து செல்ல வரும் தன் மகனுக்காக காத்திருந்தார். அவருக்குப் பின்பு இறங்கிய ஹாங்காங் நபர் மீண்டும் அவர் அமர்ந்திருந்த கல் இருக்கையில் அமர்ந்து தொலைபேசியில் பேசிக்கொண்டே இருந்தார். சற்று நேரத்திற்கு பிறகு இவரிடம் "ஐயா நாளைக்கு ஹாங்காங் செல்வதற்கு பிளைட் எத்தனை மணிக்கு என்று தெரியுமா?" என்று கேட்டார்.

உடனடியாக புத்தர் பற்றாளர் "ஏன் கேட்கிறீர்கள் உங்களுக்கு அங்கே ஏதாவது வேலைவாய்ப்பு கிடைத்துள்ளதா?" என்று கேட்டார். "இல்லை இல்லை... நான் அங்குதான் பிறந்தேன். எனது குடும்பம் அங்குதான் இருக்கிறது. இந்தியாவில் வேலைநிமித்தம் இருக்கிறேன்" என்று சொன்னார். இந்த புத்தர் பற்றாளரின் சந்தேகம் வலுத்தது. ஐம்பது விழுக்காடு உறுதி செய்து கொண்டார்.

தொடர்ந்து "தங்கள் பெயர் என்ன?" என்று கேட்டார். "எனது பெயர் புரூஸ்லீ" என்றவர் அவரது பாக்கெட்டில் ஒரு அட்டையை எடுத்துக் காட்டினார். அதில் கராத்தே வீரர் புரூஸ்லீயின் நிழற்படத்தை ஒட்டி வைத்து கீழே புரூஸ்லீ என்று பெயருடன் முகவரியும் எழுதி வைத்திருந்தார். இதைப் பார்த்தவுடன் எழுபத்தைந்து விழுக்காடு உறுதி செய்து கொண்டார். மீண்டும் புத்தர் பற்றாளர் உள்ளுக்குள் சிரித்தபடி "தங்களுக்கு ஏதாவது உடல் நிலை சரியில்லையா?" என்று கேட்டார் அதற்கு அவர் "நான் கொஞ்சம் பைத்தியம்" என்றார். அந்த நிமிடம் இவர் உள்ளுக்குள் சிரித்த சிரிப்பு நின்று விட்டது. "அப்பா அங்கே யாருடன் பேசிக்கொண்டு இருக்கிறீர்கள்? வாங்க போகலாம்" என்ற குரல் கேட்டவுடன். தனது மகன் வந்து விட்டதைப் பார்த்து அவரது இரண்டு சக்கர வாகனத்தில் அமர்ந்தபடி யோசித்து கொண்டே சென்றார். தன்னை யார் என்று கேட்டால் அப்பா பெயர், ஊர் பெயர், செய்யும் வேலை எல்லாவற்றையும் என்று சொல்லிக் கொண்டு சரியாக பதில் சொல்ல தெரியாத மனிதர்களிடையே தன்னை ஒரு பைத்தியம்

என்று அறிந்து கொண்டு அதையே தனது அடையாளமாக சொல்வது வியப்புக்குரியது என்று நினைத்துக் கொண்டார்.

வீட்டிற்கு வந்ததும் தனது மனைவியிடம் தான் வாங்கி வந்த அனைத்துப் பொருட்களையும் ஒவ்வொன்றாக எடுத்துக் காட்டினார். குறிப்பாக தான் வாங்கி வந்த புத்தர் சிலைகளை எடுத்துக் காட்டி புகழ்ந்து பேசிக் கொண்டு இருந்தார். அப்போது அவர் மனைவியிடம் அடுத்த மகனுக்கு திருமணம் செய்கிற போது வரதட்சணையாக தங்கத்தில் புத்தர் சிலை கேட்க வேண்டும் என்றார். உடனே அங்கே வந்த அவரது இளைய மகன். "அந்த ஆசையெல்லாம் எனக்குக் கிடையாது. நான் ஒரு பெண்ணை காதலித்து திருமணம் செய்வேன். வரதட்சணை வாங்காமல் திருமணம் செய்வேன்" என்று சொன்னார். உடனே அந்த புத்த பற்றாளர் "நீ இப்படி எல்லாம் செய்தால் நான் புத்தரைப் போன்று இந்த வீட்டை விட்டு சென்று விடுவேன். திரும்பி வரவே மாட்டேன்" என்றாராம். "சரிங்க அப்பா. அதை அப்புறம் பார்த்துக் கொள்ளலாம்." புத்தர் எதற்காக எல்லாவற்றையும் துறந்தார் என்று தெரியாத புத்த பற்றாளர் இவர். இவர் இங்கு இருக்க வேண்டியவர் அல்ல. இலங்கையில் ராஜபக்சேவுடன் இருக்க வேண்டியவர் என்று நினைத்து கொண்டு சென்று விட்டார் மகன்.

புத்த பற்றாளர் மனைவி ஒரு கடிதத்தை கொண்டு வந்து அவர் கையில் கொடுத்தார். அதை வாங்கி பிரித்த புத்த பற்றாளர் "இது எனது நண்பர் ஒருவர் அனுப்பி வைத்துள்ளார். இதில் நமது இளைய மகனுக்கு மணப்பெண் நிழற்படத்தையும் அனுப்பி வைத்துள்ளார்" என்று சொல்லி. அந்தப் படத்தை தனது மனைவியிடம் கொடுத்தார். அதை வாங்கிய அவரது மனைவி "இந்தப் பெண் மிகவும் அழகாக இருக்கிறாள். நமது மகனுக்கு பொருத்தமாக இருப்பாள். கட்டாயம் அவனுக்கு பிடிக்கும்" என்றாள். "அப்படியா சொல்கிறாய்" என்று சொல்லி மீண்டும் அந்தப் பெண்ணின் படத்தை வாங்கி பார்த்தார் அந்தப் புத்த பற்றாளர்.

"என்னமோ உன்னுடைய மகன் காதல் திருமணம்தான் செய்வேன் என்று என்னை மிரட்டி கொண்டு இருக்கிறான்.

ஆனால் நீயோ அவன் சம்மதம் சொல்வான் என்கிறாய். பொறுத்து பார்ப்போம் அவனுக்குத் திருமணமா இல்லை நான் வீட்டை விட்டு வெளியே செல்கிறேனா...” என்று சொல்லி விட்டு, “சரி இந்தப் பெண் என்ன வேலை செய்கிறார் என்று ஏதாவது கடிதத்தில் எழுதி இருக்கிறதா என்று பார்.”

“ஆமாம் எழுதியிருக்கிறார், இந்தப் பெண் கீழ்பாக்கம் மருத்துவமனையில் பைத்தியம் பிடித்த மனநோயாளர்களுக்கு வைத்தியம் பார்க்கும் மருத்துவராக பணி செய்கிறார்.”

பைத்தியம் என்று சொன்னவுடன் புத்த பற்றாளருக்கு மீண்டும் அந்த இரயில் நிகழ்ச்சி நினைவுக்கு வருகிறது. “சரி விடும்மா. பிறகு பார்த்துக் கொள்ளலாம்” என்று சொல்லி விடுகிறார்.

இந்த நிகழ்ச்சி ஒரு புறம் இவர் உள்ளத்தை தைத்துக் கொண்டிருக்க, ஒரு நாள் இவர் மரத்தால் ஆன புத்தர் சிலையை செய்து வீட்டில் வைக்க வேண்டும் என்ற நீண்ட நாள் ஆசையை நிறைவேற்ற மரம் வெட்ட காட்டிற்குச் சென்றார். அப்போது ஒரு மரத்தை வெட்ட முயலும் போது அந்த மரம் அவரைப் பார்த்து சிரிக்கத் தொடங்கியது.

அந்த மனிதர் அந்த மரத்தைப் பார்த்து “ஏன் நீ என்னைப் பார்த்து சிரிக்கிறாய்?” என்று கேட்டாராம். உடனே அந்த உயர்ந்த மரம் “மனிதர்களைப் பார்த்தாலே எனக்கு சிரிப்புதான் வருகிறது” என்று சொல்லி விட்டு மீண்டும் சிரித்ததாம்.

கோபப்பட்ட புத்தர் பற்றாளர் “நீ வெறும் மரம்தானே, மனிதர்களாகிய எங்களைப் பார்த்து சிரிக்கும் அளவுக்கு நாங்கள் எவ்விதத்தில் தரம் குறைந்து விட்டோம்” என்று கேட்டார். அப்போது விழும் நிலைக்கு வெட்டப்பட்ட அந்த உயர்ந்த மரம் அவர் பக்கமாக சாய்ந்து கொண்டே சொன்னதாம்.

“ஆமாம் மனிதர்கள் நீங்கள் எங்களைவிட தரம் குறைந்தவர்கள்தான். ஏனென்றால் என்னிலிருந்து ஆயிரம் புத்தர் சிலைகளை உருவாக்க முடியும் உன்னிலிருந்து ஒரு புத்தரை உருவாக்க முடியுமா?” திடீரென அவர் பக்கம் சாயும் மரத்தைக் கண்டு அலறி விழுந்து எழுந்து பார்த்தால் கனவு.

கனவு தெளிந்து விழித்துப் பார்த்தார். இது புத்தர் கனவல்ல இந்தச் சமுதாயத்தை பற்றிய புத்தரின் கனவு. இது புத்தர் கனவல்ல ஒவ்வொரு தனிமனிதனைப் பற்றிய புத்தரின் கனவு. அன்று பேசியது புரூஸ்லீ அல்ல புத்தரின் போதனை. என்னை அறிவதே ஞானம். புத்தரின் போதனைகளை அறிந்து கொண்ட நான், நான் யார் என்று அறிந்து இருந்தால் என் வாழ்க்கை முறை மாறியிருக்கும் என்று தூக்கம் தெளிந்து அவர் விழித்துக் கொண்டார்.

—◦○◦—

மேரியின் முத்தம்

– ஷாலுமதிசுரேஷ்

"**ம**லரு அவன் வந்துட்டான் பாரு"

முன்வாசலில் இருந்த ஆயாவின் குரல் கேட்கும்போதே தெரியும், வருவது பச்சை சட்டைக்காரர் என.

தாத்தா வீட்டில் இருந்திருந்தால் வாழையிலை அறுத்து கொடுத்திருப்பார். ஐந்தாவது படிக்கும் என்னை காம்பவுண்ட் சுவர் ஏறி, வாழையிலை அறுக்க ஆயா விடுவதில்லை.

"கைய காலை ஒடைச்சுக்கிட்டா எவன் கட்டுவான்?"

ஆயா சொல்லும்போதெல்லாம் நினைத்துக்கொள்வேன், 'அப்போ கை காலை உடைச்சுக்கிட்டா கல்யாணம் ஆகாது' என. பெரியவளாகி கல்யாணப் பேச்சு எடுக்கும்போது, எதையாவது உடைத்துக்கொள்ளும் திட்டமும் வைத்திருந்தேன். வீட்டின் முன்னிருந்த பாதாணி மரத்து இலைகள் ஐந்தாறு பறித்தேன். நடுவில் ஒரு இலை, சுற்றிலும் நான்கைந்து இலை என வைத்து, சிறு தென்னங்குச்சிகள் கொண்டு அழகாக தைத்து முடித்தேன். வாழையிலை போல நீள வடிவம், வட்ட வடிவம் என மனம் போனபோக்கில் தைப்பேன். நான் தைத்து முடிக்கவும், பச்சை சட்டைக்காரர் வாசலில் வந்து நிற்கவும் சரியாக இருந்தது.

எங்களின் வீட்டுக்கு நேர் எதிரே இருக்கும் ரோட்டின் வழியாகத்தான் எவரும் ஊருக்குள் வரவேண்டும். பெரிய ஊர் எல்லாம் கிடையாது. திருச்செங்கோட்டை ஒட்டி, கூட்டப்பள்ளி எனும் சிறு ஊர். திருச்செங்கோட்டின் வெக்கையைச் சமாளிக்க, வீட்டு வாசலில் தூங்குமூஞ்சி, பாதாம் என மரங்கள் வைத்திருந்தார் தாத்தா. வீட்டின் பக்கவாட்டில் நெல்லி, வாழை, பப்பாளி மரங்கள். பின்புறத்தில் மூன்றுவகை முருங்கைமரங்கள், கனகாம்பரம் செடிகள் இருக்கும். இதுபோக, பீர்க்கன் கொடி,

சுரைக்காய், அவரை என ஏதாவது பருவத்துக்கு ஏற்ப பயிரிட்டு இருப்பார் தாத்தா. வீட்டின் நேரெதிரே ரோடு என்பதால், ஊருக்கு வரும் பெரும்பான்மையோரிடம் நலம் விசாரித்து அனுப்புவார் ஆயா. முன்வாசலில் சேர் போட்டு உட்கார்ந்தால், இதுதான் ஆயாவுக்கு பொழுதுபோக்கு. அப்படித்தான் அன்றும் பச்சை சட்டைக்காரரை கவனித்திருந்தார்.

பச்சை சட்டைக்காரர்... அவர் போட்டிருக்கும் சட்டையின் நிறம் மறைந்து, அழுக்கடைந்து ஏதோ ஒருவகையில் அடர்பச்சை போல காட்சியளிக்கும். அதனால், நான் வைத்த காரணப் பெயர்தான் பச்சை சட்டைக்காரர். எப்போதாவது எங்கள் வீட்டுக்கு வருவார். அதுவும் பசித்தால் மட்டுமே வீட்டுக்குள் நுழைவார். இல்லையென்றால், இந்த வீடு அவரின் கண்ணுக்குத் தெரியாதது போல் விடுவிடுவென கடந்து சென்றுவிடுவார். ஊரில் பெரும்பாலும் கிறுக்கன் என்று கூப்பிடுவார்கள், என்னுடன் படிக்கும் சக தோழியர் உட்பட. ஆயா, தாத்தா இருவருமே அப்படி கூப்பிடக் கூடாது என்று சொல்லிக் கொடுத்திருந்தனர். எப்போதாவது வீட்டுக்கும் வந்து செல்வதால், எனக்கும் அப்படி தோன்றியதே இல்லை.

பச்சை சட்டைக்காரர் வாசலில் நுழைந்து, நேரே தோட்டத்து குழாயில் கை கால் கழுவி வந்தார். இல்லையென்றால் ஆயா திட்டத் தொடங்கிவிடுவார் என்று அவருக்கு தெரியும். அதற்குள்ளாக சாப்பாடு, குழம்பு, பொரியல், தண்ணீர் என அனைத்தையும் முன்வாசலில் கொண்டுவந்து வைத்திருந்தார் ஆயா. நான்தான் பரிமாறுவேன். ஆரம்பத்தில் சரியாக பரிமாறத் தெரியாது. கீழே, மேலே சிந்தி சிதறி எப்படியோ ஒரு வழியாகக் கற்றுக்கொண்டேன்.

தாத்தா சொல்லுவார், "உன்னோட ஆயாவுக்கு உன்னைப் பரிமாற வைக்கிறதுல ரெண்டு நல்லது. ஒண்ணு, உனக்கு பரிமாற கத்துக்கொடுக்கிறது. ரெண்டாவது, சாப்பாடு போட்டா கிடைக்கிற புண்ணியத்தை உனக்கே கொடுக்கிறதா அவ நினைக்கிறா."

"சாப்பாடு கொடுத்தா புண்ணியம் கிடைக்குமா தாத்தா?"

"சாப்பாடு கொடுத்தா, புண்ணியம் கிடைக்குமானு தெரியாது. ஆனா, புண்ணியத்துக்காக சாப்பாடு போடக் கூடாது; பசிக்காக போடனும்."

தாத்தா சொல்லுகிற நிறைய விஷயங்கள் அப்போது புரிந்தே இல்லை. ஆனால், மெல்ல மெல்ல புரியத் தொடங்கியது. இப்போது வரை திருமண நாள், பிறந்தநாள் என எதற்கும் சாப்பாடு கொடுத்ததே இல்லை. இதற்கென ஒதுக்கிவைத்திருக்கும் தொகையைத் தோன்றும் நேரத்தில் அல்லது தேவைப்படும் நேரத்தில் சாப்பாடு, துணிமணி, மருந்து செலவு ஏதாவது எதற்காவது கொடுத்து விடுவதை வழக்கமாக்கிக் கொண்டுள்ளேன். அதென்னவோ, "இன்னைக்கு எனக்கு நல்ல நாள். நான் சாப்பாடு கொடுக்கிறேன், நீ வாழ்த்து" எனக் கேட்க மனம் துணிந்ததில்லை.

பச்சை சட்டைக்காரர் அவசர அவசரமாகச் சாப்பிட்டு முடித்து கை கழுவி வெளியே வெளியேறினார். அவர் அப்படித்தான், அவர் பேசி பார்த்ததே இல்லை. எப்போதும் தரையை நோக்கி இருக்கும் கண்கள், எப்போதாவது மனிதர்களை நேர்கொண்டு பார்க்கும். அடுத்த வினாடியே அவசர அவசரமாய் தலையைத் திருப்பிக்கொள்வார். ஆயாவுக்கு இரண்டு ஜீவன்களுக்கு சாப்பாடு போடுவதில் திருப்தி. ஒன்று இவர், இன்னொன்று ஒற்றைக்கால் காக்கா. அந்த ஒற்றைக் கால் காக்காவுக்கு கணக்கெல்லாம் இல்லை. சில சமயம் தினமும் வரும். சில சமயங்களில் வாரம் ஒருமுறை, சிலமுறை என முறை வைத்துக்கொள்ளும். ஆனால், அதற்கு நான் பரிமாறத் தேவையில்லை. ஆயா வைத்தால் மட்டுமே சாப்பிடும். ஆயா வெளியே வரும்வரை, காம்பவுண்ட் சுவரில் அமர்ந்து கத்திக்கொண்டே இருக்கும்.

"என்னமோ, இந்தக் காக்காவை பார்த்தா, சின்ன வயசுல ஓடிப்போன என் தம்பி நெனைப்புக்கு வரான். நொண்டி நொண்டின்னு எல்லோரும் கிண்டல் செய்யறாங்கன்னு ஓடிப்போனான். எவ்வளவு தேடியும் கிடைக்கவே இல்லை. இந்த காக்கவும் பார்த்தியா, நான் வைச்சா மட்டும்தான் சாப்பிடுது."

காக்காவை கண்டாலும் இதே கதைதான், காணாவிட்டாலும் இதே கதைதான் ஆயாவுக்கு.

"அடடா... அவனுக்கு சட்டை, பேண்ட் வெச்சிருந்தேன், கொடுக்க மறந்துட்டேன். சரி, அடுத்தமுறை வந்தா கொடுக்கலாம். சாப்பிட்டதும் நிக்கறானா... கலெக்டர் வேலையாட்டம் விடுவிடுன்னு நடை வேற." ஆயா தன் பாட்டுக்கு புலம்பிக்கொண்டிருந்தார்.

கிராமத்து ஆட்கள் டவுனுக்கு வரும்போது, எப்படியும் வீட்டுக்கு ஒரு எட்டாவது வந்துவிட்டுப் போவார்கள். எனவே, வீட்டில் எப்படியும் ஒரு ஆள் சாப்பாடாவது சேர்ந்து இருக்கும். மீதி ஆனாலும் பழையதுக்கு ஆச்சு. சாப்பாடு இல்லாத நாட்களில் பச்சை சட்டைக்காரர் வந்துவிட்டால், அவருக்குத்தான் திட்டு விழும்.

"திடீர்னு வந்து நின்னா என்ன பண்ணுவேன்? இந்தா, காசு. ஓட்டல்ல வாங்கி சாப்பிடு" என்பார் திட்டிக்கொண்டே. ஊரில் இருக்கும் இரண்டே இரண்டு ஓட்டல்களிலும் சொல்லிவைத்திருந்தார், எப்போது வந்தாலும் சாப்பாடு கொடுக்கச் சொல்லி.

எங்கள் தெருவின் பின்வீதியில், பாதி இடிந்த வீடு ஒன்று இருக்கும். இடிந்து, கருகி என ஒரு அமானுஷ்ய வீட்டுக்கான அத்தனை லட்சணங்களையும் கொண்டிருக்கும். எங்களுக்கு அந்த வீட்டருகேமட்டும் விளையாடத்தடை விதித்திருந்தார்கள். ஆனாலும் ஆட்கள் யாரும் கவனிக்காதபோது போய் எட்டிப் பார்ப்போம். அந்த வீட்டில் வாழ்ந்தவர்களைப் பற்றி நிறைய கட்டுக்கதைகளை சொல்லிக்கொண்டோம். அந்த வீட்டின் முன் நல்ல தண்ணீர் தொட்டி ஒன்று உண்டு. வாரம் ஒருமுறை மட்டுமே வரும் நல்ல தண்ணீர், எங்கள் ஊருக்கு மிக முக்கியமானது. தண்ணீர் வரும் அந்த நாள், சிறு திருவிழாவையே நடத்திவிடுவார்கள் மக்கள். காலையிலிருந்து வீட்டில் இருக்கும் பழைய தண்ணீரில் துணி துவைப்பது, பாத்திரம் கழுவுவது, வீடு கழுவுவது என அனைவரும் பம்பரமாய் சுழன்று கொண்டிருப்பார்கள். அப்போது வீடு துடைக்கும் வழக்கமெல்லாம் இல்லை. வீட்டில் ஊற்றி கழுவும்

  கதாநதி

நீர் வெளியேறும் வகையில் சிறு துளை இருக்கும். அதை சிறு குச்சியில் துணியைச் சுற்றி அடைத்து வைத்திருப்பார்கள். கீழே இருக்கும் பாத்திர, பண்டங்களை கட்டில் மேலே ஏற்றி வைத்துவிட்டு, வீட்டை கழுவி காயவைத்து, புது தண்ணீரை குடங்களில் பிடித்து வைத்து என வேலைகள் மடமடவென ஆகும். சீக்கிரம் வேலையை முடித்தவர்கள், அடுத்த வீட்டுக்கு உதவுவதும் நடக்கும். பெரும்பான்மையான வீடுகளுக்கு இடையே காம்பௌண்ட் சுவர் அல்லாது சிறு உயிர்வேலி மட்டுமே இருந்த காலம் அது.

ஏதோ ஒரு விடுமுறை நாளன்று நல்ல தண்ணீர் வந்தது. நாங்கள் வழக்கமாக விளையாட போனபோது, அந்த இடிந்த வீட்டின் தொட்டியில், தண்ணீர் வந்து விழுந்துகொண்டிருந்தது. நானும் ரம்யாவும்தான் அதை கவனித்தோம். யாரும் பயன்படுத்தாத அந்தத் தொட்டியின் குழாயை அடைக்க முடிவு செய்ததோடு அல்லாது, தண்ணீரைப் பார்த்ததும் ஆசை வந்து நானே இறங்கத் தொடங்கினேன். முட்டி வரை இருந்த நீரில் கவுன் மேலே வந்து புஸ்ஸென நின்றது. நீரில் மிதந்த தக்கையை எடுத்து குழாயை அடைக்கப் பார்த்தேன். நீரின் வேகத்துக்கு அது திரும்ப வெளியே வந்து விழுந்தது. மீண்டும் மீண்டும் முயற்சிக்க, நீர் இடுப்பளவைத் தாண்டி வரத்தொடங்கியது. அதற்குள் மேலே நின்ற ரம்யாவைப் பார்த்து, எதிர்வீட்டு குமாரி சித்தி சத்தம் போட, "எனக்கு தெரியாது, மலர்தான் இறங்கினா" என சொல்லிக்கொண்டே அவள் ஓட்டம் பிடித்துவிட்டாள்.

பதறிப்போன சித்தி தொட்டிக்குள் இறங்கி, என்னை மேலே ஏற்றினார். ஆனால், அதற்கு முன் சுள்ளென்று முதுகில் ஒரு அடியும் கிடைத்தது.

"என்னா தைரியம்! தண்ணி போனா போயிட்டு போது, அதுக்குன்னு தொட்டியில் இறங்குவியா? அந்த பைப்பை உன்னால அடைக்க முடியுமா? உங்க ஆயாவுக்கு யார் பதில் சொல்றது?" வீடு வரை அர்ச்சனை தொடர்ந்தது.

நியாயந்தானே... நான் செய்த வீரதீரச் செயலும் அப்படி. வீட்டிலும் திட்டு விழுந்தது ஆனால், அடி ஏதுமில்லை.

"அந்த வீட்டை இடிச்சு நெறவுறதுக்கு ஆள் இல்லை. அதுவரை இப்படித்தான் ஏதாவது நடந்துட்டே இருக்கும்" - ஆயா வழக்கம்போல் மொத்த பழியையும் வீட்டின் மேல் போட்டார்.

"ஏன் ஆயா, அந்த வீட்டுக்குச் சொந்தக்காரங்க யாரும் இல்லையா?"

"ஏன் இல்ல... ஒருத்தன் இருக்கிறானே. அவன் மட்டும் நல்லா இருந்திருந்தா, இப்படியா இருந்திருக்கும் அந்த வீடு. பச்சை சட்டைக்காரர்னு சொல்லுவியே அவனோடதுதான் அந்த வீடு."

"அவரோட வீடா?"

"ஆமா... அவனுக்கு அப்பா இல்ல. அம்மா பேரு லலிதா. அவளும் பையனும் மட்டும்தான் அந்த வீட்டில் இருந்தாங்க. வீட்டுக்காரரோட பென்ஷன் போக, பஞ்சு மில்லுக்கு வேலைக்கு போயிட்டு வந்துட்டு இருந்தா. பையனுக்கு அப்பவே கொஞ்சம் மனநிலை சரியில்லை. வீட்ல வச்சு பூட்டிட்டு வேலைக்கு போவா. அவளுக்கு வயித்து வலியும் இருந்துச்சு. சரியான வைத்தியமும் பார்த்துக்கலை. ஒரு நாள் பையனை வெளியே தள்ளிட்டு, தீ வைச்சுக்கிட்டா. அன்னையிலிருந்து இவனுக்கு இன்னம் கொஞ்சம் சேர்த்து புத்தி மாறிடுச்சு. அப்போ அவனுக்கு பத்து பன்னிரெண்டு வயசு இருக்கும். அதுக்கு பிறகு ஒரிடத்துல நிக்க மாட்டான், எங்கெங்கேயோ சுத்துவான். அதென்னவோ நம்ம வீடு மட்டும் சரியா தெரியும். பசியாத்தறதால இருக்கும். அப்பப்போ வந்துட்டு போவான். அவன் வீட்டுக்கு கூடப் போறது இல்ல. அவன் வீடுன்னு நினைப்பு இருக்கான்னும் தெரியலை. எல்லாம் நல்லபடியா இருந்திருந்தா, இன்னைக்கு கல்யாணம் செஞ்சு ஒரு குழந்தையும் பெத்து இருப்பான். அவன் விதி அப்படி."

"ஆயா, இது கதையா, நிஜமா?" நம்பமுடியாமல் திரும்பவும் ஒருமுறை கேட்டேன்.

காலம் ஓடியிருந்தது. வளர்ந்து திருமணம் முடித்து என அந்த ஐந்தாம் வகுப்பு மலர், எனக்குள் எங்கேயோ மறைந்துவிட்டிருந்தாள். என் திருமணத்துக்கு முன்பே ஆயாவும் மறைந்துவிட்டிருந்தார். திருமணத்தின்போது கையை, காலை

உடைத்துக்கொள்ள போட்ட திட்டமே மறந்துபோய் கல்யாணம் செய்திருந்தேன். எனக்கு குழந்தை பிறந்து ஐந்து நாட்கள்தான் ஆயிருந்தது. அடை மழை காலம் என்பதால், குழந்தையை இளவெயிலில் காட்டவே முடியவில்லை. மஞ்சள் காமாலை லேசாக வந்திருந்தது.

அட்மிட் செய்த முதல் நாளே குழந்தையின் தலை, கை, கால், விரல் என தனித் தனியாக அளவு எடுத்தார்கள். ஏனோ வித்தியாசமாய் தோன்றியது எனக்கு. டாக்டர் பேச அழைத்திருந்தார். குழந்தையை NICU - வில் விட்டுவிட்டு, எல்லோரும் டாக்டரின் அறையில் கூடியிருந்தோம். அவரின் அறையில் சிலுவை இயேசுவின் ஓவியம் பெரிதாக மாட்டப்பட்டிருந்தது.

'ஏன் அவரை திரும்ப திரும்ப ஆணியில் அறைகிறார்கள்?' எனத் தோன்றியது எனக்கு. மனிதர்களுக்கு மகிழ்ச்சியைக் கொண்டாடுவதை போல, சோகத்தையும் கொண்டாட வேண்டும். எல்லோருமே ஏதோ ஒரு துயரத்தைப் புதைத்து வைத்திருக்கிறோம். தேவைப்படும்போதெல்லாம் தோண்டி எடுத்து மடியில் போட்டு அழ வேண்டும் நமக்கு. இந்தக் கண்ணீர் இல்லாவிட்டாலும் மனிதம் மறைந்து போய்விடும் போல!

டாக்டர் உள்ளே நுழைந்தார். சம்பிரதாய பேச்சுகளுக்கு பிறகு டிஎன்ஏ, குரோமோசோம்களின் அடுக்கை, இயல்பை விவரிக்கத் தொடங்கினார். குழந்தையின் மன வளர்ச்சியைப் பற்றி தனது சந்தேக சாத்தியக்கூறுகளை அடுக்கினார். நான் மெல்ல அறையை விட்டு வெளியே வந்தேன். இதெல்லாம் ஏற்கனவே படித்த பாடங்கள்தான். குழந்தையின் மங்கோலிய கண்கள் ஏற்கனவே எனக்கு அதை தெரியப்படுத்தி இருந்தன. நான்தான் அமைதி காத்தேன். இனி 45 நாளில் எடுக்கும் ஒரு ரத்த மாதிரியில், முடிவை எழுத்துப்பூர்வமாக தருவார்கள். மெல்ல நடந்து ஹாஸ்பிடலின் தோட்டத்துக்கு வந்திருந்தேன்.

நடக்க நடக்க கர்ப்பப்பை ரத்தத்தை சுரந்துகொண்டே இருந்தது. எவ்வளவு பிரச்னை என்றாலும், உடல் மீதான கவனம் சிதறாது போல என நினைத்துக்கொண்டேன். தோட்டத்தின் நடுவில் மேரி மாதாவும், இயேசுவும் மெல்லிய தூரலில் நனைந்து கொண்டிருந்தார்கள். மேரியின் தலையை வருடிக்

கொடுத்தேன். கையை நீட்டி புன்னகைத்துக் கொண்டிருந்த இயேசுவின் விரல்களில் மெல்லிதாக முத்தமிட்டேன். மேரியின் முத்தம்தான் இந்த குழந்தையை இயேசுவாக்கி இருக்கக்கூடும் இல்லையா? சாமியெல்லாம் கும்பிட்டு நான்கைந்து வருடங்கள் ஆகிவிட்டிருந்தது. இப்போது வேண்டிக்கொள்ளத் தோன்றியது. யாரிடம் வேண்டுவது? மேரியிடமா? குழந்தை இயேசுவிடமா? மழையிடமா? மழை நனைத்த மண்ணிடமா? இப்போதைக்கு வேண்டுவது முக்கியமாகப்பட்டது. யார் நிறைவேற்றினால் என்ன? இரண்டே இரண்டு வேண்டுதல்கள்தான். ஒன்று, என் குழந்தை இருக்கும் வரை எனக்கு ஆயுள் கொடு. அல்லது எனக்கு முன்னே என் குழந்தையை எடுத்துக்கொள், நான் பாக்கியப்பட்டவளாவேன்.

மழை அடித்துப் பெய்ய தொடங்கியது. அடிவயிற்றுக் குருதி பெருகி, கால் பெரு விரல் தொட்டு பூமியை நனைக்கத் தொடங்கியது.

———◦———

தூரத்தில் வீசியெறிந்த பிரம்பு

– மாரி வீர் சின்

மணிமாறனும் வள்ளியும் வேகமாக ஓடிச்சென்று ஒரு மரத்தின் பின்னால் மறைந்து காதுகளை பொத்திக்கொண்டனர்.

சிறிது வினாடியில் 'டொாம்' என்ற ஒரு பெரிய சத்தத்தில் பூகம்பம் வந்தது போல நிலம் அதிர்ந்தது.

சத்தம் நின்றதுமே 'ஹேய்ய்ய்ய்...' என்று கத்திக்கொண்டு ஓடிவந்தனர். கிணற்றைச் சுற்றிலும் பாதுகாப்பு கயிறு கட்டியிருந்ததால் அதைத் தாண்டி அவர்களால் சென்றுப் பார்க்க முடியவில்லை. அங்கே குழி முழுவதும் புகைமண்டலமாகக் காட்சி அளித்தது. வெடிமருந்து வாசம் மூக்கில் ஜிவ்வென்று ஏறியது.

"டேய் பசங்களா... இங்க வரக்கூடாது. தூரமாப் போயி விளையாடுங்க" என்று வள்ளியின் அப்பா பாலன் சொல்ல, கொஞ்சம் தள்ளி நின்றுக்கொண்டார்கள்.

"ஹேய் மணி... அங்க பாரு உன்னோட ஆடு, மாடுகளெல்லாம் அந்தக் கொள்ளுக்காட்டுக்குள்ள போய்டுச்சு."

மணிமாறன் ஓடிச்சென்று தூரத்தில் எங்கோ வீசியெறிந்த பிரம்பை தேடியெடுத்து அவற்றை அருகிலிருந்த கருவேலாங்காட்டுக்குள் விரட்டினான்.

திரும்ப வந்து மறுபடியும் வள்ளியுடன் விளையாடிக்கொண்டிருக்க, வள்ளியின் அப்பா அவர்களுக்கு நுங்கு வெட்டிக் கொடுத்தார். கைக்கட்டை விரலால் நுங்குக் கண்ணை பிதுக்கி எடுக்க, 'ச்சீத்' என அடித்த நுங்கு தண்ணியை வாயில் வைத்து இரண்டு பேரும் உறிஞ்சி எடுத்து சாப்பிட்டுக் கொண்டிருக்க, மறுபடியும் ஆடுகள் கொள்ளுக்காட்டுக்குள் நுழைந்தன.

மணிமாறன் ஓடிச்சென்று விரட்டியபோது, பின்னாலிருந்து வள்ளியின் சத்தம் கேட்டது.

"டேய் மணி... மறுபடியும் வெடி வைக்குறாங்க வாடா" என்று கத்திக்கொண்டு ஓடிவந்து, மரத்தின் பின்னால் உட்கார்ந்து காதுகளைப் பொத்திக்கொண்டாள்.

மணிமாறனும் காதுகளைப் பொத்திக்கொண்டு வேகமாக ஓடிவர ஆரம்பித்தான்.

சில வினாடியில் அதே 'டொம்' என்ற சத்தம்... அதே புகைமண்டலம்.

இப்போது மணிமாறன் அருகில் வந்துவிட்டான்.

அவனைப் பார்த்த வள்ளி, "ஹேய்... நான்தான் முதல்ல போவனே" என்று வேகமாக எழுந்து கிணற்றை நோக்கி ஓட ஆரம்பித்தாள். மணிமாறனை பார்த்துகொண்டே ஓடிவந்த வள்ளி. பாதுகாப்பு கயிறு தடுக்கிவிட்டதில், "அம்மா..." என்று கத்திக்கொண்டு குழியில் விழுந்தாள்.

வள்ளி விழுவதைப் பார்த்த மணிமாறன், அதிர்ச்சியில் மெதுவாக வேகம் குறைந்து தூரத்திலேயே நின்றுக்கொண்டான்.

வேலை செய்துகொண்டிருந்த அனைவரும், 'எங்க இருந்து சத்தம்? யாரு அம்மா என்று கத்தியது?' என்று சுற்றிலும் தேடினார்கள். புகைமூட்டதில் எதுவும் தெரியாமல் குழம்பினார்கள்.

மணிமாறனின் அருகில் வந்த பாலன், "டேய் மணி... எங்கடா வள்ளி? எங்க இருந்துடா அந்தச் சத்தம் வந்துச்சு?" என்று பதற்றமாக கேட்டுக்கொண்டிருக்க...

மணிமாறன் எதுவும் பேசாமல் அதிர்ச்சியில் உறைந்து நின்றான்.

"பாலண்ணே... இங்க வாங்கண்ணே" என்ற சத்தம்! கூடவே, "அய்யோ... கடவுளே..." என்ற அழுகுரலும் கேட்டது.

"என்னாச்சு... என்னாச்சுடா?" என்று பதறிக்கொண்டு குழியின் அருகில் ஓடினார். பின்னாலேயே மணிமாறனும் சென்றான். மெதுவாக கிணற்றுக்குள் எட்டிப் பார்த்தான்.

அங்கே பாறை மேல் விழுந்து, நெற்றியிலிருந்து மூக்கு வரை தலை ரெண்டாக பிளந்து கிடந்த வள்ளியைப் பார்த்தான். பின்னாமல் விரிந்த கூந்தலை போல, ரத்தம் வழிந்து ஓடிக்கொண்டிருந்தது.

மணிமாறனுக்கு கால்கள் நடுங்கியது. கும்மென்ற ஒரு மௌனம். சுற்றியிருந்த அலறல்கள், அழுகைகள் எதுவும் கேட்கவில்லை. ஓடிச்சென்று மரத்தின் பின்னால் உட்கார்ந்து காதுகளைப் பொத்திக்கொண்டு பயத்தில் அலறினான். உடம்பெல்லாம் நடுங்கியது.

கிணற்றின் அருகே இருந்தவர்கள் பரபரப்பாக கயிறுகளை உள்ளே இறக்கி இறங்கிக்கொண்டிருந்தனர்.

இன்னொரு பக்கம் ஆடு, மாடுகள் நிதானமாக கொள்ளுக்காட்டுக்குள் புகுந்து மேய ஆரம்பித்தன.

* * *

ஒரு வாரத்துக்குப் பிறகு...

ராத்திரி பெய்த கனமழையில் அந்த வண்டித்தடம் முழுவதும் செம்மண் ரத்தமாய் குழைந்து கிடந்தது. மேடான வாக்கிலேயே சைக்கிளை வளைத்து வளைத்து ஓட்டிய காத்தவராயன், பெடலின் வேகத்தை கூட்டினான்.

'புஸ்ஸ்... புஸ்ஸ்...' என காத்தவராயனின் மூச்சுக்காத்து முன்னால் முக்கோணத்தில் உட்காந்திருந்த மணிமாறனின் உச்சந்தலையில் 'வ்வுஸ்... வ்வுஸ்...' என அடித்தது. தடத்துக்கு வேலியாக இரண்டு பக்கமும் முளைத்து இருந்த கற்றாழைச் செடிகள் சைக்கிளின் வேகத்தில் விர்ரெனப் பின்னால் போனது.

தடம் முழுக்க ஆங்காங்கே மழைத்தண்ணி குட்டைபோல தேங்கிக் கிடக்க... காத்தவராயனின் கட்டுப்பாட்டை இழந்த சைக்கிள், அடம்பிடித்து அடிக்கடி அந்த சேத்துக்குட்டைக்குள் போய்வந்தது. சொர்ரென சேத்துத்தண்ணி சக்கரத்தில் சுழன்று வந்து மணிமாறனின் பின்தொடையில் அடித்தது.

"அப்பா... மெதுவா போப்பா. டவுசரெல்லாம் நனையுது" என்று கத்தினான்.

காத்தவராயனின் கவலையோ அடுத்த மழைக்கெல்லாம் ஊர்ப் போயி சேரவேண்டும் என்பதே. அவன் நினைப்பை நிஜமாக்கும் முயற்சியில் மேகக்கருக்கல் வடக்கே இருந்து லேசான 'குடு... குடு...' சத்தத்தோடு வந்துகொண்டிருந்தது. அப்பப்போ மேகாத்து தடம் பார்த்து வீசி, சைக்கிளின் வேகத்தை குறைத்தது.

கத்தாழபுரத்தில் இருந்து புளியூருக்கு 11 மைல் தூரம். ஒத்தையடி குறுக்குப்பாதையில் சென்றால், ஐந்து மைல் தூரம்தான். அந்த ஒத்தையடிப் பாதையை பிடிக்க இன்னும் ஒரு மைல் தூரம் ஊர் எல்லையை கடக்க வேண்டியதாய் இருந்தது.

ராத்திரி முழுக்க 'டொம்... டொம்' என மேளம் கொட்டிய அசதியிலிருந்து மெல்ல எழுந்து, 'கொட... கொட' என சடவெடுத்தது வடகருக்கலோடு வந்த இடி. நேற்று மழைக்குப் போட்டியாக அடித்த சூரைக்காற்று, தன் பங்குக்கு நாலு அஞ்சு கத்தாழை மரங்களைச் சாய்த்துவிட, அதில் நீண்ட மரமொன்று வண்டித்தடத்தின் குறுக்கே விழுந்துக் கிடந்தது.

காத்தவராயன் சைக்கிள் ஸ்டேண்டை போட்டுவிட்டு மணிமாறனை கீழே இறக்கிவிட்டான்.

"நாம போகும்போதுதான் எல்லா இழவும் வந்து விழும்" என்று புலம்பிக்கொண்டே மரத்தை தூக்கினான். சேத்து சகதியில் மரம் வழுக்க, "காஞ்ச முட்டியா இருந்தா பசங்களுக்கு நீச்சப் பழக்கவாது வெட்டிட்டு போலாம். இளமுட்டியா இந்தக் கணம் கணக்குதே" என்று அதன் உச்சியில் முளைத்திருந்த பூக்களைப் பிடித்து ஓரமாக இழுத்தான்.

விழுந்த கத்தாழைக்கு அடுத்து இருந்த சுமைதாங்கி கல், ஊர் எல்லைக்கு வந்துவிட்டோம் என்று காட்டியது.

மணிமாறன் டவுசரில் ஒட்டியிருந்த செம்மண் சேத்தை தட்டிவிட்டு, அரைக்குண்டி தெரிய இருந்த டவுசரை இழுத்து, அருணாக்கொடியோடு சேர்த்து இறுக்கிக்கொண்டான்.

கதாநதி

மூக்கில் ஒழுகிக்கொண்டிருந்த சளியை வலது கை தோள்சட்டையை இழுத்து துடைத்துக்கொண்டு இடதுபுறமாகப் பார்த்தான்.

தடத்தின் ஓரமாக இரண்டு முரட்டு கத்தாழை செடிகளுக்கு நடுவே அழகாகப் பூத்து விரிந்திருந்த சப்பாத்திகள்ளிச் செடியில், 'யார் கையேனும் பட்டுவிடக்கூடாதா' என ஏங்கி கிடந்த அந்த செவத்தகள்ளியின் மேல் மணிமாறனின் கை பட்டது.

ஒரு கல்லை எடுத்து கள்ளிப்பழத்தைச் சுற்றியிருந்த முற்களையெல்லாம் 'சொர... சொர' எனத் தேய்த்தெடுத்து, அந்தக் கள்ளியை ரெண்டாகப் பிளந்தான். சிவந்த ரோஜாவை பிளந்தால் தேன் ஒழுகுமோ இல்லையோ, இந்த செவத்தகள்ளியில் ஒழுகியது. அண்ணாக்கப் பார்த்து இரண்டு கைகளிலும் பியத்திருந்த பழத்தை அமுக்கிப் பிழிந்தான். வாயில் விழுந்ததுமே உள்நாக்கு சுழற்றி அடித்து வாய் முழுக்க வண்ணம் பூசிக்கொண்டது.

மென்றுகொண்டே தான் வந்த வழியைப் பார்த்தான். 'கத்தா' என்ற பாதி எழுத்தோடு எப்போது விழுவோமென்று தெரியாமல் நேற்று அடித்த சூரைக்காற்றுக்குத் தப்பித்து நின்றுக்கொண்டிருந்தது அந்த ஒற்றைக்கால் துருப்பிடித்த போர்டு.

போர்டுக்குப் பின்னால் கண் மறையும் தூரம் இரண்டு பக்கமும் கத்தாழைச் செடிகளாய் நிறைந்து இருந்தது. நடுவே இருந்த வண்டித்தடம் செழித்து வளர்ந்த வெங்காய வயலுக்கு நடுவே போகும் வாய்க்கால் போல சேறும் சகதியுமாய் கடைசியாக வலப்புறமாக திரும்பி மறைந்தது.

மணிமாறன் அந்த வழியையே பார்த்துகொண்டு நின்றான். மண் வாசம் மழை வாசம் மூக்கிலேறி... இலை, தளை எல்லாம் சந்தோசத் துளிர்விட்டு தும்மியதைக் கண் கொட்டாமல் பார்த்தான். அதைப் பார்த்து மனதுக்குள் எழுந்த சந்தோஷத்தையும் ஊரைவிட்டுப் போகப்போகிற வருத்தத்தையும் முந்திக்கொண்டு முதலில் வந்து நின்றது அந்த பயம்... ஒரு வாரமாக மூச்சடக்கி வைத்திருந்த அந்த பயம். நெருப்புக்கே தீ மூட்டி சூடுவைத்த அந்த பயம்.

வள்ளியின் முகம் நினைவுக்கு வந்தது. கிணற்றுக்குள் விழுந்து மூளை சிதறி இரண்டாக பிளந்து கிடந்த அந்த முகம் நினைவுக்கு வந்தது. அவன் முகம் எல்லாம் வெடவெடத்து, கண்கள் சொறுகி, நடுக்கத்துடன் வேர்த்து நடுங்கி நின்றான்.

"டேய்... யார்றா அவன்?"

திடுக்கிட்டு பின்னால் திரும்பி பார்த்தான். மாட்டுவண்டியில் ரங்கன் உட்காந்திருந்தான்.

"இங்க தனியா என்னடா பண்ணிட்டு இருக்க?"

மணிமாறன் அந்தப் பக்கம் திரும்பி பார்க்க... அருகே இருந்த சிறிய பாறையில் தேங்கியிருந்த மழைத் தண்ணீரில் கை கழுவிக்கொண்டு காத்தவராயன் வந்தான்.

வண்டியிலிருந்து வடிவேலு கவுண்டர் எட்டிப் பார்த்து, "யார்றா அது... ராயனா?" என்று கேட்டார்.

"சாமி..." என்று வேட்டியை இறக்கிவிட்டு வண்டியின் அருகில் வந்து, "சாமி... எப்படி இருக்கீங்க சாமி?"

"நான் நல்லா இருக்கேன்டா ராயா, நீ எப்படி இருக்க? என்ன இது புது பழக்கம். ஊருக்கு வந்துட்டு நம்ம சாலைக்கு வராம போறது?"

"அய்யோ அப்படி எல்லாம் இல்லீங்க... நேத்து ராத்திரிதான் வந்தேன். அடுத்த மழை வற்றதுக்குள்ள ஊரு போயி சேர்ந்துடலாம்னு கிளம்பிட்டேன். அங்க நிறைய சோலி கிடக்கு சாமி."

"சரி, அதுக்கு ஏன் மாறனையும் கூட்டிட்டுப் போற? பையனுக்கு அவ ஆத்தா நியாபகம் வந்துருச்சாக்கும்" என்றார் வடிவேலு கவுண்டர்.

"அதுவும்தானுங்க சாமி. பிறவு அந்த வள்ளி புள்ள போனதுக்கு அப்பறம் பையன் குளுரும் காய்ச்சலும் வந்து படுக்கபடியா கிடந்தான். அதான் கஷ்டமா போச்சு. ஊருக்குப் போயி அவ ஆத்தா, தம்பி கூட இருந்தா கொஞ்சம் எல்லாத்தையும் மறந்து கிடப்பான்... அதான் சாமி. கொஞ்ச நாள் கழிச்சு

  கதாநதி

பையன அங்கேயே பள்ளிக்கூடத்துலயும் சேர்த்துவிடலாம்னு இருக்கேன்."

"அப்படியா விசயம்?" என்று தாடியை தேய்த்துக்கொண்டு, "சரி, இவ்வளவு தூரம் வந்து இருக்க... சாலைக்கு வராமபோனா எப்படி? வாடா ராயா... வந்து ஒரு வாய் சாப்பிட்டு போலாம்."

"இல்ல சாமி... மோடம் போடுறத பார்த்தா மறுபடியும் மழை வர்ற மாதிரி இருக்கு. இப்பவே போனாதான் ஊருபோயி சேரமுடியும்."

"அட... வந்து சாப்பிட்டு போறதுக்கு எவ்வளவு நேரம் ஆகப்போகுது. கவுண்டச்சியும் அடிக்கடி உன் பொஞ்சாதிய பத்தி கேட்டுடே இருப்பா. நீ வந்து சொன்னா, அவளும் கொஞ்சம் சந்தோசப்படுவால..."

"டேய் ரங்கா... நீ போய் ராயானோட சைக்கிளை எடுத்துட்டு பின்னாடியே வா. ராயா... பையன கூட்டிட்டு வந்து வண்டிய எடு. நாம பேசிட்டே போலாம்."

"ஐயா... எனக்கு சைக்கிள் ஓட்ட தெரியாதுங்களே."

"ஓட்ட தெரியலைனா தள்ளிட்டாவது வாடா."

ரங்கன் இறங்கிச்சென்று சைக்கிளை எடுக்க, காத்தவராயன் மெதுவாக தயங்கிக்கொண்டே சென்று, மணிமாறனை மடியில் உட்கார வைத்து, மாட்டுவண்டியை ஓட்டிக்கொண்டு சென்றான்.

வண்டி வீட்டுக்கு வந்ததும் ராயனும் மாறனும் வண்டியை விட்டு இறங்க, வடிவேலு கவுண்டர் வேகமாக வீட்டுக்குள் சென்றார். உள்ளே வளர்மதி சமையலறையில் வேலை செய்துகொண்டிருக்க...

"ஏம்புள்ள... வளரு, வெளிய காத்தவராயனும் அவன் பையனும் வந்து இருக்காங்க. அவங்களுக்கு சாப்பாடு போடு. நான் குளிச்சுட்டு வந்துடறேன்."

வளர்மதி கைகளைக் கழுவிக்கொண்டு வெளியில் வந்தாள். காத்தவராயன் ரங்கனுக்கு உதவியாக மாடுகளை அவிழ்த்து கொட்டகையில் கட்டிவிட்டு வந்தான்.

"காத்தவராயா... நல்லா இருக்கியா?"

"நல்லா இருக்கேன் சாமி. நீங்க எப்படி இருக்கீங்க? சின்ன கவுண்டர் நல்லா இருக்காருங்களா?"

"நான் நல்லா இருக்கேன். சின்ன கவுண்டனும் நல்லா இருக்கான். அவன் வெளியூருல தங்கி படிச்சுட்டு இருக்கான். ஏதோ காலேஜ் கீலேஜ்ன்னு சொல்றாங்க நமக்கு எங்க தெரியுது அதெல்லாம். ஆமா... ருக்குமணி வந்து இருக்காளா? நான் அடிக்கடி அவள பத்திதான் பேசிட்டு இருப்பேன். அவ என்கூட இருக்குற வரைக்கும் எனக்கு ரொம்ப ஒத்தாசையா இருக்கும். நீதான் இப்போ வெளியூருக்கு பண்ணையம் பார்க்க போயிட்டயே..."

"அப்படியில்லைங்க..." என்று நெளிந்தான் காத்தவராயன்.

"சரி... பையனகூட்டிட்டுப்பொறத்தாலவா, சாப்பிடுவீங்களாமா. இந்த ரங்கன் எங்க போயிட்டான் அதுக்குள்ள...?"

"அவன் பின்னால தானுங்க இருப்பான். நான் கூட்டியாறேன்."

"சரி... மூணு இலைகள அறுத்துட்டு வாங்க" என்று சொல்லி உள்ளே சென்றாள்.

காத்தவராயன் மூன்று வாழை இலைகளை அறுத்துக்கொண்டு, கொல்லப்புறத்தில் இருந்த தோட்டத்துக்குள் வந்து உட்கார்ந்தான். கூடவே ரங்கனும் வந்தான். மூன்று பேரும் வரிசையாக உட்கார, வளர்மதி வந்து சாப்பாடு பரிமாறினாள். சாப்பாடு, நாட்டுக்கோழி கொழம்பு, ரசம், தயிர் என்று வயிறு முட்ட சாப்பிட்டுவிட்டு, முன்புறமாக வந்து பந்தலில் உட்காந்தனர்.

வானம் இருள் சூழ்ந்து கும்மென இருண்டு இருந்தது.

கவுண்டரும் சாப்பிட்டுவிட்டு வெளியில் வந்து ஊஞ்சலில் உட்கார்ந்து, வெற்றிலை மடித்து வாயில் போட்டார். "வெத்தலை போடுறியாடா ராயா?"

"இல்லைங்க சாமி."

"அப்பறம்... அடுத்து என்ன பண்றதா உத்தேசம்?"

வளர்மதி கையில் ஒரு கிண்ணத்தோடு வெளியில் வந்தாள். "டேய் மணிமாறா... பின்னால போய் மூணு ஓட்டையில்லாத கொட்டாங்குச்சியா தேடி எடுத்துட்டு வா... ஓடு."

மணிமாறன் ஒரே ஓட்டமாக எழுந்து ஓடினான்.

ரங்கன் வாசப்படியில் உட்கார்ந்து கவுண்டரின் செருப்பில் இருந்த நெருஞ்சி முற்களையெல்லாம் ஒவ்வொன்றாக ஒரு பின்னூசியை வைத்து நோண்டி எடுத்துகொண்டிருந்தான். காத்தவராயன் ஒரு ஐந்து அடி தள்ளி, பந்தலின் தூணில் சாய்ந்து கைகட்டி நின்றுக்கொண்டிருந்தான்.

"டேய் ராயா... எனக்கு இங்க இருக்குற ஆடு மாடுகளை மேய்க்குறதுக்கு உன் பையன விட்டா வேற ஆள் இல்ல. இந்த ஒரு வாரமா உன் பையன் வராம இருந்ததுக்கே ரங்கனே தோட்டத்து வேலையும் பார்த்து, ஆடு மாடுகளையும் பார்த்து ரொம்ப சிரமப்பட்டு போனான் பாவம்."

ரங்கன் முகத்தில் ஒருவித பெருமிதம். ஆனால் வெளியில் காட்டிக்கொள்ளவில்லை.

"நீ என்னடான்னா சொல்லாம கொள்ளாம உன் பையன கூட்டிட்டு ஊரவிட்டுப் போயிட்டு இருக்க."

"எது பையன கூடிட்டு போறானா? ஏன்டா காத்தவராயா... நாங்க உம்மட பையன சரியா கவனிக்காம போயிட்டோமா... இல்ல, வேலைக்கேத்த கூலிதான் கொடுக்காம விட்டுட்டோமா?" என்று வளர்மதி குறுக்கிட்டாள்.

"அய்யோ சாமி... அதெல்லாம் இல்லீங்க."

மெதுவாக சாரலாய் ஆரம்பித்து 'சட... சட...' எனபேய்மழையாய் கொட்டியது. தென்னை ஓலைப்பந்தலில் ஆங்காங்கே மழைத் தண்ணீர் சொட்டிக்கொண்டிருந்தது.

"மழையில நனையாத கொஞ்சம் உள்ள வந்து நில்லு" என்றாள் வளர்மதி.

மணிமாறன் பாதி நனைந்து, மூன்று தேங்காய் தொட்டியைத் தேடிக்கொண்டுவந்து, ஒன்றை தன் அப்பனுக்கும், இன்னொரு

தொட்டியை ரங்கனுக்கும் கொடுத்தான். வளர்மதி கிண்ணத்தில் இருந்த காபியை மூன்று பேருக்கும் ஊற்றினாள்.

"இங்க பாரு ராயா... பையன் இங்கதான் இருக்கோணும். அவன நாங்க பார்த்துக்கறோம். கூலி வேணுமுனாலும் எட்டணாவோ ஒரு ரூபாயோ சேர்த்து கொடுக்க சொல்றேன். பேசாம பையன இங்கயே விட்டுட்டுப் போயிடு... ஆமா" என்றாள் வளர்மதி.

"சாமி... பையனுக்கு ஒரு வாரமா உடம்பு சரியில்லாம துரும்பாட்டாம் ஆயிட்டான். ஊருக்குப் போயி அவன் ஆத்தா கூடக் கொஞ்ச நாள் இருந்தா தேறிடுவான். அதான்..." என இழுத்தான் காத்தவராயன்.

வாயில் வெற்றிலையைக் கொதப்பிக்கொண்டு, "கொஞ்ச நாள் இருந்தா பரவாயில்ல... ஆனா, நீதான் உன் பையன அங்கேயே படிக்கவைக்கப் போறேன்னு சொல்றீயே?"

"அப்படியா? பையன பள்ளிக்கூடம் அனுப்ப போறியா?" என்று வளர்மதி கேட்டாள்.

"ஆமாங்க சாமி... அந்த வள்ளி புள்ள சாவ கிட்ட இருந்து பார்த்ததுல இருந்து, பயத்துல காய்ச்சல் வந்து படுத்துட்டான். இங்க இருந்தாலும் அதே நினப்பாத்தான் இருக்கும். அதான் அங்க கூடிட்டுப் போயிடலாம்னு... புளியூருல பள்ளிக்கூடமும் இருக்கு. மதியானம் ஒருவேளை சாப்பாடும் அங்கயே போடுறாங்களாம். சேர்த்துவிட்டுட்டா ஏதோ கணக்கு வழக்காவது கத்துக்குவான்."

"அதெல்லாம் சரிதான்டா. போன வாரம் நம்ம ஊர்க்கவுண்டன் காட்டுல கிணறு வெட்டும்போது, அங்க ஆடு மேய்க்க போன உன் பையன், அந்த பாலன் புள்ள வள்ளி கூடச்சேர்ந்து விளையாண்டுட்டு ஆடு மாடுகளை பூரா நம்ம தாசில்தார் கொள்ளுக்காட்டுக்குள்ள மேய விட்டுட்டான். அதுக எல்லாம் காட்டயே தின்னு தீத்துடுச்சு. இப்போ அவரு நீங்கதான் எழப்பீடு தரணும்முனு நம்ம சாலையில வந்து நிக்குறாரு. இப்போ நீயும் உன் பையன கூடிட்டுப் போயிட்டா அந்தப் பணத்தை யாரு கொடுக்கறது?"

                                                                 கதாநதி

"ஏனுங்க... மீறிப் போனா ஒரு ஐநூறு ரூபா வரப் போகுது, அத நாமளே கொடுத்துடலாம். அவன்தான் பைஞன பள்ளிக்கூடத்துக்கு அனுப்புறேன்னு சொல்றானே... போகட்டுமே."

"நீ உள்ள போடி சிறுக்கி முண்ட" என்று வளர்மதியின் மேல் சீற, அவள் பயந்து உள்ளே சென்றுவிட்டாள்.

வெற்றிலை எச்சியைத் துப்பிவிட்டு, "சோத்துக்கு வழி இல்லாத பயலுகளுக்கு பள்ளிக்கூடம் போகணுமாம்" என்று வாய்க்குள்ளே முணங்கினார்.

"சரிடா... அந்தக் காசையும் நானே கட்டிடறேன். இத்தன நாளா உம் பையன்தான் இந்த ஆடு மாடுகளை மேய்ச்சுட்டு இருந்தான். இப்போ இவனும் போய்ட்டா எனக்கு வேற ஆள் கிடைக்குற வரைக்கும் இந்த வாயில்லா ஜீவனெல்லாம் பட்டினியோட கிடக்கணுமா?" என்று குரலை உசத்தி கத்தினார்.

காத்தவராயன் எதுவும் பேசாமல் தலைகுனிந்து நின்றிருந்தான். மணிமாறன் எதுவும் புரியாமல் கவுண்டரையும் காத்தவராயனையும் மாறி மாறி பார்த்துகொண்டு நின்றான்.

ரங்கன் குளிரில் நெருப்பை மூட்டியது போல ரசித்து மனதுக்குள் சிரித்துகொண்டான்.

கவுண்டர் சொம்பில் இருந்த தண்ணீரில் வாய் கொப்பளித்து 'பொளிச்' சென்று துப்பிவிட்டு, தொண்டையைக் கனைத்துக்கொண்டு மெதுவாக பேச ஆரம்பித்தார்.

"அதுவும் இல்லாம ஊருக்குள்ள உன் பையன்தான் அந்த வள்ளி புள்ளைய விளையாட்டுவாக்குல கிணத்துக்குள்ள தள்ளிவிட்டதா அரசல் புரசலா பேசிக்குறாங்க."

காத்தவராயன் ஓடிச்சென்று, கவுண்டரின் காலின் அருகே தரையைத் தொட்டு, "ஐயா சாமி... என்னங்கைய்யா இப்படி ஒரு குண்ட தூக்கிப் போடறீங்க?" என்று அலறினான். அவன் கண்களில் கண்ணீர் தாரை தாரையாக வழிந்தது.

அந்தக் கண்ணீருக்கு 'சொத்... சொத்...' என்று பின்னனி இசை கொடுத்துக்கொண்டிருந்தது ஓய்ந்து நின்ற மழைத்துளி.

"டேய்... எந்திரி, எந்திரி. அதெல்லாம் நிசமில்லனு எனக்கும் தெரியும். ஊருக்குள்ள அப்படிதான் புரளி பேசிட்டு திரியுறானுக. இப்போ நீ உன் புள்ளைய கூட்டிட்டு ஊரவிட்டுப் போயிட்டா அது உண்மையாகிடாதா? அப்பறம் நீ எங்க போனாலும் சர்க்கார் உன்னையும் உன் பையனையும் சும்மா விடாது."

காத்தவராயனின் கண்களில் கண்ணீர் தேங்கி நின்றது. கீழே குனிந்து மணிமாறனைப் பார்த்தான். மணிமாறன் ஒன்றும் புரியாமல் தன் அப்பாவை ஏக்கத்தோடு பார்த்தான்.

காத்தவராயன் கண்களைத் துடைத்துகொண்டு, "இப்போ நான் என்ன சாமி பண்ணனும்?"

கவுண்டர் மறுபடியும் தொண்டையைக் கனைத்துகொண்டு மெதுவாக உடம்பை நெளித்து, "பையன் எம்மட கூடயே இருக்கட்டும். அவனுக்கு எந்த பிரச்னையும் வராம நான் பார்த்துக்கறேன். கூலி வேணா ஒரு ரூபா சேர்த்து கொடுத்துடறேன். மாசம் பொறந்தா ஒரு கோணிய எடுத்துட்டு வா. தேங்காய், காய்கறி, வாழைதாரு, கம்பு, சோளமுன்னு மூட்ட நிறைய எடுத்துட்டுபோயி நல்லா இரு. என்னதான் வெளியூருக்கு போயி பண்ணையம் பார்த்தாலும் நீ நம்ம ஊரு ஆளு. உனக்கு பண்ணாம வேற யாருக்கு பண்ணப் போறேன்."

காத்தவராயன் அமைதியாக நின்றான்.

"டேய் ரங்கா... மழை ஒஞ்சிடுச்சு. பையன கூட்டிப் போயி நம்ம ஆட்டுபட்டிய திறந்துவிடு. நேரம் ஆச்சு மேய்ச்சலுக்கு போகட்டும்."

"சரிங்க ஐயா" என்று சொல்லி, செருப்பில் இருந்து பிடிங்கிய முற்களையெல்லாம் உள்ளங்கையில் தாங்கி, மாறனை அழைத்துக்கொண்டு மாட்டுக்கொட்டகை அருகே சென்றான் ரங்கன்.

மணிமாறன் ஏமாற்றமாக தன் அப்பாவை பார்த்துக்கொண்டே சென்றான். அழுகையை அடக்க முடியாமல் வாய் துடித்தது. 'என்னையும் கூட்டிக்கொண்டு போ... இங்கே விடாதே' என்று கண்களால் பேசினான்.

மாட்டுக்கொட்டகை மறைவுக்கு வந்ததும் அருகில் இருந்த சாணக்குழியில் முற்களை வீசிவிட்டு, மணிமாறானின் தலையில் ஓங்கி ஓர் அடி அடித்து, "போடா... போயி பட்டிய அவித்துவிடு" என்று காது கொடைந்துகொண்டு, ஒரு மாடு கட்டும் மரத்தின் மீது உட்கார்ந்துகொண்டான் ரங்கன்.

கவுண்டர் எழுந்து இடுப்பில் நழுவிய வேட்டியைச் சரிசெய்துகொண்டு, "டேய் ராயா... வீட்டுச் செலவுக்கு வேணா நாலு தேங்காய் எடுத்துட்டு போறியா?"

"வேணாங்க சாமி... அங்கயே நிறைய கிடக்கு."

"அப்போ சரி... பிறவு பார்ப்போம். அடிக்கடி வந்துட்டு போடா" என்று சொல்லிவிட்டு, வீட்டுக்குள் சென்று கதவை சாத்திக்கொண்டார்.

காத்தவராயன் கக்கத்தில் இருந்த துண்டை எடுத்து கண்களைத் துடைத்துகொண்டு, சைக்கிளை ஓட்ட மனமில்லாமல் தள்ளிக்கொண்டே சென்றான்.

கல், முள் குத்துவது கூடத் தெரியாமல் நடந்து சென்றுகொண்டிருந்தான். மனதுகுள் ஆயிரம் கேள்விகள் குடைந்து எடுத்து நோண்டியது. அந்த வலிகளுடனே அவன் கால்கள் நகர்ந்தது.

தூரத்தில் இருந்து, "அப்பா... அப்பா..." என்ற சத்தம் காத்தவராயன். மெதுவாக திரும்பி பார்த்தான். மக்காணிகாட்டுக்குள் புகுந்து மணிமாறன் ஓடிவந்தான். அவனைத் தாண்டி ஒரு கோரைபுல் நிலத்தில் ஆடு மாடுகள் மேய்ந்து கொண்டிருந்தன.

"அப்பா... போகாத இருப்பா. நானும் வரேன். என்னையும் கூட்டிட்டுப் போப்பா" என்று கத்திக்கொண்டே ஓடிவந்தான்.

உடனே காத்தவராயன் அவசரமாக சைக்கிளில் ஏறி வேகமாக பெடலை அழுத்தினான். மீண்டும் மழை கொட்ட தொடங்கிவிட்டது. கிழக்கு மழை நேராக முகத்தில் வந்து அடிக்க, திரும்பி பார்க்காமல் வேகமாக சைக்கிளை ஓட்டிக்கொண்டு சென்றான்.

"அப்பா... நில்லுபா..." என்று கத்திக்கொண்டே பின்னால் ஓடிவந்து நின்று பார்த்தான். அதற்குள் காத்தவராயன் தூரத்தில் சென்று மறைந்துவிட, கையில் இருந்த பிரம்பை வீசிவிட்டு, மண்ணில் விழுந்து அழுது புரண்டான்.

"என்ன ஏன் விட்டுட்டு போன... அம்மா கிட்ட கூட்டிட்டுப் போறன்னு சொன்னல்ல... இனிமேல் நீ வந்தா நான் உன்கிட்ட பேச மாட்டேன். அம்மா... அம்மா..." என்று கதறி அழுதான்.

அவன் டவுசர் சட்டை எல்லாம் சேற்றில் நனைந்து செவப்பாக மாறியது. வாய்க்குள் சேற்றுத்தண்ணி போக, 'துப்... துப்ப்...' எனத் துப்பிவிட்டு அழுதான்.

டக்கென்று உருளுவதை நிறுத்திவிட்டு மேற்கே திரும்பி பார்த்தான். மழைக்கு ஆடு மாடுகள் ஒவ்வொரு பக்கமாக வெள்ளாமை காட்டுக்குள் நுழைந்தன.

உடனே தூரத்தில் வீசியெறிந்த பிரம்பை எடுத்துக்கொண்டு, மீண்டும் ஆடு மாடுகளை நோக்கி நனைந்துகொண்டே ஓடினான்.

———◦○◦———

கதாநதி

பெத்த மனம் பித்து

– ஸ்ரீவித்யா பசுபதி

வந்தாரை வாழவைக்கும் சென்னை... பலவித மக்களை தினமும் சந்திக்கும் பெருநகரம். எப்போதும் பரபரப்பாக இயங்கும் மக்கள் கூட்டத்தில், யாருக்கும் யாரைப் பற்றியும் கவலை இல்லை என்பது போல, வருவோரும் போவோருமாக அன்றைய மாலைப்பொழுது நகர்ந்து கொண்டிருந்தது.

பரபரப்பாக இருந்தது கோயம்பேடு பேருந்து நிலையம். இரவு மணி எட்டு... வெளியூரிலிருந்து வந்து நிற்கும் பேருந்துகளிலிருந்து இறங்கிய மக்கள் வெள்ளம், தங்கள் வசிப்பிடங்களுக்குப் போக ஆட்டோவையும், காரையும், உள்ளூர்ப் பேருந்துகளையும் தேடி வேக வேகமாக நகர்ந்து கொண்டிருந்தனர்.

இன்னொரு புறம், வெளியூரிலிருந்து வந்து சென்னையில் தங்கி, வேலை செய்யும் மக்கள் கூட்டம். கிடைத்த விடுமுறை நேரத்தில், ஊரில் தங்கள் வரவை எதிர்பார்த்திருக்கும் உறவுகளைக் காணும் ஆவலில், எப்படியாவது பேருந்தில் முண்டியடித்து ஏறி, தங்கள் பயணத் திட்டத்தை வெற்றிகரமாக்கும் ஆவலில், மூட்டை முடிச்சுகளுடன் வேக வேகமாக பேருந்து நிலையத்துக்குள் படையெடுத்துக் கொண்டிருந்தனர்.

புதிதாய் சென்னை வந்திறங்கும் வெளியூர் மக்களுக்கு, சென்னை மாநகரம் எப்போதுமே மலைப்பை தரும். விதவிதமான மக்கள் சங்கமம், வானுயர்ந்த கட்டடங்கள், கொஞ்சம் புரிந்தும் புரியாமலும் இருக்கும் சென்னை பாஷை, யாரை நம்புவது; யாரை நம்பக் கூடாது என்ற குழப்பம் கலந்த பயம், அவ்வப்போது தலைக்கு மேலே கேட்கும் ஆகாய விமான சத்தத்தால், அண்ணாந்து ஆச்சரியத்துடன்

வேடிக்கை பார்க்கும் பரவசம், ஆங்காங்கே இருக்கும் சினிமா போஸ்டர்களைப் பார்த்து பூரித்தல், ஊருக்குத் திரும்புவதற்குள் ஒரு முறையாவது மெரீனா கடற்கரை, கபாலீஸ்வரர் கோயில், வடபழனி முருகன் கோயில், திருவல்லிக்கேணி பார்த்தசாரதி கோயில், பாண்டி பஜார், ரங்கநாதன் தெரு, சரவணா ஸ்டோர்ஸ், எம்ஜிஆர் சமாதி, அண்ணா சமாதி, ஜெயலலிதா சமாதி எல்லாம் பார்த்துவிட்டு, ஊரில் போய் பெருமையாய்ச் சொல்ல வேண்டும் என்ற கற்பனை... இப்படி நிறைய கனவுகளையும் எதிர்பார்ப்புகளையும் சுமந்துகொண்டு சென்னை வந்திறங்கும் மக்கள் ஏராளம்.

அப்படி வந்திறங்கிய மக்கள் கூட்டத்தில் பூங்கோதை ஆச்சியும் ஒருவர்.

தென்பாண்டிச் சீமையாம் நெல்லை அருகே இருக்கும் மருதூர் கிராமம்தான் ஆச்சியின் ஊர். பிறந்து வளர்ந்தது எல்லாமே அங்கேதான். 16 வயதில் அதே ஊரில் இருக்கும் உறவுக்கார சுடலையுடன் திருமணம் முடிந்து, அதே ஊரிலேயே வாழ்க்கையும் தொடர்ந்தது. பீடி சுற்றும் வேலைதான் ஆச்சிக்கு. சுடலை வயல் வேலைக்குப் போவார். ஆச்சிக்கு மருதூர், பீடி சுற்றுவது, வயலில் களை எடுப்பது, அக்கம்பக்கம் சாதி சனம் இவற்றைத் தவிர வேறு உலகம் தெரியாது.

வெள்ளந்தியான பூங்கோதை ஆச்சிக்குக் குழந்தைப்பேறு மட்டும் ஏனோ சுலபத்தில் கிடைக்கவில்லை. 16 வயதில் திருமணம் என்பதால், ஆச்சிக்குத் திருமணமான புதிதில் அது பெரிய எதிர்பார்ப்பாக இல்லை. ஆனால், அந்தச் சின்ன கிராமத்தில் வருடங்கள் கழிய கழிய கிடைத்த சொல்லடிகள், குழந்தையின்மையின் வேதனையை ஆச்சியின் மனதில் ஆழமாகப் பதியம் போட்டன.

21 வயதில் மனதளவில் துவண்ட நிலையில், அருகில் இருக்கும் இசக்கியம்மன் கோயிலுக்கு தினமும் நடையாய் நடந்தார். தன் மனதுக்குத் தெரிந்த பரிகாரங்களை எல்லாம் சலிக்காமல் செய்தார். வயிற்றில் ஓர் உயிரும் உதிக்காத அளவுக்கு என்ன பாவம் செய்தோமா என்று புலம்பாத நாளில்லை பூங்கோதை ஆச்சி.

சுடலைக்கு பூங்கோதையின் மேல் இருந்த அளவில்லாத காதலும், ஆச்சியின் விடாத பிரார்த்தனையும் சேர்ந்து, வயிற்றில் குழந்தையைச் சுமக்கும் பாக்கியத்தைத் தந்தது. ஆசையாகச் சுமந்து பலவித கனவுகளோடு தன் 26 வயதில் ஆண் குழந்தையைப் பெற்றெடுத்தார் பூங்கோதை. இசக்கி அம்மனை வேண்டித் தவமிருந்து பெற்ற குழந்தை என்பதால், அம்மனுக்கு நன்றி செலுத்தும் விதமாக 'இசக்கி' என்று பெயரிட்டு, பரிவுடன் சீராட்டி வளர்த்தார் பூங்கோதை ஆச்சி.

காலங்கள் உருண்டோடின. இசக்கியும் நாளொரு மேனியும் பொழுதொரு குறும்புமாக வளர்ந்தான். ஆச்சிக்கு மகனை நன்றாகப் படிக்கவைத்து, பட்டணத்துக்கு அனுப்ப ஆசை. ஆனால், சுடலைக்கோ அதில் கொஞ்சம் கூட விருப்பம் இல்லை.

"இன்னா கோத, புள்ள நம்ம கூட இந்த ஊர்லயே இருக்கட்டும். பட்டணம் போனா திரும்ப ஊருக்கு வர மாட்டான் டே. பொறவு நாம ஒத்தைல சங்கடப் படணும்லா..."

"என்ன இப்படிச் சொல்தீரு... அவன் இங்கன வரலேன்னா என்ன... நாம பட்டணம் போய் இசக்கியப் பார்த்துட்டு, ஊரையும் சுத்திப் பார்த்துட்டு வரலாம்லா. பொறந்ததுல இருந்து இந்த ஊருக்குள்ளேயே கெடக்கேன். நல்லது பொல்லாததுக்குக் கூடப் பக்கத்து ஊரு வரைக்கும்தான் போயிருக்கேன். முன்ன பின்ன செத்தாதானே சுடுகாடு தெரியும்னு சொல்தாக்ல, முன்ன பின்ன இந்த ஊர விட்டு பட்டணம் போனாதானே நமக்கும் நல்லது பொல்லாதது தெரியும்."

"ஏ புள்ள, தெரிஞ்சுதான் பேசுதியா? நம்ம வசதிக்கு பட்டணம் எல்லாம் போகமுடியுமா? திடீர்னு கோட்டிகீட்டி புடிச்சிருச்சாலே உனக்கு? வெவரம் இல்லாம பேசிட்டு கெடக்கே..."

"அதான் சொல்தாம்லா, இசக்கி பட்டணம் போயி வேல செஞ்சு துட்டு அனுப்பட்டும். நாம பொறவு போலாம். இதுல கோட்டி புடிக்க என்ன இருக்குன்னு சொல்தீய? இப்போ அம்புட்டு புள்ளைகளும் அப்படித்தானே செய்யுது."

இது அடிக்கடி ஆச்சிக்கும் சுடலைக்கும் நடக்கும் உரையாடல். ஆனால், இசக்கிக்கு படிப்பில் அதிக ஈடுபாடு இல்லை. ஊரில்

இருக்கும் மற்ற விடலைப் பையன்களுடன் சுற்றுவதில் அதிக ஆர்வம் காட்டினான். திக்கித் தினறி பத்தாவது தேறினான். அதன்பின் அவன் நண்பனின் பேச்சைக் கேட்டு, சென்னைக்குக் கிளம்பினான்.

பூங்கோதை ஆச்சி பெருமையுடன் இசக்கியைப் பட்டணம் அனுப்பி வைத்தார். இருந்த சேமிப்பு, நகை எல்லாம் இசக்கியின் கைசெலவுக்கு என்று கொடுத்துவிட்டார். வெறும் பத்தாம் வகுப்பு படிப்புக்கு என்ன வேலை கிடைக்கும்? இசக்கி சென்னையில் செய்யாத வேலை இல்லை. சுற்றித் திரிந்து, அடிபட்டு, பாடம் கற்று, திருந்தி, நிரந்தரமாக ஒரு வேலைக்குச் சேர்ந்தான். சுமார் 20 வருடங்கள் ஓடிவிட்டன. ஓரளவுக்கு வருமானமும், அதைவிட அதிகமான கெட்ட பழக்கங்களும் வந்து ஒட்டிக்கொண்டிருந்தன இசக்கியிடம்.

சென்னை வந்த புதிதில் ஒன்றிரண்டு முறை கிராமத்துக்குப் போய் வந்தவன்தான்... அதன்பிறகு கிராமம், அவனைப் பொறுத்தவரை அவன் தகுதிக்கு ஒத்துவராத இடமாகத் தோன்றியது. கிராமத்துக்கு வருவதை நிறுத்தினான். பெற்றோருக்குப் பணம் தர வேண்டும் என்ற எண்ணமே இல்லாமல் போனது. அவர்களைப் பற்றிய அக்கறையும் அறவே இல்லை. கெட்ட பழக்கங்களுக்குச் செலவு செய்யும்போது, மற்ற செலவுகள் அநாவசியமாகத்தானே தோன்றும்?

ஆச்சிக்குதான் இன்னும் இசக்கியின் மேல் நம்பிக்கை இருந்தது. பட்டணம் பார்க்க மகன் என்றாவது தன்னை அழைத்துப் போவான் என்ற நம்பிக்கையின் துடிப்பில் காலத்தைக் கடத்திக் கொண்டிருந்தார். ஐந்து வருடங்கள் முன்பு சுடலையும் மறைந்துவிட, தனி ஆளாக பூங்கோதை ஆச்சி, இசக்கியின் நினைப்பில் நாட்களைக் கடத்திக் கொண்டிருந்தார். தந்தையின் மறைவுக்கு வந்த இசக்கி, அவசர கதியில் சடங்குகளைச் செய்துவிட்டுக் காணாமல் போனான்.

ஆச்சிக்கு தனிமை சோர்வைத் தந்தாலும், சிங்கக்குட்டி போல மகன் தனக்காக இருக்கிறான், பட்டணத்தில் வேலைசெய்து தன்னைப் பார்த்துக்கொள்ள வருவான் என்ற நம்பிக்கை மட்டும் ஒட்டிக்கொண்டிருந்தது. சுடலை தன் கடைசி காலங்களில்

கூடத் தன் மனைவிக்குப் புரியவைக்க நிறைய பேசிப் பார்த்தார். ம்ஹூம்...... ஆச்சிக்கு தன் தவப்புதல்வனைக் குறைசொல்வது கணவனாக இருந்தாலும் ஏற்றுக்கொள்ள முடியவில்லை. பெற்ற பாசம் கண்ணை மறைத்தது.

"வயசான காலத்துலயும் உமக்கு நம்ம மவன கொற சொல்லாம இருக்கக் கழியல இன்னா? இங்கன பள்ளிக்கூடத்துல படிக்கயிலேயே சேட்ட பண்ணிட்டிருந்த நம்ம தெரு புஷ்பா மவன் மாரிமுத்து, இப்ப பட்டணத்துலதானே வேல பாக்கான். அவன் எம்புட்டு பாசமா பெத்தவங்களப் பாத்துகிடுதான் தெரியுமா? எம்மவன் அவன மாதிரி சேட்டக்கார பயலா? இல்லையே... பொறவு ஏன் அவன ஏதோ ஒண்ணு சொல்லிட்டே கெடக்கீரு? நம்ம இசக்கி கண்டிப்பா ஒரு நா நம்மள பட்டணத்துக்குக் கூட்டிப் போவான். நீரு வரலேன்னாலும் நான் போவேன்."

இப்படித்தான் இசக்கிக்காக கணவனையே எதிர்ப்பார் ஆச்சி. கணவரின் மறைவுக்குப் பிறகு, இசக்கி மீதான நம்பிக்கை அதிகமானது ஆச்சிக்கு.

நான்கு நாட்கள் முன்பு, தன் பால்ய நண்பன் வீட்டு விசேஷத்துக்காக அவனின் வற்புறுத்தலின் பேரில், கிராமத்துக்கு வரவேண்டிய நிர்ப்பந்தம் ஏற்பட்டது இசக்கிக்கு. தந்தையின் மறைவுக்குப் பின் இப்போதுதான் கிராமத்துக்கு வருகிறான் இசக்கி. வந்தவனிடம் ஒற்றைக் காலில் நிற்காத குறையாக, தன்னையும் பட்டணம் அழைத்துப் போகும்படி மன்றாடினார் ஆச்சி.

இசக்கிக்கு இதில் துளியும் விருப்பம் இல்லை. எவ்வளவோ சொல்லிப் பார்த்தான், திட்டிப் பார்த்தான். ஆச்சி மசியவில்லை. இறுதியில், கிளம்பும் நேரத்தில் ஏதோ தோன்றியவனாக ஆச்சியையும் அழைத்துகொண்டு சென்னை வந்தான். பேருந்தில் ஏறி உட்கார்ந்ததில் இருந்து, ஆச்சிக்கு இருப்பே கொள்ளவில்லை. மனமெல்லாம் பட்டணம் பற்றிய கனவுதான். பிறந்தது முதல் பக்கத்து கிராமத்தைத் தவிர வேறு எங்கேயும் போயிராத ஆச்சிக்கு, இந்தப் பயணம் வாழ்நாள் சாதனை போலத் தோன்றியது.

மனதில் மண்டிக் கிடந்த கவலைகள், கணவர் இல்லாமல் தனியாகக் காலத்தைக் கழிக்கும் நிலைமை, இசக்கியின் பாராமுகம் எல்லாம் சேர்ந்து ஆச்சியின் வயதை அதிகமாகக் காட்டியது. தள்ளாமை அதிகமாகத் தெரிந்தது. ஆனால், அதை எல்லாம் மீறி, ஆசை மகன் தன்னைப் பட்டணம் கூட்டிப்போகிறான் என்ற நினைப்பு கொஞ்சம் தெம்பைத் தந்திருந்தது.

வழியெல்லாம் இசக்கியிடம் பலவித கேள்விகள் கேட்டுக்கொண்டே வந்தார் ஆச்சி. பட்டும் படாமல் பதில் சொன்னான் இசக்கி. ஆயிற்று... நாள் முழுவதும் பிரயாணம் செய்து, சென்னை கோயம்பேடு பேருந்து நிலையம் வந்து சேர்ந்தார்கள். இரவு மணி எட்டு. மின்சார விளக்கு வெளிச்சத்தில், மக்கள் வெள்ளத்தில் திருவிழா போலிருந்தது பேருந்து நிலையம். பூங்கோதை ஆச்சி மலைப்புடன் பேருந்திலிருந்து இறங்கினார்.

இசக்கி தன் அம்மாவை அழைத்து வந்து, ஒரு திண்டில் உட்கார வைத்துவிட்டு, பக்கத்தில் பைகளையும் வைத்தான்.

"யம்மா... இங்கனயே இரி என்னா... நான் போய் ஆட்டோ கூட்டிட்டு வாரேன். எங்கனையும் எந்திரிச்சுப் போயிராதே. நான் வாரவரைக்கும் இங்கனயே இருக்கணும். கூட்டத்த பார்த்தயில்ல... காணாம போயிருவே என்னா..."

சிறு குழந்தையாய், மலங்க மலங்க விழித்தபடி தலையாட்டினார் ஆச்சி. தான் கொண்டுவந்திருந்த மஞ்சள் பையை நெஞ்சோடு அணைத்தபடி, குறுகிக்கொண்டு திண்டில் உட்கார்ந்தார். விறுவிறுவென அங்கிருந்து வெளியேறினான் இசக்கி.

புதிதாய் ஓர் உலகத்துக்கு வந்த மலைப்பு ஆச்சிக்கு. சுற்றிச் சுற்றி நாலைந்து தெருக்கள், வயல்வெளிகள், கிணற்றுமேடு, சொந்த பந்தம் என்று மட்டுமே பார்த்து வளர்ந்த ஆச்சிக்கு, கோயம்பேடுதான் பட்டணம் என்று எண்ணும் அளவுக்கு வியப்பாக இருந்தது. புதிதாய் பள்ளியில் சேர்ந்த மழலை போல, பயம் கலந்த ஆச்சரியத்துடன் உட்கார்ந்திருந்தார்.

நேரம் ஓடிக்கொண்டிருந்தது. ஆச்சிக்கு மணி எவ்வளவு என்று கூடத் தெரியவில்லை. வேடிக்கை பார்த்துக்கொண்டிருந்ததால் நேரம் போவது கூடத் தெரியவில்லை. ஆனால், பசி வயிற்றை லேசாகக் கிள்ளியதும்தான் கொஞ்சம் சுதாரித்தார் ஆச்சி. சுற்றுமுற்றும் தேடினார். இசக்கி எங்கே போயிருப்பான் என அவர் கண்கள் தேடின. சற்று தூரத்தில் கடை வாசலில் இசக்கி நிற்பதைப் பார்த்ததும் தயக்கத்துடன் எழுந்தார் ஆச்சி.

'இங்கனயே இரிந்நு சொல்லிட்டுப் போனானே... இப்போ நான் எந்திரிச்சு போனா, என்னைய ஏசுவானோ...'

ஆச்சிக்கு மனதில் தயக்கமும் பயமும் எட்டிப் பார்க்கவே, எழுந்த இடத்தில் அப்படியே நின்றார். இசக்கி திரும்பிப் பார்த்தால் தனக்கும் ஒரு டீ வாங்கி வரச் சொல்லலாம் எனக் காத்திருந்தார். ஆனால், இசக்கி திரும்பவே இல்லை. ஆச்சி மெதுவாகக் கடையை நோக்கி நடந்தார்.

"யப்பா... இசக்கி... என்ன தம்பி எங்கன போனய்யா? நான் அம்புட்டு நேரமா காத்திருக்கேன். இந்தா வாரேன்னு சொல்லிட்டுப் போனியே பா."

சொல்லிக்கொண்டே டீக்கடையில் டீ குடித்துக் கொண்டிருந்தவனைத் தொட்டுத் திருப்பினார் பூங்கோதை ஆச்சி.

அந்த வாலிபன் சந்தேகத்துடன் திரும்பிப் பார்த்ததும், ஆச்சி திகைத்தாள்.

"மன்னிச்சுக்கங்க தம்பி, என் மவன் இசக்கின்னு நினைச்சுக்கிட்டேன். இந்தா போயிட்டு, ஆட்டோ கூட்டிவாரேன்னு போனான். இன்னும் வரல. அதான் தெரியாம எம் மவன்னு நினைச்சு..."

"பரவாயில்ல பாட்டி..."

ஆச்சி முகம் வாடியபடி அங்கிருந்து நகர்ந்தார். டீக்கடைக்காரர் பார்த்துக்கொண்டே இருந்தார். அவருக்கு ஆச்சியைப் பார்க்க பாவமாக இருந்தது.

"பாட்டி, டீ குடிக்கறீங்களா? பசியோட இருக்கீங்க போலயே..."

"இல்ல யா... வேண்டாம். எம் மவன் இசக்கி வந்துருவான். என்கிட்ட துட்டில்ல பா."

"பரவாயில்ல பாட்டி... காசு அப்புறம் குடுங்க."

"இல்ல யா, இன்னும் கொஞ்சம் நேரத்துல இசக்கி வந்துருவான்."

சொல்லிவிட்டு ஆச்சி மீண்டும் அதே இடத்தில் போய் உட்கார்ந்துகொண்டார். நேரம் கரைந்துகொண்டே இருந்தது. ஆச்சியின் பார்வை இப்போது மாறியிருந்தது. ஆச்சரியத்துடன் பார்த்துகொண்டிருந்த அவரின் கண்கள், இப்போது தேடலில் அங்கும் இங்கும் அலை பாய்ந்தன.

நிறைய பேர் கடந்து போய்க்கொண்டிருந்தார்கள். யாரும் ஆச்சியைக் கண்டுகொள்ளவில்லை. டீக்கடைகாரர் மட்டும் ஆச்சியை கவனித்துக்கொண்டே இருந்தவர், கடையை விட்டுவிட்டு ஆச்சியிடம் வந்தார்.

"பாட்டி, எங்கே போகணும்ன்னு சொல்லுங்க. நான் வேணா ஆட்டோ புடிச்சு தரேன். உங்க மகன் எந்த இடத்துல இருக்கார்? நீங்க இதுக்கு முன்ன இங்க வந்திருக்கீங்களா?"

"இல்ல யா, நான் பட்டணம் இப்போதான் வாரேன். இசக்கி என்னைய ஊரு சுத்திக் காட்டறம்ன்னு கூட்டியாந்தான். பாவம் யா... இந்தக் கூட்டத்துல என்னைய கண்டுபிடிக்க முடியாம தவிக்கான் போல. நீங்க கொஞ்சம் அவன தேடுதீயளா?"

"பாட்டி, உங்க மகன் போன் வச்சிருக்காரா? அதுக்கு கூப்பிட்டுப் பாருங்க."

"யய்யா, என்கிட்ட போன் எல்லாம் இல்ல யா. உங்க போன்ல இருந்து கூப்டுதீயளா?"

"சரி பாட்டி, நம்பர் சொல்லுங்க."

"அதெல்லாம் எனக்குத் தெரியாது யா. உனக்குத் தெரிஞ்ச நம்பர போட்டு, நான் இங்கனதான் இருக்கேன்னு சொல்லிரு யா."

வெள்ளந்தியாகச் சொல்லிவிட்டு, ஆச்சி அதே இடத்தில் உட்கார்ந்துகொண்டார். கடைக்காரருக்கு நிலைமை ஓரளவுக்குப் புரிந்தது. இதுபோல எவ்வளவு பேரை பார்த்திருப்பார். பெற்றோரை கைகழுவ வேண்டும் என்று நினைப்பவர்கள், இப்படிப் பேருந்து நிலையத்திலும் ரயில் நிலையத்திலும் கூட்டத்தில் அவர்களை தனியே தவிக்க விட்டுவிட்டு தப்பித்துகொள்கிறார்கள். இசக்கி திரும்பி வர மாட்டான் என்பது அவருக்குத் தெரியும். ஆனால், ஆச்சியிடம் எப்படிச் சொல்வது?

இசக்கியின் வரவை எதிர்நோக்கி ஆச்சியின் காத்திருப்பு தொடர்ந்தது. இசக்கி சென்னையின் பரபரப்பில் ஐக்கியமாகி, வெகு தொலைவு போயிருந்தான்.

━━◦◦◦━━

கோடாரி

– விவேக்

அன்று சீக்கிரமாக வேலை முடிந்துவிட்டது இரவு 2:40க்கு எட்டாவது மாடியிலிருந்து லிஃப்ட்டை பிடித்து கிரவுண்ட் ஃப்ளோருக்கு வந்தான். தூங்கிக் கொண்டிருந்த கேப் டிரைவரை கண்ணாடியில் தட்டி எழுப்பி கார் கதவைத் திறக்கச் சொன்னான்.

"என்ன தம்பி இன்னைக்கு சீக்கிரமா வந்துட்டீங்க?"

"இன்னைக்கு வேலை கொஞ்சம் கம்மிதான். அதான் சீக்கிரமே முடிச்சுட்டேன்" என்றான் பைரவ்

டயர்கள் நகர, தாம்சன் சொல்யூஷன் என்ற ஐடி கம்பெனியை விட்டு வெளியே வந்தார்கள்.

பைரவ் ஃபோனில் மெயில் செக் செய்து கொண்டு இருந்தான். டிரைவர் எஃப் எம்மை தட்ட, "ஊருசனம் தூங்கிருச்சு" என்ற பாடல் ஸ்பீக்கரில் இருந்து கரைந்தது.

டிரைவர் பிரேக்கை அடிக்க, பைரவ் ரோட்டைப் பார்த்தான். டேக் டைவர்ஷன் என்ற போர்டுக்கு பின்னால் ரோட்டை ரிப்பேர் செய்ய உடைத்து வைத்திருந்தார்கள். கார் டயர்கள் வலது பக்கமாக திரும்ப, பைரவ் மறுபடியும் ஃபோனுக்குள் புகுந்தான். டிரைவர் சற்று தயங்கி வண்டியை ஓட்டினார்.

"தம்பி உங்களுக்கு இந்தப் பக்கம் வழி தெரியுமா?"

"தெரியாதே, ஏன் உங்களுக்கு தெரியாதா?"

"இந்தப் பக்கம் வந்த மாதிரி ஞாபகம், சரி வாங்க பாத்துக்கலாம்."

அந்த ரோட்டின் இறுதியில் சுவரில் முட்டி வலதுபக்கம் வளைந்தது. அந்த இடத்தில் ஃபேக்டரி ஒன்று பூட்டிக்கிடந்தது. டிரைவர் யோசித்துக்கொண்டே ஸ்டீயரிங்கை வலதுபக்கம

திருப்பினார். ஹெட்லைட்டில் இருந்து புறப்பட்ட எல்இடி வெளிச்சம் காருக்கு முன் சென்று வழி காட்டியது, திடீரென்று வெளிச்சம் ஒரு சுவரில் முட்டி நின்றது. டிரைவர் பிரேக்கை அழுத்த, பிரேக் டயரை நிறுத்தியது.

"என்ன ஆச்சுண்ணே?"

"முட்டுச்சந்து" என்று டிரைவர் ஃபர்ஸ்ட் கியர் போட்டு வண்டியைத் திருப்ப, லேசாக முன்னே நகர்த்தியபோது வண்டி செயலிழந்தது.

டிரைவர் சாவியைத் திருக, இன்ஜின் லேசாக உறுமி விட்டு மௌனமானது. மறுபடியும் திருக, மறுபடியும் அதையே செய்தது.

"இதோட ஒரு தொல்லை... கண்ட நேரத்துல கண்டம் ஆயிரும்" என்று மறுபடியும் முயற்சித்தார்.

பைரவ் கண்ணாடி வழியாக வெளியே பார்த்தபோது திடீரென்று ஒரு முகம் கண்ணாடி முன் வந்தது. பைரவ் பயந்து சீட்டில் இருந்து ஓரடி பின்னே குதித்தான். கண்ணாடியில் தெரிந்த ஒருவன் கதவைத் தட்டி திறக்கச் சொன்னான். பைரவ் ஹார்ட் பீட் நார்மலானதும், கண்ணாடியைத் திறந்தான்.

"சார், ப்ளீஸ் சார்... என்ன காப்பாத்துங்க. கார் கதவைத் திறங்க. நான் உள்ள வரேன்" என்று பதற்றப்பட்டான்

"வெயிட், நீங்க யாரு? ஏன் இப்படி பயந்து ஓடி வரீங்க? என்ன ஆச்சு?"

"என்ன கொல்றதுக்கு ஒருத்தன் கோடாரி எடுத்துட்டு சுத்திக்கிட்டு இருக்கான் சார்!"

டிரைவரும் பைரவும் ஒருவரை ஒருவர் பார்த்துக் கொண்டார்கள்.

"யோவ், என்னகலாய்க்கிறியா? நடுராத்திரில உன்னை எதுக்குயா கோடாரி எடுத்துட்டு கொல்ல வரான்?" என்றார் டிரைவர்

"தெரியல சார், நான் வேலைக்கு போயிட்டு பாலத்துக்கு அடியில போற ரோட்ல நடந்து வந்துட்டு இருந்தேன். அப்போ ரோட்டுக்கு அந்த பக்கம் ஒருத்தன் நின்னுட்டு

இருந்தான். என்ன கொஞ்சநேரம் பாத்துகிட்டே இருந்தான், திடீர்னு கைல இருந்த பையில இருந்து கோடாரி எடுத்துட்டு என்னை பார்த்து ஓடி வந்தான். நான் பயந்து வேகமா இந்த ஏரியாக்குள்ள ஓடி வந்து ஒளிச்சுகிட்டேன். அவன் இப்ப எங்க இருக்கான்னு தெரியல, இந்த இடத்தவிட்டு போகவும் பயமா இருந்துச்சு, அதான் இங்கயே இருந்தேன். அப்பதான் நீங்க வந்தீங்க. சார் ப்ளீஸ் என்னை இந்த இடத்தை விட்டு கொஞ்சம் வெளியே கொண்டுபோய் விட்டுருங்க. ப்ளீஸ் உங்க கால்ல வேணும்ன்னாலும் விழுறேன்.”

பைரவ் பின் கதவைத் திறந்தும் வேகமாக ஏறிக் கொண்டான்.

“சார், ப்ளீஸ் சீக்கிரம் போங்க. இந்த இடத்தை விட்டு போயிடலாம் வண்டிய எடுங்க” என்று டிரைவர் தோளில் தட்டினான்.

டிரைவர் தொடர்ந்து முயற்சித்ததில் இறுதியாக இன்ஜின் உயிர்பெற்றது. டிரைவர் வேகமாக வண்டியை ரிவர்ஸில் எடுத்து நேராக சென்றார். டேக் டைவர்ஷன் என்ற போர்டு இருந்த இடத்திற்கு வந்தார்கள்.

“யோவ், அவன எங்கேயா பார்த்த?” என்றார் டிரைவர்

“சார் கொஞ்சம் பின்னாடி போங்க.”

டிரைவர் ஆக்சிலரேட்டரை லேசாக அழுத்த, டயர்கள் மெதுவாக பின்னோக்கி உருண்டன.

“அங்கதான் சார்” என்று அவன் எதேச்சையாக கையை நீட்ட, அவன் உண்மையாகவே அங்கு நின்றுகொண்டிருந்தான்.

“சார், அவன்தான் சார் வேகமா ஓட்டுங்க! ஓட்டுங்க! ஓட்டுங்க!” என்று அவன் பின்னிருந்து டிரைவர் தோளில் தட்ட, டிரைவர் ஓரக்கண்ணால் ரோட்டிற்கு அந்தப் பக்கம் பார்க்க, காரை நோக்கி ஒருவன் ஓடி வந்தான்.

“அண்ணா வேகமா போங்க அவன் வர்றான்” என்று பைரவ் பதற்றப்படுத்த, டிரைவர் கியரை மாற்றி வண்டியை வேகமாக கிளப்பினார். டயர்கள் அதற்கு ஏற்ப சீறிப் பாய்ந்தன. அவன்

பாதி ரோட்டிற்கு வருவதற்குள் வண்டி வேகம் பிடித்து அந்த இடத்தை விட்டு அகன்றது.

"அப்பாடா ஜஸ்ட் மிஸ் இல்ல... இன்னிக்கு ஒரு சைக்கோவுக்கு பலியாயிருப்போம்" என்றான் பைரவ்.

"நல்ல வேளை நீங்க வந்தீங்க... இல்ல, இன்னைக்கு என்ன கண்டிப்பா கொன்னுருப்பான்."

"ஏதோ நீங்க சொன்னதால எங்களுக்கு தெரிஞ்சது. இல்ல, நாங்களும் அவன்கிட்ட போய் மாட்டிருப்போம். நாங்கதான் உங்களுக்கு தேங்க்ஸ் சொல்லணும் ஆமா உங்க பேரு என்ன?" என்றார் டிரைவர்

"டேவிட், இங்க பக்கதுல மோராக்ன்னு கேம் டெவலப்பிங் கம்பெனில வேலை பார்கிறேன்."

"இந்த மாதிரி ஆளுங்கள ஏன் இன்னும் பிடிக்காம இருக்காங்க. நாளைக்கு ஃபர்ஸ்ட் வேலையா போலீஸ்ல கம்ப்ளைன்ட் பண்ணணும்."

"தம்பி அதுக்கு அவசியமே இல்லை."

"ஏன்?" என்றான் பைரவ்

"அங்க பாருங்க ஒரு போலீஸ் பூத் இருக்கு" என்று டிரைவர் கைகாட்டிய இடத்தில் ஒரு போலீஸ் பூத் இருந்தது.

"அப்படியே ஓரமா வண்டிய நிறுத்துங்க, போலீஸ்கிட்ட இன்ஃபார்ம் பண்ணிட்டு போலாம்" என்று பைரவ் சொன்னவுடன் டிரைவர் வண்டியை ரோட்டோரமாக நிறுத்தினார்.

பைரவ் கீழே இறங்கி போலீஸ் பூத் நோக்கி நடந்தான்.

பூத்தின் வாசலில் ஒரு பல்ப்பின் மேல் குடத்தை கவிழ்த்து வைத்திருந்தார்கள். பூத்துக்குள் ஒரு போலீஸ் அதிகாரி தூக்கத்தில் குறட்டை ஒலியுடன் போராடிக் கொண்டிருந்தார்.

"தம்பி உங்களுக்கு ஆயுசு கெட்டி" என்று டிரைவர் எஃப் எம்மை ஆன் செய்தார்.

"ஆமா சார், நீங்க மட்டும் வரலைன்னா என்னால நினைச்சுக்கூட பார்க்க முடியல."

"இந்த போலீஸ்காரங்க நைட்ல ரவுண்ட்ஸ் போறாங்க. இவன மாதிரி ஆளுங்கள எல்லாம் பிடிக்க மாட்டாங்க."

"ஆமா சார்."

"நீங்க எங்க இறங்கணும்?"

"சார், அம்பத்தூர் பாலத்துக்கிட்ட இறக்கி விடுங்க சார்... அங்கிருந்து ஃப்பிரெண்டுக்கு கால் பண்ணி வர சொல்லிடுவேன்."

"எதுக்கு வம்பு... நானே உங்கள வீட்ல ட்ராப் பண்ணிறேன். அப்புறம் அங்க எவனாவது சுத்தியல தூக்கிட்டு துரத்தப் போறான்" என்று சிரித்தார்

"தேங்க்ஸ் சார்."

"ஆமா அந்த சைக்கோ கையில என்ன வச்சி இருந்தான்னு சொன்னீங்க?"

"கோடாரி சார்."

"ஆனா, அவன் ஓடி வரும்போது கைல கோடாரி இல்லையே?"

"அதான் இங்க இருக்கே சார்" என்று அவன் நீட்டிய கோடாரி டிரைவர் கழுத்திலிருந்து இரண்டு இன்ச் தள்ளி இருந்தது.

"நீ?"

"சைக்கோ" என்று கோடாரியை அவர் கழுத்தில் வீசினான்.

"அங்கேயே உங்களை கொன்னுருக்கலாம், ஆனா, அது ரெசிடென்ஷியல் ஏரியா. அதான் வெளியே கூட்டிட்டு வந்தேன்" என்று வீசிய கோடாரியை உருவிய போது கழுத்து பாதியாக அறுந்து தொங்கியது.

"சார் சார்" என்று பைரவ் கதவைத் தட்டினான்.

அதிகாரி கண் திறக்கும் முன் பைரவ் தோளை தொட, பைரவ் திரும்பியபோது டேவிட் கோடாரியால் பைரவ் நடு முகத்தில்

வெட்டினான். பைரவ் சரிந்து கீழே விழுந்து துடித்தான். அதிகாரி இன்னும் குறட்டை ஒலியோடு போராடிக் கொண்டிருந்தார். அவரை தொந்தரவு செய்யாமல் பைரவை இழுத்து சென்று காரின் பின் சீட்டில் போட்டான்.

காரை மறுபடியும் வந்த பக்கம் திருப்பினான். அதே பாலத்துக்கு அருகே சென்றான், அங்கு ரோட்டோரமாக உட்கார்ந்திருந்த பிச்சைக்காரனை கூப்பிட்டான்.

"ரொம்ப தேங்க்ஸ். நான் சொன்ன மாதிரியே ஓடிவந்ததுக்கு, இந்தா ஐநூறு ரூபா" என்று பைரவ் பர்சிலிருந்து ஐநூறு ரூபாய் எடுத்துக் கொடுத்தான்

"ரோட்டுக்கு இந்த பக்கம் இருந்து அந்த பக்கம் ஓடி வந்ததுக்கு 500 ரூபாயா... தெய்வம் சார் நீங்க" என்று கும்பிட்டான்

"தெய்வம் இல்ல சைக்கோ!" என்று காரை அழுத்தினான்.

அடுத்த நாள் காலை விக்டர் டிவியை ஆன் செய்தான். டேபிளில் இருந்த விஸ்கி பாட்டிலை டம்ளரில் லேசாக கவிழ்த்தியதால் ஒரு கட்டிங் கிடைத்தது. ஆனால் இரவு அடித்த போதை இன்னும் அவனுக்கு தெளியவில்லை.

ரிமோட்டை எடுத்து நியூஸ் சேனலை மாற்றினான்.

"இன்றைய முக்கிய செய்திகள், நேற்று நள்ளிரவு தாமஸ் சொல்யூஷன்ஸ் என்ற ஐடி நிறுவனத்தில் பணிபுரியும் பைரவ் என்பவரையும் அவரை அழைத்து செல்லும் கேப் டிரைவர் விக்னேஷ் என்பவரையும் வெட்டி அவர்கள் வந்த காரிலேயே போட்டுவிட்டு வண்டியை நடுசிக்னலில் விட்டுவிட்டு ஒருவன் இறங்கி செல்கிறான்.

அவன் யாரென்று ஆராய்ந்தபோது, மனநல காப்பகத்தில் இருந்து தப்பிச் சென்ற டேவிட் என்று தெரிந்தது. டேவிட் என்பவர் கேம் டிசைனராக இருந்து மன அழுத்தம் தாங்க முடியாமல் சைக்கோவாக மாறியிருக்கிறார், தன் மனைவியைக் கொன்றதால் கோர்ட்டின் மூலம் இவர் மனநல காப்பகத்தில் ஒப்படைக்கப்பட்டார்.

தப்பி வந்த இவர், யார் உயிருக்கும் ஆபத்தாக மாற வாய்ப்புள்ளது. அதனால் இந்த போட்டோவில் இருக்கும் நபரை எங்கு பார்த்தாலும் இந்த எண்ணுக்கு தொடர்பு கொள்ளவும்" என்று சைக்கோ டேவிடின் ஃபோட்டோ டி.வி-யில் ஃபிளாஷாகி கொண்டிருந்தது.

இதற்கிடையில் வாசல் கதவை யாரோ தட்டும் சத்தம் கேட்க, விக்டர் தள்ளாடிக் கொண்டு கதவருகே சென்றான். கதவைத் திறந்தபோது வாசலில் டேவிட் நின்றுகொண்டிருந்தான். விக்டர் எதுவும் செய்யாமல் மறுபடியும் டேபிளில் வந்து உட்கார்ந்தான். டேவிட் கதவை சாத்தி தாள்போட்டுவிட்டு விக்டர் உட்கார்ந்திருந்த டேபிள் அருகே வந்தான், ஸ்டூலை நகர்த்தி அதில் உட்கார்ந்தான். அவன் கொண்டு வந்த பையில் இருந்து ஒரு சின்ன கோடாரியை எடுத்து டேபிள் மேல் வைத்தான்.

"ஃபோட்டோவில் தெரியும் இந்த நபரை எங்கு பார்த்தாலும் இந்த எண்ணுக்கு தொடர்பு கொள்ளவும்" என்ற சத்தம் கேட்டு டேவிட் டிவியை திரும்பிப் பார்த்தான். அதில் அவன் முகம், திரும்பி விக்டரை பார்த்தான்.

"நீ இன்னைக்கு நியூஸ்தான பார்க்கிற, நான் நாளைக்கு நியூஸ் சொல்லவா. சைக்கோ டேவிட்டின் மூன்றாவது கொலை, உன் பேரு என்ன?"

"விக்டர்" என்று சாதாரணமாக கூறினான்

"சைக்கோ டேவிட்டின் மூன்றாவது கொலை, விக்டர் என்ற நபரை கோடாரியால் கண்டதுண்டமாக வெட்டிவிட்டு தப்பிச் சென்றான், அப்படின்னு நாளைக்கு நியூஸ்ல வரப்போகுது" என்று டேவிட் ஆவேசமாக கூறினான்.

கூறிய அவனையும் டேபிளில் இருந்த கோடாரியையும் பார்த்து விக்டர் சிரித்தான்.

"நீ எனக்கு கோடாரி காமிச்ச, நான் உனக்கு ஒரு போட்டோ ஆல்பம் காமிக்கவா?" என்று சொல்லிவிட்டு தள்ளாடி எழுந்து பெட்ரூமிற்குள் சென்றான். வரும்போது கையில் ஒரு ஆல்பத்துடன் வந்தான்.

போட்டோ ஆல்பத்தை டேவிட்டிடம் கொடுத்தான். டேவிட் போட்டோ ஆல்பத்தை வாங்கி பிரித்துப் பார்த்தான் ஒவ்வொரு பக்கத்திலும் ஒவ்வொரு கொலையை பற்றிய நியூஸ் பேப்பர் கட்டிங்ஸ் இருந்தது. டேவிட் ஒவ்வொரு பக்கமாக திருப்பி பார்த்தான்.

"இது எல்லாமே நான் செஞ்ச கொலை. மொத்தம் 23 கொலை. உனக்கு கோடாரி மாதிரி எனக்கு கத்தி. நீ சைக்கோன்னு ஊருக்கு தெரியும். நானும் சைக்கோதான், ஆனா யாருக்கும் தெரியாது."

டேவிட் பக்கங்களை திருப்பிக்கொண்டே, "இந்த கொலையல்லாம் எதுக்கு பண்ண?" என்றான் ஆர்வமாக

"சைக்கோகளுக்கு சாதாரண மக்களை கொல்லத்தான் பிடிக்கும். ஆனா நான் கொஞ்சம் ஸ்பெஷல், எனக்கு சைக்கோக்களை கொல்லத்தான் பிடிக்கும்" என்று விக்டர் சொன்னவுடன் டேவிட் நிமிர்ந்தான். விக்டர் கத்தியை ஓங்கி டேவிட் நடுநெற்றியில் குத்தினான்.

—◦—

அடைமழை காலத்திய வியாழக்கிழமையொன்றில் வீடுவந்து சேர்ந்தவன்

– கவியோவியத்தமிழன்

அடைமழை காலத்திய வியாழக்கிழமை ஒன்றில் வீடுவந்து சேர்ந்தவன்.

அய்யலூர் சந்தையில் ஆடு வாங்கிவிட்டு, வீடு வந்துசேர்வதற்குள் அதற்கு பெயர் சூட்டாவிட்டால், எம் இல்லாளுக்கு தலையே வெடித்துவிடும். ஆறு மாதத்துக்கு ஒருமுறையாவது தொத்தலோ தூங்கலோ வாங்கிவந்து கத்த விடாட்டி, அவளுக்கு பொழுதுபோகாது. எதை வாங்கினாலும் அதற்கு ஒரு பெயரை வைத்து கூப்பிட்டே, அந்த ஆட்டை பழக்கிவிடுவாள். அப்படித்தான் இந்த காளியப்பன் (இல்லாள் சூட்டிய பெயர்தான்) அடைமழை காலத்திய வியாழக்கிழமை ஒன்றில் வீடு வந்துசேர்ந்தான்.

வாங்கி வரும்போது மிகவும் தொத்தலாக மூக்கெல்லாம் சளி ஒழுக, கரட்டுப் புரட்டு என்றுதான் இழுத்துகொண்டிருந்தது.

பார்த்தவுடன் நான் கேட்ட கேள்வி, "நீ இந்த ஆட்ட பணத்துக்குத்தான் வாங்குனியா... இல்லை ஓசியா கொடுத்தாங்கலா?" என்பதுதான்.

என்னைப் போலவே ஊரில் வேறு பலரும் இந்தக் கேள்வியைத்தான் என் இல்லாளிடம் கேட்டு வைத்தனர். அந்த அளவுக்கு உடளவில் படு மோசமாக இருந்தான் காளியப்பன்.

"ஆடு வாங்குற பொம்பள ஓச்சம் ஏதும் இல்லாம சுழியெல்லாம் பாத்து வாங்கணும். கொண்டுவந்து தள்றதெல்லாம் மறுபேச்சு

இல்லாம வாங்கியாந்தா இப்படித்தான் இருக்கும்” என்று அவ்வப்போது என் அம்மாவும் இடித்துரைக்கவே செய்தார்.

காளியப்பன் நடக்கவே ரொம்ப சிரமப்படுபவனாக தெரிந்தான். மூக்கெல்லாம் சளி அப்பி, குண்டியில் எப்போதும் கழிச்சல் கண்டபடி இருந்தான். மொட்ட வெயிலில் நீட்டி நிமிர்ந்து முழியெல்லாம் நட்டுக்கிட்டாற் போலே படுத்துக்கிடப்பான். புதிதாய் பார்ப்பவர்களுக்கு அது செத்துக்கிடப்பது போலவே தோன்றும்.

ஆரம்பத்தில் எனக்கு இந்த காளியப்பனை பிடிக்கவேயில்லை. என் வாழ்நாளில் இவ்வளவு நோஞ்சானாய் ஒரு ஆட்டுக்குட்டியை நான் பார்த்ததேயில்லை. இவ்வளவுக்கும் என் வீட்டில் என் அம்மா விதவிதமாய் ஆடு வளர்த்தவள்தான். கிடை பழுகி ஊர் பழுகினாற் போல பெரிய ஆட்டு மந்தையையே நிர்வகித்த குடும்பம் எங்களுடையது. அதெல்லாம் தனிக் கதை.

நாளடைவில் காளியப்பன் கொஞ்சம் கொஞ்சமாக தெளிவாகி வந்தான். எலும்பு துறுத்திக்கொண்டிருந்த இடமெல்லாம் சதை தட்டுப்படத் தொடங்கியது. கழிசல், சளி போன இடம் தெரியாமல் உடல் மெருகேறுவதைப் பார்க்க முடிந்தது. நெற்றிக்கு கீழும் மூக்குக்கு மேலேயும் கொஞ்சம் புடைப்பாக இருப்பதாலேயே முகத்துக்கு ஒருவித கம்பீரத் தன்மையைத் தரித்துக்கொண்டது போலத் தெரிந்தது. பிறரால் கொஞ்சப்படாத, விரும்பப்படாத ஆடாகவே வளர்ந்தாலும், எல்லோராலும் கவனிக்கப்படும் விதமாகவே அதன் நடவடிக்கைகள் இருந்தன.

மற்ற ஆடுகளெல்லாம் குதியாட்டம் போடுகையில், இதுமட்டும் தாமுண்டு தமது வேலையுண்டு என்று இருக்கும். புளியமரத்தடியிலும் தாவாரத்தின் கீழும் அசை போட்டபடியே எதையோ ஆழ்ந்து யோசிப்பவன் போல படுத்திருக்கும். அதன் விழிகளில் கொஞ்சம் கூட சலனம் இருக்காது. ஆழ்கடல் அமைதியை ஒத்திருக்கும். ஆட்களை ஏறிட்டு பார்க்கும்போது, அதன் பார்வை மிகுந்த தெனாவெட்டாய் இருக்கும். அப்போதெல்லாம் ‘சாகப் பொழைக்க கிடந்தவனுக்கு வந்த திமிரப் பாருடா’ என்று இல்லாள் பொய்க் கோபம் கொள்வாள்.

காளியப்பன் என்று பெயர் சூட்டுவதற்கு ஊர் காளியம்மன் கோயிலுக்கு நேந்துவிட்டதும் ஒரு காரணம். எந்த ஆடும் எங்களிடம் வெறுமனே வளர்வதில்லை. வாங்கிய கையோடு அதை காளியம்மனுக்கோ, கருப்பசாமிக்கோ, அய்யனாருக்கோ வெட்டி பூஜை போட்டுவிடுவதாய் வேண்டிக்கொண்டுதான் புல்லையே காட்டுவோம்.

* * *

வீட்டின் முன்பாக கொஞ்சமாய் இருந்த நிலத்தில் மேய்த்து மேய்த்து அலுத்துப்போன இல்லாள். எங்காவது வெளியில் கொண்டுபோய் மேய்த்துவந்தால் தேவலாம் என்பாள் அடிக்கடி. நானும் அதை ஆமோதித்து வைத்தேன்.

அன்று ஆடுகளை வரட்டாற்றங்கரைப் பக்கம் ஓட்டிக்கொண்டு போனாள். காளியப்பன் குதியாட்டம் போட்டுக்கொண்டு ஓடினான். சிறகிருந்தால் பறந்துவிடுவது போல பரவச நிலையில் இருந்தன அனைத்து ஆடுகளும். காளியப்பன் தலையை ஆட்டியபடி பரந்தவெளிகள் கண்டு குதூகலமடைந்தான். ஒரே இடத்தில் இத்தனை நாட்களும் மேய்ந்த காளியப்பன், தடைகளற்ற புல்வெளி பரப்புகள் பார்த்து சதிராட்டம் போட்டது.

ஒவ்வொரு நாளும் ஒவ்வொரு புதிய இடங்களுக்கு ஆடுகளை மேய்ச்சலுக்கு ஓட்டினாள் இல்லாள். கட்டிப்போட்டு மேய்ப்பதைவிட, நாலு பக்கம் அலையவிட்டு மேய்த்தால் ஆடுகள் சீக்கிரம் பெருக்கும் என்ற உண்மையைக் கொஞ்சம் கொஞ்சமாய் கண்ணெதிரே காணத் தொடங்கினேன்.

காளியப்பன் முன்பு பார்த்தது போலில்லை. நிறைய மாறிவிட்டிருந்தான். எனது வீட்டின்ஒவ்வொருஅங்குலத்தையும் நன்கு அறிந்து வைத்திருந்தான். எனது மகள், மகனிடமும் நல்ல அன்யோன்யம். பிள்ளைகளும் காளியப்பனை ஆடாய் பார்க்கவில்லை. வீட்டில் உள்ள ஓர் ஆள் என்பது போலத்தான் நடத்தினார்கள். மற்ற ஆடுகளைவிட காளியப்பனே எனக்கும் பிடித்தவனாக மாறிப்போனான்.

கடைவீதியிலிருந்து நான் வீடு போகும்போதெல்லாம் தமது வரவேற்பை மெல்லிய சத்தமெழுப்பி அறிவிப்பான். நான் கட்டிலில் உட்கார்ந்தால், என்னருகில் வர படாதபாடு படுவான். தலையை ஆட்டுவான், தரையைக் கால்களால் நிமிண்டுவான்.

அது சரியான காற்றடி காலம். புளியமரங்களை எல்லாம் வேரோடு புடுங்கிப் போடும் அளவுக்கு காற்று அசுரத்தனமாக வீசத் தொடங்கியது. அக்கம் பக்கத்து காடுகளெல்லாம் மணல் பூசிக்கிடந்தன. கிழக்கே வேளார் வீட்டுப் பனங்காட்டில் எந்நேரமும் பனமட்டைகள் சரசரத்துக்கொண்டிருந்தன.

'காத்து அடிக்கும் அடியைப் பார்த்தா, மக்க மனுச உடம்புல எந்தத் துணியும் நிக்காது போல' என்று வீதியில் வருவோர் போவோர் பேசிக்கொண்டனர். அதேபோல அடித்த காற்றில் பக்கத்து வீட்டுச்சிறுமி பவுனுவின் பாவாடை, அவள் தலைவரை மேலெழும்பி பறக்கத் தொடங்க தெருவே சிரிப்புக்கோலம் பூண்டது.

என் இல்லாள் வெவ்வேறு பக்கம் ஆடுகளை ஓட்டிப்போய் மேய்த்து வந்தாள். காளியப்பன் உடம்பில் நல்ல வனப்பும் மினுமினுப்பும் கூடிக்கொண்டே வந்தது. அதன் அருகில் போய் தடவிக்கொடுத்து குரல்வளையோடு முகத்தை அணைத்துக்கொள்ளும் அளவுக்கு எனக்கும் அதற்குமான நெருக்கம் கெட்டிபடத் தொடங்கியது.

எனது வண்டிச் சத்தம் கேட்டாலே ஆவலோடு சாலையைப் பார்ப்பதை வழக்கமாய் கொண்டிருந்தான் காளியப்பன். பெரிதாகவெல்லாம் அலட்டிக்கொள்ள மாட்டான். தெனவெட்டாய் ஒரு ராஜபார்வையை என் மேல் வீசி தலையைச் சிலுப்பிக்கொள்வான். என்னைப் போலவே எனது சின்ன மகளும் காளியப்பன் மேல் உயிரையே வைத்திருந்தாள். பள்ளிக்கூடம் போகும் நேரம் போக, மற்ற நேரமெல்லாம் காளியப்பனின் அருகாமைதான் அவளுக்கு சொர்க்கம்.

'ஒரு சாதாரண ஆட்டின் மேல் இவுங்க ஏன் இவ்வளவு பாசம் வைக்கிறாங்க? என்னைக்கா இருந்தாலும் வெட்டித் தின்கிற ஆடுதானே' என்று ஊர் சனம் பேசுகிற அளவுக்கு காளியப்பன் மேலான பாசம் பக்கத்தூர் வரை பிரசித்தி பெற்றதாய் மாறியது.

தீபாவளிக்கு எல்லோருக்கும் துணி எடுக்கையில், காளியப்பனுக்கும் எடுக்க வேண்டும் என்று சின்ன மகள் அடம் பிடிக்கத் தொடங்கினாள். வேறு வழியில்லாமல் துணி எடுத்து தைக்க கொடுத்தோம். தீபாவளி அன்று காளியப்பனுக்குக் குளிப்பாட்டி போட்டுவிட்டோம்.

பக்கத்து வீடு எதுத்த வீட்டுக்காரர்கள் எல்லாம் இதென்னடா விந்தை என்று மூக்கின்மேல் விரலை வைத்தனர். சிலர் 'ரொம்பத்தான் ஓவர்' என்பது போல கடுப்படித்தனர்.

நாங்கள் எதையும் காதில் வைத்துக்கொள்ளவில்லை. காளியப்பனை அழகுப்படுத்தி பார்ப்பதும், அதற்கு பூ பொட்டு வைத்து அலங்கரிப்பதுமாக சின்ன மகளோடு சேர்ந்துகொண்டு என் இல்லாளும் நாளெல்லாம் வேடிக்கை நிகழ்த்தினாள்.

மற்ற ஆடுகளையெல்லாம் விட்டுவிட்டு காளியப்பனை மட்டும் அவிழ்த்து வந்து இரவு நேரங்களில் சின்ன மகள் தன்னோடு படுத்துக்கிடக்கும்படி பழக்கிவிட்டிருந்தாள். காளியப்பனும் இரவெல்லாம் அசை போட்டபடி அவள் தலைமாட்டிலோ, கால்மாட்டிலோ படுப்பதை வழக்கமாய்க் கொண்டிருந்தது.

• • •

நான் பிற்பாடு பெயிண்டிங் வேலைகளில் பிஸியாகி ஊர் ஊராக அலைந்துகொண்டிருந்த ஒரு பொழுதில், சின்னவளிடமிருந்து போன். பெயிண்ட் வாளியோடு சாரத்தில் சாய்ந்தபடியே செவி மடுத்தேன்.

"காளியப்பனுக்கு முடியலப்பா... ஊரினும் போகல, அசை போடவும் மாட்டேங்குது..." என்றாள் கவலை தோய்ந்த குரலில்.

"கடையில் ஓம வாட்டர் இருந்தால் வாங்கி ஊத்துங்கம்மா... சரியாப் போயிடும்."

"அம்மா ஊத்துச்சுப்பா. ஆனா, இன்னும் அப்படியேதான் இருக்குது."

"கொஞ்சம் நேரம் கழிச்சு பாருங்க, சரியாப் போயிடும்" என்று சொல்லி தொடர்பை துண்டித்தேன்.

மனதுக்குள் கவலை குடிகொண்டது. இத்தனை காலமும் காளியப்பனுக்கு நோய் நொடியென்று எதுவும் வந்ததில்லை. வேண்டாத இலை தழைகளை ஏதும் தின்றிருக்குமோ? அல்லது யாரும் அடித்திருப்பார்களா என்று பலவாறாக சிந்தனைகள் உள்ளுக்குள் ஓடியது.

இரவு வீட்டிலிருந்து போன் எதுவும் வரவில்லை. நானும் போட்டுக் கேட்க தோதற்றவனாய் இருந்தேன். இரவிலும் பெயிண்டிங் வேலை. புது வீடு... இரண்டு தினங்களில் கிரகப்பிரேசம். அதனால், மேஸ்த்திரி எங்களை எங்கேயும் விடாமல் வேலையைப் பிதுக்கி எடுத்தார்.

காலையில் வேலை தொடங்குவதற்கு முன்பாகவே இல்லாளிடமிருந்து போன். காளியப்பன் ஓயாது கழிகிறான் என்றும், அதனால் ரொம்பவும் கிறங்கி இருப்பதாகவும் உள்ளுக்குள் உடைந்தவளாய் பேசினாள்.

பலமுறை இப்படி ஆடுகளுக்கு முடியாமல் போவதும், பிறகு சரியாவதும் வழக்கமான ஒன்றுதான். எல்லாம் சரியாப் போகும் என்று என்னை நானே சமாதானப்படுத்திக்கொண்டு, யூடியூப்பில் இரவே பார்த்துவைத்திருந்த இரண்டொரு மருத்துவ முறைகளைச் சொல்லி தொடர்பை துண்டித்தேன்.

எனக்கு வேலையே ஓடவில்லை. மனமெல்லாம் சோர்வு அப்பிக்கொண்டது. சின்ன மகளை நினைத்தால்தான் கவலையாக இருந்தது. அவள் உணர்வுகள் என்னவாக இருக்கும் என்று ஒரு நிமிடம் நினைத்துப் பார்த்தேன். மனம் நிலைகொள்ளவில்லை. உடன் வேலை பார்த்தவர்கள் பல்வேறு ஆலோசனைகளைச் சொன்னார்கள். பூசாரியைக் கூப்பிட்டு மந்திரித்து பார்க்கச் சொன்னார்கள். பின் அவரவருக்குத் தெரிந்த சில எளிய மருத்துவ முறைகளைச் சொன்னார்கள்.

இதெல்லாம் நான் சொல்லாமலே செய்பவள்தான் என் இல்லாள். இந்நேரம் காளியப்பன் நலம்பெற அவள் சக்திக்கு என்ன முடியுமோ அவ்வளவையும் செய்து பார்த்திருப்பாள்.

நான் வேலையில் மனம் ஒட்டாமல் மேஸ்திரியிடம் சொல்லிவிட்டு வீட்டுக்குக் கிளம்பினேன். வேலை பார்த்த காசில் மேஸ்திரி கொஞ்சமாய் செலவுக்கு பணம் கொடுத்தார்.

குட்டி பயணம்... நகரப் பேருந்து ஆடி அசைந்து ஊர் அடைவதற்குள் போதும் போதும் என்றாகிவிட்டது.

வீட்டிலிருந்து மீண்டும் போன். என்னவோ ஏதோவென்று பதைபதைப்புடனே செவிமடுத்தேன். இல்லாள்தான் பேசினாள். தான் டாக்டரை கூட்டிவந்து பார்த்ததையும், அவர் மருந்து ஏதும் கொடுக்காமல் ஊசி மட்டும் போட்டுவிட்டு சென்றதையும் சொன்னாள். தற்போது வீட்டின் பின்புறம் புங்கை மரத்தடியில் படுத்திருப்பதாகவும், பிற ஆடுகளும் மேய்ச்சலுக்கு போகாமல் காளியப்பன் உடனேயே படுத்திருப்பதாகவும் சொன்னாள்.

எனக்கு என்னவோ போலிருந்தது. 'ஊருக்கு வந்திட்டேன். இன்னும் கொஞ்ச நேரத்திலெல்லாம் வீட்டுக்கு வந்திடுவேன்' என்று சொல்லி தொடர்பை துண்டித்தேன்.

கொஞ்சமாய் மது அருந்தினால் தேவலாம் போலிருந்தது. சந்தை பக்கம் பிளாக்கில் கிடைத்ததில், ஒரு குவாட்டர் வாங்கி அதில் கட்டிங் மட்டும் போட்டுக்கொண்டேன். சைடிஸாய் மிளகாய்த்தூள் போட்ட மாங்காய் துண்டுகளை நீட்டினர். கிரேப் மாங்காய் துண்டுகள்... வயிறு கபகபவென்று எரிந்தது. புகைக்க வேண்டும் போலிருந்தது. சந்தை கேட்டின் பின்புறம் நூற்றுக்கணக்கான ஆடுகள் மேய்ந்தன.

எனக்குள் காளியப்பன் நினைவுகள் மீண்டும் மீண்டும் அலைமோதின. பக்கத்தூரில் உள்ள ஆட்டு வைத்தியர் ஒருவரை போய் கையோடு அழைத்து வந்து காளியப்பனை சரிசெய்ய வேண்டுமென மனதுக்குள் உறுதிபூண்டிருந்தேன். கைராசியான வைத்தியர். போட்ட கட்டிங் போதையாய் உடலெங்கும் பரவத் தொடங்கிய நேரத்தில் மீண்டும் வீட்டிலிருந்து போன்.

"காளியப்பன் செத்துப் போச்சுங்க..."

வார்த்தைகள் அழுகையில் சிக்குண்டதாய் வெளிப்பட்டன. பின்னணியில் சின்ன மகள் அழுவதும் கேட்டது. வெள்ளை வெள்ளையாய் கழிந்ததாகவும், அதில் அரிசியும்

இருந்ததாகவும், அரிசியைத் தின்ற ஆட்டுக்குக் கண்ட மருந்துகளை தந்ததால் இறந்திருக்கும் என்று பக்கத்து வீட்டு பாப்பா சொன்னதாகச் சொல்லி அழுது அரற்றினாள்.

சாவதற்கு முன்பாக தட்டுத்தடுமாறி எழுந்து சின்ன மகள் முகத்தையே முகர்ந்து பார்த்ததாகவும், பிறகு தமது சக ஆடுகள் ஒவ்வொன்றிடமும் போய் நின்றதாகவும் சொல்லி, மீண்டும் தொடரமுடியாதவளாய் அழுதாள்.

நான் செய்வதறியாது ஆழ்ந்த மெளனத்தில் உறைந்துகொண்டிருந்தேன்.

"ஆடு உறிக்கிறவர் வந்திருக்காருங்க. கறிய கூறுபோட்டு வித்திட்டா முதலுக்கு மோசமிருக்காது..." என்றவளை இடைமறித்து கத்தினேன்.

"நீ செத்தா நான் கறிய கூறு போடுவேனாடி..."

என் கத்தலால் சந்தைத் திடலே அதிர்ந்தது. சுற்றும் முற்றும் இருந்தவர்கள் விநோதமாய் பார்த்தனர்.

"ஒழுங்கு மரியாதையா அந்த ஆளா போகச் சொல்லிடு" - என் நா தழுதழுக்கத் தொடங்கியது.

மனம் விம்ம விம்ம சந்தைத் திடலுக்கு வெளியே இருந்த பூக்கடையில் ஒரு பெரிய மாலை கட்டச் சொன்னேன்.

பூக்கடைக்காரர், "என்ன தம்பி, பெரிய காரியமா?" என்றார்.

'ஆமாண்ணே' என்று சொல்வதற்கும் கன்னங்களில் கண்ணீர் தாரை தாரையாய் இறங்குவதற்கும் சரியாய் இருந்தது.

—⚬—

வியாக்கிரம்

– மது ஸ்ரீதரன்

"அப்ப நாங்க நாளைக்கே பால் காய்ச்சிடறோம் சார்."

வாசுதேவன் அட்வான்ஸ் தொகையை 'வயர் டிரான்ஸ்பர்' செய்தார். அடையார் ஆனந்த பவனில் அமர்ந்து காபியை உறிஞ்சியபடி.

"ரொம்ப ஸ்மூத்தா முடிஞ்சுது சார்" - வாயெல்லாம் பல்லாகக் கைகுலுக்கி வீட்டின் சாவியை நீட்டினார் எதிரே அமர்ந்திருந்த ஓனர். வாடகையிலோ, அட்வான்ஸ் தொகையிலோ ஒரு ரூபாய் கூடப் பேரம் பேசாமல் கேட்ட தொகைக்கு வாசுதேவன் ஒப்புக்கொண்டது அவருக்கு இன்னும் ஆச்சரியமாக இருந்தது. எதிரே அமர்ந்திருந்த வாசுதேவனையும் அவர் மனைவியையும் பார்த்து மீண்டும் ஒருமுறை புன்னகைத்தார்.

"அக்ரீமெண்ட் ரெடி பண்ணிடறேன். அப்புறம் நீங்க பெரிய ஆபீசர், உங்க கிட்ட இந்த கண்டிஷன் எல்லாம் சொல்றது எனக்கே சில்லியா இருக்கு. ஆனாலும் பாருங்க, அசோசியேஷன் ரூல்ஸ்."

"பரவாயில்லை சார், சொல்லுங்க."

ஓனர் ஒப்புவிக்க ஆரம்பித்தார்...

"ஒரு பிளாட்டுக்கு ஒரு கார்தான் அலவட். கொடுத்திருக்கிற பார்க்கிங்லதான் நிறுத்தணும்."

"ஓகே சார்!"

"ராத்திரி பத்து மணிக்கு மொட்டைமாடியை மூடிடுவோம்."

"நோ ப்ராப்ளம்!"

"மெயின்டெனன்ஸ் நீங்கதான் கொடுக்கணும். ரிப்பேர் செலவுகள்ல பாதி உங்களுது..."

"ஷியூர்!"

"நீங்க மூணு பேர்தானே...? கெஸ்ட் வரலாம். ஆனால், ரொம்ப நாள் தங்கிறதுன்னா முதல்லயே சொல்லணும்."

"டன்!"

தயங்கியபடியே, ''பெட்ஸ்...?'' என்றார் வாசுதேவன்.

ஓனர் கொஞ்சம் யோசித்தார். அக்கவுண்டுக்கு சுளையாக வந்திருந்த ஒரு லட்சம் அட்வான்ஸ் தொகை மனதில் பளிச்சிட, "நோ ப்ராப்ளம்" என்றவர் கேட்டார், "டாக் ஆர் கேட்?"

''புலி'' என்றார் வாசுதேவன்.

அடுத்த மூன்று மாதங்களுக்கு வாசுதேவனுக்கு ஒரே போராட்டம்தான்.

விஷயம் இதுதான்...

வாசுதேவன் அஸ்ஸாமில் வனத்துறை ACF உயர் அதிகாரியாக இன்னும் பணியில் இருப்பவர். பூர்விகம் கேரளா. பையன் பட்டப்படிப்பை முடித்துவிட்டு, ஒரு வருடம் 'ஃபீல்டு வொர்க்' செய்ய சென்னைக்கு வரவேண்டி இருந்தது.

வாசுதேவனின் பையன், மஹிதர் கொஞ்சம் வித்தியாசமானவன். வீட்டைவிட்டு ஒரு மணி நேரம் தனியாக ஷாப்பிங் சென்றுவந்தாலே அவனுக்கு 'ஹோம் சிக்' வந்துவிடும். எங்கே சுற்றினாலும் இரவு வீட்டுக்கு வந்துவிட வேண்டும். வீட்டைவிட்டு, அம்மா அப்பாவை விட்டு ஓர் இரவு கூடத் தனியாக இருந்ததில்லை.

பள்ளிப்படிப்பை முடித்ததும் எப்படி சமாளிக்கப் போகிறான் என்ற கவலை வாசுதேவனுக்கு. பள்ளியை முடித்து காலேஜ் ஹாஸ்டல்என்றுபேச்சைஎடுத்ததுமேமயங்கிவிழுந்துவிட்டான் மஹிதர். நான்கு வருடம் டே-ஸ்காலர்தான். மூன்றாம் வருடம் டெல்லி காலேஜ் டுருக்குக் கூட அப்பாவும் அம்மாவும் மூட்டை கட்டிக்கொண்டு ஒரு வாரம் கூடவே கிளம்பினார்கள்.

"நாளைக்கு உன் ஹனிமூனுக்கும் நாங்க ரெண்டு பேரும் வரணுமாடா?" என்று கேலி செய்வார் வாசுதேவன்.

இப்போது மஹிதருக்கு ஃபீல்டு புராஜெக்ட், சென்னையில். நிச்சயம் இதைச் செய்தாக வேண்டும். அப்போதுதான் வேலை நிரந்தரமாகும். ''அம்மாவை மட்டும் கூட்டிப் போடா'' என்றார் வாசுதேவன்.

பையன் விடவில்லை. 'நீயும் வந்தாகணும்' என்று ரகளை.

வேறு வழி? ஒரே பையன் என்று ஏகப்பட்ட செல்லம் கொடுத்து வளர்த்தாகிவிட்டது. இப்போது பையனுக்காக கிளம்பித்தானே ஆகவேண்டும்? நீண்ட மருத்துவ விடுப்பு என்று காரணம் சொல்லி எட்டு மாதங்கள் லீவும் கிடைத்துவிட்டது.

இதெல்லாம் கூடப் பிரச்னை இல்லை. 'பதஞ்சலி' தான் நிஜமான சவால். பதஞ்சலி இவர்கள் வீட்டில் வளரும் புலி. ஆம்... காட்டுப் புலி. 400 கிலோ பிரம்மாண்டம்!

இரண்டு வருடங்களுக்கு முன்னர் காட்டுப் பகுதியில் ரோந்து சென்றபோது, பிறந்து சில வாரங்களே ஆன புலிக்குட்டி ஒன்றைக்கண்டெடுத்தார் வாசுதேவன். காலில் அடிபட்டிருந்தது. கிட்டத்தட்ட இறந்துபோகும் நிலையில் முனகியபடி கிடந்தது. தாய்ப் புலி அருகில் இல்லை. ஒருவேளை காயப்பட்ட குட்டி என்று கைவிட்டுச் சென்றுவிட்டதோ?

வீட்டுக்குத் தூக்கிவந்து சிகிச்சை அளித்தார் வாசுதேவன். குட்டி பிழைத்தது. வளர்ந்து பெரிய ஆண் புலியாக நின்றது. கால் மட்டும் சரியாகவே இல்லை. கொஞ்சம் தாங்கித் தாங்கி நடந்தது. காட்டை ஒட்டிய தனி வீடு என்பதால், புலி வளர்ப்பதில் பெரிதாகப் பிரச்னை இருக்கவில்லை வாசுதேவனுக்கு.

வேலை விஷயமாக பீகாருக்கும் ஒரிசாவுக்கும் போகும்போது புலியும் கூடவே சென்றது. ஆயிரத்தெட்டு லைசன்ஸ், பெர்மிஷன், சர்டிபிகேட்ஸ் வாங்கி வைத்துக்கொண்டார் வாசுதேவன். ACF என்பதால் சுலபமாகக் கிடைத்துவிட்டன அவை. புலியை யாரிடமாவது விட்டுச்செல்லலாமே என்றால், நம்பகமான ஆள் யாரும் கிடைக்கவில்லை.

ஒருமுறை ரேஞ்சர் ஒருவரின் பாதுகாப்பில் இரண்டு நாள் விட்டுச்சென்றார் வாசுதேவன். திரும்பிவந்து பார்த்ததில் புலிக்கு காய்ச்சல் வந்திருந்தது. ஒரு வாரம் எதுவும் சாப்பிடவில்லை. அப்பா, அம்மாவை விட்டு இருக்கமுடியாத பாசப் பிறவியில் இவன் மஹிதரையே மிஞ்சிவிட்டிருந்தான். அப்போது முடிவுசெய்தார், எங்கே போனாலும் இவனையும் கூட்டிக்கொண்டே போவது என்று.

பதஞ்சலிக்கு 'வேட்டையாடும் உள்ளுணர்வு' அறவே இருக்கவில்லை. வேளா வேளைக்கு சிக்கனும், மட்டனும் சமர்த்தாக சாப்பிடும். ஓர் ஆட்டுக்குட்டியை அருகில் விட்டால், சமர்த்தாக நக்கி விளையாடும். அதுதான் தான் தினமும் சாப்பிடும் மட்டன் என்று தெரியாது.

எப்படியோ போராடி பிளாட்டுக்கு வந்தாகிவிட்டது. தனி விமானத்தில் கூண்டுடன் கொண்டுவந்து இறக்கியாகிவிட்டது. 'லேக் வியூ' அபார்ட்மெண்ட் மூன்றாவது ஃப்ளோர். புலியின் வருகையை அறிந்து சக பிளாட்வாசிகள் அதிர்ந்தார்கள். புகார்கள் பறந்தன.

இவர்தான் எல்லா லைசன்ஸூம் வைத்திருக்கிறாரே... போலீஸ் வந்து பார்த்துவிட்டு மேலதிகாரிகளின் அழைப்புகளில் அடங்கிப்போய் கும்பிடு போட்டுவிட்டுத் திரும்பிச் சென்றது. வாடகை இரு மடங்கானது. செஃப்டி டெபாசிட் இன்னுமொரு லட்சம் கேட்கப்பட்டது. பிளாட் ஓனர் மீட்டிங் போட்டு சக பிளாட்வாசிகளுக்கு தெளிவுபடுத்திவிட்டார்.

"எல்லாரும் ஒரு வருஷம் மட்டும் பொறுத்துக்கங்க. ஒரே வருஷம்... அப்புறம் சார் காலி பண்ணிடுவார், பையனுக்கு ஏதோ புராஜக்ட் வேலைன்னு வந்திருக்கார். எட்டு மாசத்துல முடிஞ்சாலும் முடியும். புலி எதுவும் செய்யாது. வெளியே வராது, பூட்டிய அறைக்குள்தான் இருக்கும். வந்தாலும் மவுத் கார்ட் போட்டிருக்கும். நகம் எல்லாம் ட்ரிம் பண்ணியாச்சு. நீங்க வழக்கம் போல நடமாடலாம்."

'டைகர் பிளாட்' என்று இரண்டே நாட்களில் பெயர் வந்துவிட்டது அந்த வீட்டுக்கு. குழந்தைகள் அவ்வப்போது பயத்துடன் உள்ளே எட்டிப் பார்க்கும். விசாலமான ஹாலில் சில

நேரங்களில் பதஞ்சலி அங்கும் இங்கும் நடந்துகொண்டிருக்கும். சில நேரங்களில் தூங்கிக்கொண்டிருக்கும். சில நேரங்களில் விளையாடிக்கொண்டிருக்கும். உறுமல் சத்தம் லேசாக அவ்வப்போது கேட்கும்.

'சேதுராமனை' அந்த பிளாட்டின் தீராத தலைவலி எனலாம். 'சி' பிளாக், நான்காம் ஃப்ளோர், பிளாட் நம்பர் ஆறு.

'ஒத்துழையாமை' என்பதற்கு மறுபெயராக சேதுராமனை சொல்லலாம். 60 வயதாகும் ரிட்டயர்டு பேங்க் ஆபீசர். மனைவியும் அவரும்தான் ஃபிளாட்டில் வசிக்கிறார்கள். விடிந்தால் ஏதோ ஒரு பிரச்னையை வாட்ஸப் குரூப்பில் கிளப்பிவிடுவார்.

'ஐந்தாம் மாடியில் இருந்து ஏசி தண்ணீர் கீழே அப்படியே ஒழுகுது, ஹோஸ் போடுங்க.'

'செருப்பு ஸ்டாண்ட் நடக்கறதுக்கு இடைஞ்சலா இருக்கு, கொஞ்சம் தள்ளி வைங்க.'

'சார், நீங்க காரை ரெண்டடி பின்னால் தள்ளி நிறுத்தணும், டூ-வீலர் எடுக்க கஷ்டமா இருக்கு.'

'நேற்று தெருநாய் ஒன்று மொட்டைமாடிக்கு ஏறி வந்து அசிங்கம் செய்துவிட்டது.'

'பி பிளாக் வண்டி ஏன் சி பிளாக் பார்க்கிங்ல நிற்குது?'

'நேத்து வாட்டர் டேங்க் ஓவர்-ப்ளோ ஆயிருச்சு, மோட்டர் போடறவங்கதான் நிறுத்தணும்.'

'ஏன் காமன் கேட் பூட்டி இருக்கு? யார் பூட்டினது?'

'சார், நீங்க இன்னும் லீக்கேஜை சரிசெய்யலையே.'

'பசங்களை கொஞ்சம் சத்தம் போடாம விளையாடச் சொல்லுங்க, தலை வலிக்குது.'

'என்ன சார், ஒரு மாசமாவா ரிப்பேர் ஒர்க் நடக்கும், டங் டங்-குன்னு தலைல அடிக்கிற மாதிரி குட்டறாங்க'

- அவரின் எண்ணிறைந்த குறைகளில் இவையெல்லாம் சில.

மற்ற ஃபிளாட்வாசிகள் கீழ்க்கண்ட எல்லாவிதமான டெக்னிக்கையும் பயன்படுத்திப் பார்த்துவிட்டார்கள்.

முதலில் ஆமாம் சாமி போடுவது: 'கண்டிப்பா சார், இதோ பண்ணிடலாம் சார், லீக்கேஜ்தானே, இன்னிக்கு பிளம்பர் வந்திடுவார் சார்' (இரண்டு வருடங்களாக இதைத்தான் சொல்லிக் கொண்டிருக்கிறார்)

அடுத்து முற்றிலுமாக அலட்சியம் செய்வது. (வாட்ஸப்பில் பதிலே சொல்லாமல் இருப்பது. நேரில் பார்த்துவிட்டால் வராத போன் கால் பேசுவது போல காதில் வைத்துக்கொண்டு நழுவுவது)

மூன்றாவது சண்டை போடுவது. 'என்ன சார், நீங்க மட்டும்தான் அபார்ட்மென்ட்ல இருக்கீங்களா? எல்லோரும்தானே இருக்கோம். அப்படி அவ்ளோ அர்ஜன்ட்ன்னா நீங்களே அசோஷியேஷன் ஃபண்ட்ல இருந்து எடுத்து பண்ணச் சொல்லுங்க. பிளாட்-க்கு வெளியிலதான லீக்கேஜ் இருக்கு. சும்மா குறை சொல்லணுமேன்னு சொல்லாதீங்க.'

சண்டை போடுவது பெரும்பாலும் உசிதம் அல்ல, அபார்ட்மெண்ட்களில். ஆமாம் சாமி போடுவது, முகத்துக்கு நேராக புகழ்ந்து பேசுவது, 'பண்ணிக்கலாம் சார்' என்று ஓத்திப்போடுவது, யாரை எங்கே ஆஃப் செய்வது என்பதைத் தெரிந்து வைத்துக்கொள்வது, மறைமுக அழுத்தம் கொடுப்பது, எப்படி *soft revenge* எடுப்பது போன்ற ஆய கலைகள் தெரிந்திருக்க வேண்டும்.

ஓகே... விஷயத்துக்கு வருவோம்.

சேதுராமனுக்கு வளர்ப்பு பிராணிகள் என்றால் அலர்ஜி. இப்படித்தான் சென்ற வருடம் ஒருவர் தன் வளர்ப்பு நாயுடன் வாடகைக்கு குடியேறினார். ஆஜானுபாகுவாக இருந்த அந்த நாய் கொஞ்சம் முரடு. கொஞ்சம் முறைக்கும், கொஞ்சம் உறுமும், கொஞ்சம் குரைக்கும். எஜமானரைத் தவிர எல்லோரும் எதிரிதான் அதற்கு. சேதுராமன் விடுவாரா? மறைமுக அழுத்தம் கொடுத்து ஆறு மாதத்தில் வீட்டை காலி செய்ய வைத்துவிட்டார்.

நாய்க்கே நர்த்தனமாடியவர் புலி என்றால் கேட்கவா வேண்டும்?

நிஜமாகவே தன் அபார்ட்மெண்ட்டுக்கு வளர்ப்புப் பிராணியாக ஒரு புலி வந்திருக்கிறது என்பதை அவரால் நம்பமுடியவில்லை. பிறகு நம்பி, வானத்துக்கும் பூமிக்கும் குதித்தார். யார் யாருக்கோ போன் செய்தார். போலீசை அழைத்து வந்தார். வாசுதேவனிடம் நேரடியாக சண்டை போட்டார். ஆதரவாளர்களைத் திரட்டி ரெசிடன்ஸ் வெல்பேர் அசோசியேஷனில் மனு கொடுத்தார்.

அவரது அதிகாரம் தெருமுனை வரைதான். வாசுதேவனுக்கு மத்திய மந்திரி வரை செல்வாக்கு இருந்தது. பிரதமருடன் அவர் எடுத்துகொண்ட மெகா சைஸ் புகைப்படம் வீட்டின் ஹாலில் மிரட்டியது. ஆனாலும் அசரவில்லை சேதுராமன். காலையில், மாலையில் கருத்துடன் நாளும், ஆசாரத்துடன் அங்கம் துலக்கி இந்த கம்ப்ளையண்ட்டை யாருக்காவது அனுப்புவார்.

"எங்களால எதுவும் செய்யமுடியாது சார். மினிஸ்டர் வரை தெரிஞ்சிருக்கு அவருக்கு, அதுவும் இல்லாம இந்த புலிக்கு ஹன்டிங் இன்ஸ்டின்ட் இல்லை என்று சர்டிபிகேட் வைத்திருக்கிறார். உள்ளுக்குள் அது ஒரு பூனை சார். ஒரு நாய், ஒரு பூனை வளர்ப்பது மாதிரிதான் இதுவும். விடுங்க சார்"

"அது எப்படி சார் விடமுடியும்? இது என்ன சிட்டியா? காடா? நாயும் பூனையும் புலியும் ஒண்ணா? என்ன பேசறீங்க? புலிக்கு வேட்டையாடச் சொல்லித் தரணுமா? அது ஒட்டிப் பிறந்த குணம் சார். ரத்தத்தை பார்க்க ஆரம்பிச்சா கடிச்சு குதறிடும். நான் போறேன், நான் இருக்க மாட்டேன். வீட்டை வித்துட்டுப் போறேன். பொண்ணுங்க வீட்டுக்கு வரவே பயப்படறாங்க."

"லைசன்ஸ் எல்லாம் வெச்சிருக்காரு சார்..."

"என்ன சார் பொல்லாத லைசன்ஸ். நாளைக்கே நான் ஒரு யானையைக் கூட்டிவந்து பார்க்கிங்ல கட்டிப் போடறேன். லைசன்ஸ் இருக்குனு சொல்றேன், ஒத்துப்பிங்களா? நான் இருக்க மாட்டேன், போறேன் சார்."

"ஓகே சார், உங்க இஷ்டம். நீங்க சேஃப்-ஆ ஃபீல் பண்ணலைன்னா வேற எங்காவது தங்கிக்கலாம்."

"சொந்த வீட்டை விட்டுட்டு நான் ஏன் சார் போகணும்? எவனோ புலியைக் கொண்டுவருவானாம், நான் காலி பண்ணிட்டு போகணுமாம்."

"அப்ப போகாதீங்க."

கோபம் அடங்கவேயில்லை அவருக்கு. 'விட மாட்டேன், நான் பிரஸ்-சை கூப்பிடறேன். ஊருக்கெல்லாம் சொல்றேன்'.

சில வாரங்களில் நிலைமை 'நார்மல்' ஆகிவிட்டது. பிளாட்வாசிகள் வழக்கம் போல உலாவத் துவங்கினார்கள். பதஞ்சலி வெளியே வருவதே இல்லை. வேடிக்கை பார்க்க கூட்டம் கூடிவிடுமே?

அதிகாலை சேம்ப்டி காலர் போட்டு புலியை மூன்று மணிக்கு வாக்கிங் கூட்டிப் போவார் வாசுதேவன். அவ்வப்போது அபூர்வமாக பால்கனியில் தென்படும். இரண்டு வேளை சமைத்த சிக்கன் மட்டுமே சாப்பிடும்.

சிறுவர்கள் வெளியே நின்று வேடிக்கை பார்த்தார்கள். சில நாட்களில் தைரியத்தை வரவழைத்துக்கொண்டு உள்ளே சென்றார்கள். மஹிதரை 'ஃப்ரெண்டு' பிடித்தார்கள்.

"அண்ணா, பதஞ்சலியைத் தொட்டுப் பார்க்கணும்" என்றார்கள்.

'ஷ்யூர்' என்று உள்ளே அழைத்துச் சென்றான் மஹிதர். பதஞ்சலி ஒரு பூனை போல படுத்திருந்தது. தொடும்போது சிணுங்கியது. தொடுவதற்கு ஒரு பஞ்சு மூட்டை போலிருந்தது. கண்களில் சிநேகம் காட்டியது. இடது முன்னங்காலில் ஒருவித சப்போர்ட் ஃபிரேம் மாட்டியிருந்தது. அதன் உதவியுடன் கியூட் ஆக நடந்தது.

சேதுராமன் மட்டும் மாறவில்லை. 'பார்த்துட்டே இருங்க, ஒருநாள் எல்லாரையும் மேல விழுந்து குதற போகுது' என்று சொல்லிக்கொண்டே இருந்தார்.

'இதாலதான் நான் சாகப்போறேன்' என்று அடுத்த மீட்டிங்கில் பகிரங்கமாக அறிவித்தார். 'இந்தப் புலி என்னைக் கொன்னு ரத்தம் குடிக்கப்போறது, என் சாவுக்கு அந்த வாசுதேவன்தான் முழு பொறுப்பு' என்று பிரகடனம் செய்தார்.

மஹிதர் தினமும் புராஜெக்ட்டுக்கு சென்றுவந்தான். வீட்டுக்கு அருகிலேயே வேலை. அவன் அம்மாவுக்கு மட்டும் சென்னை வெயில் ஒத்துக்கொள்ளவில்லை. குளிரிலேயே இருந்து பழகியவர் ஆயிற்றே!

இப்படியே ஒரு ஆறு மாதங்கள் ஓடிவிட்டன.

அந்த சபிக்கப்பட்ட நாள் வந்து சேர்ந்தது, சேதுராமனுக்கு. அவர் பயந்ததிலும் ஓர் அர்த்தம் இருக்கத்தான் செய்தது. எந்த நேரத்தில் என்ன நடக்கும் என்று யாருக்குத் தெரியும்?

அன்று 'பூஜா ஹாலிடேஸ்' என்பதால், ஃபிளாட்டே காலியாக இருந்தது. குழந்தைகளை அழைத்துக்கொண்டு எல்லோரும் ஒரு பக்கம் ஊருக்குச் சென்றுவிட்டிருந்தார்கள். ஃபிளாட்டில் சேதுராமன் மற்றும் வாசுதேவன் குடும்பங்கள் மட்டுமே இருந்தன. காலை 11 மணி இருக்கும். சேதுராமன் மனைவி மொட்டைமாடியில் துணி காயப் போட்டுக்கொண்டிருந்தார்.

மாலையில் மகளும் மாப்பிள்ளையும் வருகிறார்கள். பக்கத்து கடைக்குச் சென்று பால் வாங்கி வருவதற்காக லிஃப்ட் அருகே வந்தார் சேதுராமன். லிஃப்ட் வேலை செய்யவில்லை. 'இதே வேலையாப் போச்சு. மாசம் இருபது நாள் லிஃப்ட் வேலை செய்யறதில்லை. மெயின்டனன்ஸ் மட்டும் சுளையா வாங்கிக்கிறாங்க. எதுவுமே சரியில்லை' என்று முணுமுணுத்தார். உடனே வாட்ஸப் திறந்து, 'லிஃப்ட் வேலை செய்யவில்லை' என்று மெசஜ் தட்டினார்.

படிகளில் கீழே இறங்க வேண்டும். இறங்கியதும் வாசுதேவன் வீடு வந்தது... வீடு திறந்திருந்தது. 'வீட்டை உள்ளே பூட்டிவைங்கன்னு எத்தனை முறை சொல்றது?' அந்தப் பக்கமே திரும்பாமல் அவசர அவசரமாக கீழே இறங்கினார். இரண்டு மாடிகள் இறங்கி முடித்துவிட்டார்.

வாட்ஸப் மெசஜிலில் ஏதோ பதில் வந்திருந்தது. உடனே ஆர்வமாகி அதை படிக்க ஆரம்பித்தார்.

இரண்டாம் ஃப்ளோரில் பூந்தொட்டிகளுக்கு இடையே இருந்த இடைவெளியில் இருந்து சீறிக் கிளம்பி வந்தது அது. 'கீச் கீச்' என்ற சத்தத்துடன் வெளியேற இடம் தேடி இங்கும்

அங்கும் அலைந்தது அந்தப் பெரிய எலி. முதலில் சேதுராமன் அதைக் கவனிக்கவில்லை. போனை நோண்டியபடி இறங்கிக் கொண்டிருந்தார். வழியில் ஆள் குறுக்கிட்டதும் என்ன செய்வதென்று தெரியாமல் காலை உரசியபடி எதிர் திசையில் ஓடியது எலி.

மிரண்டுபோன சேதுராமன் உடனே சுவர் பக்கம் ஒதுங்கினார். பேலன்ஸ் தவறிவிட்டது. பிடிமானம் கைகளுக்கு சரியாகக் கிடைக்கவில்லை. ஒரு மூட்டை போல படிகளில் அப்படியே உருண்டு கீழே போனார்.

'ஹாஸ்பிடல் கொண்டுபோகும் வழியிலேயே உயிர் பிரிந்துவிட்டது' என்ற செய்தி மாலையில் வந்து சேர்ந்தது.

———◦———

உயிர்த் தோழி

– சாய்ரேணு சங்கர்

களைத்த உயிர்களை கனிவுடன் தட்டித் தூங்கவைக்கும் தாயான இரவு.

இருளின் அமைதியைக் கிழித்துகொண்டு கைபேசி அலறியது.

"ஹலோ!" என்றாள் தன்யா எரிச்சலுடன்.

"சதுரா டிடக்டிவ் ஏஜன்சி? என் பெயர் ஹர்ஷிதா. மதர் தெரஸா ஹாஸ்டல் ஃபார் விமன், அடையாறிலிருந்து பேசறேன். ஒரு குற்றத்தை ரிப்போர்ட் செய்யணும்" குரலில் படிப்பு இருந்தது, அவசரம் இருந்தது, கோபம் இருந்தது. கூடவே... பயம்?

"கோஅஹெட்" என்றாள் தன்யா. சொல்லும்போதே படாரென்ற சப்தத்தோடு தொடர்பு அறுந்தது.

"ஹலோ? ஹலோ?" கூவிப் பார்த்துவிட்டு மீண்டும் அழைக்கலாமா என்று தன்யா கொட்டாவிகளுக்கிடையில் யோசித்துக் கொண்டிருந்தபோது, கைபேசி மறுபடி அழைத்தது.

"யெஸ்? ஹர்ஷிதா?"

"ஹர்ஷிதாதான் பேசறேன். கொஞ்சம் உடனே கிளம்பி வரமுடியுமா?"

"ஹலோ, யார் நீங்க? எதுக்காக இந்த அர்த்த ராத்திரியில் கூப்பிடறீங்க? ஏதோ குற்றத்தை ரிப்போர்ட் பண்ணணும்ன்னு சொன்னீங்க?" என்று கேட்டாள் தன்யா.

"ஆமா... நான் செய்துட்ட குற்றம். அதை உங்ககிட்ட சொல்ல தைரியமில்லை. லெட்டரா எழுதி வெச்சிருக்கேன். இப்போ இன்னொரு குற்றம் செய்யப் போறேன்... தற்கொலை!" என்ற ஹர்ஷிதாவின் பதிலில் பதற்றமானாள் தன்யா.

"ஹலோ ஹர்ஷிதா? அவசரப்படாதீங்க. நான் உடனே கிளம்பி வரேன். எதுவானாலும் பேசிக்கலாம். ஹலோ! ஹலோ..." மறுமுனை வைக்கப்பட்டுவிட்டதை உணர்ந்து பதற்றமானாள் தன்யா. வேக வேகமாகத் தர்ஷினியை எழுப்பி, ஸ்கூட்டியில் ஆரோகணித்தபோது, சில நிமிடங்களே கடந்திருந்தன.

(ஒரு மினி அறிமுகம். தன்யா-தர்ஷினி இருவரும் கஸின்ஸ். சதுரா துப்பறியும் நிறுவனம் என்ற அமைப்பை அவர்கள் சகோதரன் தர்மாவோடு சேர்ந்து நடத்திவருகிறார்கள்.)

"போலீஸுக்கு தகவல் கொடுத்திடுவோமா?" என்றாள் தர்ஷினி, கூகுள் மேப்ஸில் மதர் தெரஸா ஹாஸ்டலைத் தேடியவாறே.

"இது ஏதாவது ப்ராங்க்கா இருந்தா...? நடுவில் ஒரு தரம் கால் கட்டாச்சு. ஒருவேளை யோசிக்காம கால் பண்ணிட்டு, டயலாக் யோசிச்சுட்டு மறுபடி பண்றாங்களோ?"

"வாய்ப்பு இருக்கு" ஒப்புக்கொண்டாள் தர்ஷினி.

அவர்கள் ஹாஸ்டலை அடைந்தபோது, காம்பவுண்ட் கதவு திறந்தே இருந்தது. "என்ன இது, இவ்வளவு அலட்சியமா இருக்காங்க. அதுவும் லேடிஸ் ஹாஸ்டல்ல?" என்று கேட்டவாறே உள்ளே நுழைந்த தன்யா அதிர்ந்தாள்.

ஆம்... திகில் திரைப்படத்தில் வருவது போன்ற காட்சி அவள் கண் முன்னே தெரிந்தது.

ரத்த வெள்ளத்தில் ஒரு பெண்... அவளுக்கருகில் பிரமித்து நின்றுகொண்டு ஒருத்தி.

இவர்கள் நெருங்கியதும், "ஹர்...ஹர்ஷிதா! நான் வந்தபோது... இப்படி... ரத்..." தலையைச் சுற்றியதுபோலும், அப்படியே தரையில் சாயப் போனவளைத் தன்யா தாங்கிக்கொண்டு, அந்த இடத்திலிருந்து நகர்த்தினாள். தர்ஷினி போலீஸைத் தொடர்புகொண்டாள்.

* * *

ஹாஸ்டல் அல்லோலகல்லோலப் பட்டது.

வார்டன் விஷயம் கேள்விப்பட்டு அதிர்ந்து அமர்ந்தவர் அமர்ந்தவர்தான். போலீஸ் வந்ததும் "அம்மா..." என்று அவளை உலுக்கினாள் வெளியில் பார்த்த பெண். அதன்பிறகே அசைந்தார். போலீஸிடம் மெல்லிய குரலில் பேசினார்.

தன்யா- தர்ஷினியைப் பார்த்ததும், "வாங்க ட்ரபிள்மேக்கர்ஸ்! என்ன விஷயம் சொல்லுங்க" என்றாள் இன்ஸ்பெக்டர் குந்தவை.

தன்யா தனக்கு தெரிந்ததைச் சொல்லிமுடித்ததும், "ஹர்ஷிதா... மூணு வருஷமா எங்க ஹாஸ்டல்ல இருக்கா. தைரியமான பொண்ணு... அவ... தற்கொலை..." சொன்னதையே திரும்பச் சொல்லி, தலையைக் கைகளில் தாங்கிக்கொண்டார் வார்டன்.

"பாடியை முதலில் பார்த்த பொண்ணு யாரு?" என்று கேட்டாள் குந்தவை.

"விலாசினி... என் பொண்ணுதான். இங்கேதான் அவளும் தங்கியிருக்கா. ஹர்ஷிதாவும் அவளும் ரூம் மேட்ஸ்."

"மேடம், ராத்திரியில கேட்டைப் பூட்ட மாட்டீங்களா?" என்று கேட்டாள் தன்யா.

"வாட் டு யூ மீன்? கேட் ஒன்பது மணிக்கெல்லாம் பூட்டிடுவோம். அதோட வாட்ச்வுமனும் இருக்காங்க" என்றார் வார்டன்.

"வாட்ச்வுமனா? நாங்க யாரையும் பார்க்கலையே!"

"நான் வந்தபோதே ருத்ரம்மாவைக் காணும்மா. கேட் திறந்துதான் இருந்தது" என்றாள் விலாசினி.

அதற்குள் பின்னால் ஒரு கான்ஸ்டபிள் பிரசன்னமாக, "என்ன மங்கை?" என்று கேட்டாள் இன்ஸ்பெக்டர் குந்தவை.

"பில்டிங்குக்குப் பின்னாடி காக்கி டிரஸ்ல ஒரு அம்மா கிடக்கறாங்க. கத்தியால் குத்தப்பட்டிருக்காங்க" என்றாள் கான்ஸ்டபிள் மங்கை.

"ஷிட்!" என்று எழுந்தாள் குந்தவை.

* * *

குந்தவை ஹர்ஷிதாவின் அறைக்குத் திரும்பியபோது, போலீஸ் தன் சோதனையை முடித்திருந்தது. தன்யா ஒரு கடிதத்தை நீட்டினாள். கம்ப்யூட்டர் ப்ரிண்ட்-அவுட். தமிழில் தட்டச்சு செய்யப்பட்டிருந்தது.

நான் செய்த குற்றங்கள் பெரியவை... அதிகம்.

எனக்கு நானே நீதிபதி. செய்த குற்றம் – போதைமருந்து விநியோகித்தல். விதித்த தண்டனை – மரணம்.

என் கூட்டாளிகளைக் காட்டிக்கொடுக்க விருப்பம் இல்லை... போகிறேன்.

"வெரி க்ளியர். கேஸ் முடிஞ்சு போயிருக்கும் – அந்த வாட்ச்வுமன் கொல்லப்படாம இருந்திருந்தா" என்றாள் குந்தவை.

'ஷார்ப்!' மனதுக்குள் பாராட்டினாள் தன்யா.

"இவ ட்ரக்ஸ் பெட்லர்ங்கறது உண்மைதானா?" என்று வார்டனிடம் கேட்டாள் குந்தவை.

வார்டன் குழப்பமாகத் தலையசைத்தாள். "இந்த ஹாஸ்டலில் அந்த சனியன் நுழையக் கூடாதுன்னு எவ்வளவோ முயற்சி செய்தேன். இருந்தாலும் இரண்டொருத்தர் அப்பப்போ மாட்டுவாங்க. இவங்களுக்கு சப்ளை பண்றது யார்னு நான் இன்வெஸ்டிகேட் பண்ணிட்டேதான் இருந்தேன்" என்றாள்.

"விலாசினி?" என்றாள் தன்யா.

"எனக்கு சந்தேகம் இருந்தது. ஆனா, நான் அம்மாகிட்ட எதுவும் சொல்லல. காரணம் ஹர்ஷிதா கிண்டர் கார்ட்டன்லேர்ந்து என் பெஸ்ட் ஃப்ரெண்ட். இன்றைக்குக் காலையில அவகிட்ட உடைச்சுப் பேசிட்டேன். சாயங்காலம் என் ஃப்ரெண்டோட பர்த்டே பார்ட்டி. நான் திரும்பி வந்ததும் எங்கிட்ட உண்மையைச் சொல்லணும்னு அவளை எச்சரிச்சுட்டுத்தான் போயிருந்தேன். நான் வர்றதுக்குள்ள அந்தப் பாவி இப்படிப் பண்ணிப்பான்னு நான் எதிர்பார்க்கவே இல்லை" கொணகொணவென்று அழுகைக் குரலில் பேசினாள் விலாசினி.

வார்டன், "எனக்கு தெரியாம இவ்வளவு நடந்திருக்கா? இந்தக் காலப் பிள்ளைங்க..." என்றாள் வெறுப்பாய்.

"அவ என் உயிர்த் தோழிம்மா! வேறு என்ன செய்யச் சொல்ற என்னை?" கேவினாள் விலாசினி.

குந்தவை யோசனையாய் நெற்றியைக் கீறினாள்.

அறையைச் சுற்றிப் பார்த்த தன்யா, பல சான்றிதழ்கள் அங்கே மாட்டப்பட்டிருப்பதைக் கண்டாள். அவற்றில் ஹர்ஷிதா, விலாசினி இருவர் பெயர்களுமே இருந்தது. ஓர் இடத்தில் ஃப்ரேம் சமீபத்தில் எடுக்கப்பட்டதுபோல் வெற்றிடமாக, சுத்தமாக இருந்தது.

"இங்கே என்ன இருந்தது?" என்று கேட்டாள் தன்யா.

விலாசினி யோசித்தாள். "ஹர்ஷிதாவோட குடும்ப போட்டோன்னு நினைக்கறேன். எதுக்கோ எடுத்திருக்கா" என்றாள்.

"அத்லெட்ஸா ரெண்டு பேரும்?" என்றாள் தர்ஷினி.

விலாசினி புன்னகைத்தாள். "ஆமா... நான் பாஷனேட். அவ ப்ரில்லியண்ட். ஆனா, கொஞ்ச நாளா அவ சரியா விளையாடறதில்லை" என்றாள்.

"ட்ரக் அடிக்டாள விளையாட முடியாது" என்றாள் குந்தவை.

"திரும்ப திரும்ப சொல்லாதீங்க. உண்மைன்னாலும் வலிக்குது" என்றாள் விலாசினி அழுகையுடன்.

* * *

"இவங்க கண்ணில் இருக்கும் அதிர்ச்சியும் சோகமும் உண்மை. ஹர்ஷிதா மரணம், தற்கொலை. வாட்ச்வுமனோட மரணம், கோ-இன்சிடன்ஸ். அப்படித்தான் முடிவுகட்ட வேண்டியிருக்கு" என்றாள் குந்தவை.

தன்யா, "ஹர்ஷிதாவோட கிளாஸ்ல படிக்கற ரெண்டு பெண்கள் இருக்காங்களே... அவங்களை நான் மறுபடி விசாரிக்கணும்" என்றாள்.

கதாநதி

"ஏற்கெனவே ராத்திரி பூரா அவங்க யாரும் தூங்கலை. விசாரணைங்கற பேர்ல வறுத்து எடுத்தாச்சு" என்றாள் குந்தவை.

"ஒரே ஒரு கேள்வி" என்றாள் தன்யா.

"ஓகே" என்ற குந்தவை, கேள்வியைக் கேட்டதும் ஆச்சரியப்பட்டாள்.

"ஹர்ஷிதா, விலாசினியோட எக்ஸ்ட்ரா-கரிகுலர் ஆக்டிவிட்டீஸ் என்னென்ன?"

* * *

வார்டனின் விசாலமான அறையில் மாணவிகள் கூடியிருந்தார்கள்.

குந்தவை, "இன்று இரவில் இரண்டு அதிர்ச்சிகரமான சம்பவங்கள் நடந்துடுச்சு. போதைமருந்து விவகாரத்தில் ஈடுபட்டிருந்த ஹர்ஷிதாவின் தற்கொலை, வாட்ச்வுமனோட கொலை. இன்று உங்க ஹாஸ்டலுக்கு யாரோ தவறான நோக்கத்தோட வந்திருக்கணும். யாருன்னு பார்க்க கேட்டைத் திறந்த வாட்ச்வுமன் தாக்கப்பட்டிருக்கணும். ஆனா, அதே நேரத்தில் எதிர்பாராதவிதமா ஹர்ஷிதா மேலேர்ந்து விழுந்ததும் வந்தவங்க ஓடிட்டாங்க. இனி வந்தவங்க யாரு, ஹர்ஷிதாவின் பின்னாலிருந்து போதைமருந்து விற்க தூண்டியவர்கள் யார், இந்த உண்மைகள் துப்பறியப்படும்" என்று சொல்லி அமர்ந்தாள்.

தன்யா எழுந்தாள்.

"மேடம் தன்னுடைய நேரடி இன்வெஸ்டிகஷனில் கிடைத்த ஆதாரங்களை வைத்து அவங்க எடுத்த முடிவை இங்கே சொல்லியிருக்காங்க. இப்போ ஆதாரங்களை மறந்துட்டு, கொஞ்சம் ஊகங்களில் போய்ப்பார்க்கலாமே"–எல்லோருடைய முகங்களும் எதிர்ப்பை காட்டுவதை உணர்ந்தாலும் தன்யா அயராமல் மேலும் பேசினாள்.

"இதுவரை நீங்க சொன்னது, ஹர்ஷிதா தற்கொலை செய்துகொண்டாள்ன்னு! அவள் கொலை செய்யப்பட்டிருக்கலாம் இல்லையா?"

"எப்படிச்சொல்றீங்க? சும்மா ஆதாரமில்லாம இப்படியெல்லாம் கெஸ் பண்ணக் கூடாது!"

தர்ஷினி புன்னகைத்தாள். "இன்ஸ்பெக்டர்... ஹர்ஷிதா மேலிருந்து முன்புறம் தரையில்பட விழுந்திருக்கா. அப்போ, முன்னந்தலையில் மட்டும்தானே அடிபடணும்? எப்படி பின்னந்தலையிலும் அடிபட்டிருக்கு?"

"அவ மல்லாக்க விழுந்து, அப்புறம் திரும்பியிருக்கலாமே!" என்றாள் இன்ஸ்பெக்டர் குந்தவை.

"அப்போ, முன்னந்தலையில் காயம் எப்படி வந்தது?" தர்ஷினி கேட்டதும் குந்தவை விழித்தாள்.

"அது... எங்கேயாவது கம்பியில் பட்டு, கீழே விழும்போது..."

"ப்ளீஸ் இன்ஸ்பெக்டர்... அப்படி இடிச்சுக்கல்லாம் அங்கே எதுவும் இல்லை! இட் வாஸ் அ நீட் ஃபால்! சரி, நீங்க போஸ்ட் மார்ட்டத்தில் நான் சொல்ற விஷயங்களை செக் பண்ணிக்கலாம். இப்போதைக்கு இப்படி இருக்குன்னு வெச்சுக்கிட்டு, தன்யா சொல்றதை கேளுங்க" என்றாள் தர்ஷினி.

"என்ன கேட்கணும்? அவங்க தியரியை நானே சொல்றேன். அதாவது, ஹர்ஷிதா உண்மையைச் சொல்லிடக் கூடாதுன்னு தடுக்க யாரோ இங்கே வந்திருக்கணும். மங்கையைக் கொன்னுட்டு மேலே போயிருக்கணும். ஹர்ஷிதா திருந்தி உண்மையை ஒத்துக்க நினைச்சு, உங்களுக்கு கால் பண்ணியிருக்காங்க. அப்போ உள்ளே போனவங்க ஹர்ஷிதாவை பின்னாடியிருந்து தாக்கிருக்காங்க. அதுக்கப்புறம் அவளை கீழே தள்ளிட்டாங்க. சரியா?"

"அப்படியானா, ஹர்ஷிதா தற்கொலை பண்ணிக்கப் போறதா எங்கிட்ட ஏன் சொல்லணும்?" தன்யாவின் கேள்வியில் தடுமாறிப் போனாள் குந்தவை.

"மறுபடியும் என்னுடைய தியரிக்கே வரேன் மேடம். முதல் கால் பண்ணியது ஹர்ஷிதா. இரண்டாவது பேசியது – ஹர்ஷிதா

அல்ல! கொலையைத் தற்கொலையாய் மாற்றச் செய்த தந்திரம் இது!”

தன்யா சொன்னதை கவனமாகக் கேட்ட குந்தவை “அப்போ, இரண்டாவதா பேசியது – அதாவது கொலையாளி ஒரு பெண்!” என்றாள் ஆச்சரியமாய். “அவள் எப்படி சரியா ஹர்ஷிதா ரூமுக்கு வந்தா? முன்னாடியே இங்கே வந்திருக்காளா? யாருமே அவளை ஏன் கவனிக்கலை?”

“வெரிகுட் இன்ஸ்பெக்டர்! இப்போ என் தியரியோட மெயின் பார்ட்டுக்கு வந்துட்டீங்க. இப்போ கொஞ்சம் லேட்டரல் திங்க்கிங் செய்யலாம்” என்றாள் தன்யா. எழுந்து உலவிக்கொண்டே பேசலானாள்.

“இரண்டு ரூம் மேட்ஸ். இவர்களில் ஒருவர் ட்ரக்ஸ் பெட்லர். அவர் ஹர்ஷிதாதான் என்பது போலீஸ் இன்வெஸ்டிகேஷனோட முடிவு. ஒருவேளை அது விலாசினியா இருந்தா? அந்த உண்மை ஹர்ஷிதாவுக்குத் தெரியவந்து இன்று இரவு உண்மையை ஒத்துக்கணும்னு ஹர்ஷிதா விலாசினியை எச்சரிச்சிருந்தா? விலாசினி உண்மையை ஒத்துட்டு திருந்த மறுத்ததும், அவங்களை ரிப்போர்ட் பண்ண ஹர்ஷிதா எனக்கு கால் பண்ணியிருந்தா?”

“இருக்கலாம். ஆனா, அப்படித்தான்னு எப்படிச் சொல்லமுடியும்?” என்றாள் குந்தவை. “உங்க ஊகங்களை வைத்து குட்டையைக் குழப்பாதீங்க. விலாசினிக்கு எதிரா ஏதாவது ஆதரமிருந்தாதான் நீங்க பேசணும்” என்றாள் கோபத்துடன்.

“இன்ஸ்பெக்டர், ஆதாரங்கள்னு என்னிடம் எதுவும் இல்லை. ஆனா, தற்போதைய நிலையை நான் வேற தியரி வெச்சு விளக்கிப் பார்க்கறேன், அவ்வளவுதான். நீங்க ஜஸ்ட் நான் சொல்றதை கேட்டா போதும்” என்ற தன்யா, குந்தவை சரி என்பதுபோல முகபாவம் காட்டியதும் தொடர்ந்தாள்.

“ஹர்ஷிதா எனக்கு செய்த கால் உடனேயே கட் ஆகிடுச்சு. ஆனா, மறுபடி கால் வந்தது. தற்கொலை பண்ணிக்கப் போறதா சொன்னாங்க...”

"அதனால...? புரியலை."

"முதலில் கால் பண்ணியவுடனே ஹர்ஷிதாவோட அறையில் இருந்தவங்க அவங்க மண்டையில் பலமா தாக்கியிருக்காங்க. ஹர்ஷிதா இறந்ததும் அவங்களுக்கு தன் தப்பு புரிஞ்சிருக்கு. நான் அந்த கால் பற்றி நிச்சயமா ஆராய்வேன்னு தெரிஞ்சுக்கிட்டு, என்னை திசை திருப்பறதுக்காக மறுபடி எனக்கு கால் பண்ணி ஹர்ஷிதாவோட குரலில் பேசியிருக்காங்க. அப்புறம், அவங்களை கீழே தள்ளிவிட்டுட்டாங்க. அவங்க விலாசினியாதானே இருக்கமுடியும்?"

குந்தவை தலையாட்டினாள். *"விலாசினியா இருக்கலாம் என்கிறவரை ஒத்துக்கறேன். ஆனா, வாட்ச்வுமன்?"* என்றாள்.

"ஹர்ஷிதா கீழே விழுந்ததும் அதிர்ச்சியான வாட்ச்வுமன் அங்கே ஓடிவந்திருக்கணும். மேலே விலாசினியைப் பார்த்திருக்கணும். கீழே வந்து பேசற மாதிரி நடிச்சுக்கிட்டே விலாசினி, வாட்ச்வுமனைக் குத்தியிருக்கணும். ஹர்ஷிதா கீழே விழுறதுக்கு முன்னாடியே விலாசினி ஹாஸ்டலுக்கு வந்துட்டாங்கங்கறதுக்கு ஒரே சாட்சி வாட்ச்வுமன்தானே!"

"சூப்பர்!" என்றாள் குந்தவை. *"சரி, இந்த ஐடியா உங்களுக்கு எப்படி தோணுச்சு?"*

"காணாமல்போன அந்த ஃப்ரேம்... இங்கே ஒரு போட்டோ கூட இல்லை. அதோட, அழுக்கில்லாம இருக்கற நீள்சதுரத்தோட அளவை வெச்சுப் பார்த்தா, அது இன்னொரு சர்ட்டிஃபிகேட்டா இருக்கணும்னு தோணிச்சு. அதான், அவங்க கிளாஸ் மேட்ஸ்கிட்ட விசாரிச்சேன். ஹர்ஷிதாவும் விலாசினியும் அத்லெட்ஸ். ஹர்ஷிதா இப்போது விளையாட்டை நிறுத்தியதற்கு காரணம், ஃபைனல் இயர் புராஜெக்ட் ஓர்க்னு இவங்க சொன்னாங்க. விலாசினிக்கு தெரியாததா இவங்களுக்கு தெரியும்ன்னாலும், இன்னொரு பார்வைக்கு இடம் வைக்குதே! அதோடு, விலாசினி அத்லெட்டா இருந்தாலும், இந்த ஆண்டு கேரக்டர் நடிப்புக்கு தங்க மெடல் வாங்கினவங்க" என்றாள் தன்யா.

"ஐ ஸீ! அந்த இரண்டாவது காலின் குரல்" என்றாள் குந்தவை.

 கதாநதி

மௌனம்...

வார்டன் விலாசினியைப் பளாரென்று அறைந்தாள். "என்னடி இதெல்லாம்? உண்மையைச் சொல்லு, நீ ட்ரக் அடிக்டா? ஹர்ஷிதா உன் உயிர்த் தோழின்னு சொல்லிட்டே என்னென்ன காரியம் பண்ணியிருக்கே" என்றாள்.

விலாசினி திமிராக எல்லோரையும் பார்த்தவள், திடீரென்று உடைந்து அழுதாள். "நான் என்ன செய்வேன்மா? என்ன செய்வேன்? என்னை போலீஸில் பிடிச்சுக் கொடுப்பேன்னு மிரட்டறாம்மா! என் கூட்டத்தைச் சேர்ந்தவங்களுக்கு தெரிஞ்சா, என்னைக் கொன்னுடுவாங்கம்மா!"

வார்டன் வெறுப்புடன் தள்ளிச் செல்ல, குந்தவை விலாசினியை நெருங்கினாள்.

"உயிருக்கு ஆபத்துன்றபோது, உயிர்த் தோழியை உயிரைவிட்ட தோழியா ஆக்கிட்டாங்க" என்றாள் தன்யா. "பாவம் ஹர்ஷிதா... அவங்க நேர்மைக்கும் தைரியத்துக்கும் என் சல்யூட்."

⎯⎯◦○◦⎯⎯

குளிரில் பரவிய வெப்பம்

- நாணற்காடன்

கொஞ்சம் கூட எனக்கு அழுகை வரவேயில்லை. வாயில் போட்ட கறுப்பு திராட்சையைக் கடித்து மென்று சாற்றோடு எச்சிலை நிரப்பி சுவைத்துக்கொண்டிருந்தேன். மடியிலிருந்த தட்டில் ஏழெட்டு திராட்சை உருண்டைகளும், கைப்பிடியளவு மாதுளை முத்துகளும் மிச்சமிருந்தன. ஏற்கெனவே, பப்பாளித் துண்டங்களைத் தின்று முடித்திருந்தேன்.

எதிர் சோஃபாவில் அமர்ந்திருந்த பவானியின் மடியிலும் ஒரு தட்டு இருந்தது. இருவரும்தான் சாப்பிட உட்கார்ந்தோம். நான் கொஞ்சம் கூட அழாமல் அடுத்த திராட்சையை எடுத்து வாயில் போட்டு அதக்கிக்கொண்டிருப்பதைப் பார்த்து என்ன நினைத்திருப்பாரோ தெரியவில்லை பவானி.

என்ன நினைத்தால் என்ன? கதைகளைச் சொல்லிச் சொல்லி என்னை தோளில் தூக்கி வளர்த்த சுப்பராயன் தாத்தா இறந்தபோது அழுததோடு சரி. அதன்பிறகு எனக்கு அழுகையே வருவதில்லை. அதற்காக நான் அழுவதே இல்லை என்று சொல்லிவிட முடியாது. இப்போதும் தொலைக்காட்சி திரைப்படங்களில் நெகிழ்வான காட்சிகளைப் பார்க்கும்போது கண்களில் நீர் ததும்பிக் கொண்டு நிற்கும். அப்படி நிற்கும்போதெல்லாம் பூரணி ஓரக்கண்ணால் என்னைப் பார்ப்பாள்.

பிம்ப மனிதர்களைப் பார்க்கும்போது சுரந்து வருகிற இந்தக் கண்ணீர் நிஜ மனிதர்கள் முன் சுரப்பதற்கு அஞ்சி எங்கே போய் ஒளிந்துகொள்கிறதோ? தவிரவும் அழுகை வேறு, கண்ணீர் வேறு என்று தோன்றுகிறது.

ஒரு பெண்ணின் முன் அழக்கூடாது என்கிற வைராக்கியம் எதுவும் இல்லை. பவானி சொல்லி முடித்தபோது அழுகையை

விடவும் கோபம்தான் கொப்பளித்துக்கொண்டு வந்தது எனக்கு. அடச் சீ... என்ன உலகம் இது? அந்த நேரத்தில் கோபத்தை மனத்தில் நிறுத்தி வைத்துக்கொண்டு அழுகையையும், கண்ணீரையும் ஒளித்து வைத்துக்கொள்வதே சரியெனப் பட்டது எனக்கு. தேம்பித் தேம்பி அழுகிற பவானியின் முன் அழுது வைக்கத் தோன்றவில்லை.

பவானியின் அழுது வடியும் முகத்தையே பார்த்தபடி அடுத்த திராட்சையை வாயில் போட்டு அதக்கிக்கொண்டேன். அந்த நேரத்தில் ஆறுதலாக இருந்தது அந்த திராட்சை. சட்டென எழுந்துவந்து தன் கன்னத்தில் வழிகிற கண்ணீரைத் துடைத்துவிடமாட்டானா என்கிற ஏக்கம் பவானியின் சிவந்த முகத்தில் அப்பட்டமாகத் தெரிந்தது.

அந்த அழுகையைக் கண்டுகொள்ளாதவன் போலிருப்பது போல் காட்டிக்கொள்ள இன்னொரு திராட்சையை அதக்கிக்கொண்டேன்.

இருவருக்குமிடையில் மேசை மீதிருக்கும் இந்தக் கறுப்பு நிற ஸ்வெட்டரை காலையில்தான் வாங்கிக்கொண்டு வந்தேன். பவானியிடம் ஏற்கெனவே ஸ்வெட்டர், குல்லா என எல்லாம் இருக்கின்றன. யாருக்காக இந்த ஸ்வெட்டர் என நான் கேட்டதற்கு பதில் சொல்லத் தொடங்கிய பவானி இந்த அழுகையில் வந்து நின்றிருக்கிறார் இப்போது.

பவானியின் தட்டில் திராட்சை, மாதுளை முத்துகளோடு பப்பாளித் துண்டங்களும் மிச்சமிருந்தன அப்படியே. முதலில் எடுத்த திராட்சை உருண்டை இன்னமும் அப்படியே இருக்கிறது பவானியின் கையில்.

ஒரு நல்ல ஸ்வெட்டரை வாங்கிக்கொண்டு நாளையே வர வேண்டும் என நேற்று இரவு ஃபோன் செய்து சொன்ன பவானியின் குரல் ஒரு கட்டளையைப் பிறப்பித்தது போல் இருந்தது எனக்கு. அப்படியெல்லாம் கட்டளையிடுபவர் இல்லை பவானி. அதிலும் அதிர்ந்து பேசாத குரல். இன்று ஞாயிற்றுக்கிழமையாக அமைந்துவிட்டதால் எனக்கும் செளகரியமாகப் போயிற்று. விடிந்ததும் பவானி அம்மாவைப் பார்த்துவிட்டு வருகிறேன் என்று பூரணியிடம் சொல்லிவிட்டு

உடனே காரெடுத்துக்கொண்டு கிளம்பிவிட்டேன். நல்லவேளையாக டவுனில் இருக்கும் அந்தத் துணிக்கடை ஞாயிற்றுக்கிழமையன்றும் ஒன்பது மணிக்கே திறந்து வைத்திருந்தார்கள். தைப் பொங்கலுக்கு இன்னும் பத்து நாள்கள்தாம் இருக்கின்றன. பொங்கல் வியாபாரத்தை முன்னிட்டு ஞாயிறன்றும் கடை திறந்திருக்கும் என்று வெவ்வேறு டிசைன் ஸ்வெட்டர்களை எடுத்துப் போட்டுக் காண்பித்த துணிக்கடை தம்பி சொன்னான். இந்த கறுப்பு நிற ஸ்வெட்டரை வாங்கிக்கொண்டு தோட்டத்துக்கு பத்து பதினொரு மணி வாக்கில் வந்து சேர்ந்தேன்.

இந்தப் பன்னிரண்டு மணி பகற்பொழுதிலும் மார்கழி மாதக் குளிர் இன்னும் விட்டுப் போகவில்லை. அதிலும் இந்த மலையடிவாரம் பங்குனி சித்திரையிலும் கூட சிலுசிலுவென்றுதான் இருக்கும். ஆறேழு ஆண்டுகளுக்கு முன் பவானியும், நானும் ஒரே வங்கியில்தான் வேலை செய்தோம். எனக்குத் திருமணம் ஆன சில மாதங்களில் பவானி வேலையை விட்டு விட்டு மலையடிவாரத்தில் இந்த தோட்டத்தை வாங்கிக்கொண்டு வந்து விட்டார். எல்லா எதிர்ப்புகளையும் மீறி எனக்கும், பூரணிக்கும் திருமணம் செய்துவைத்ததே பவானிதான்.

என்னை விடவும் ஏழெட்டு வயது மூத்தவர். ஆனாலும், நான் பவானி என்று பெயர் சொல்லித்தான் அழைப்பேன். வங்கிப் பணியில் வயது வித்தியாசம் பார்க்காமல் பெயர் சொல்லி அழைத்துக்கொள்வதுதான் பணி சார்ந்து இயங்குவதற்குத் தோதாக இருக்கும். திருமணம் செய்துகொள்ளாத பவானிக்கு இப்போது திருமண வயதெல்லாம் அதோ அந்த மலையைக் கடந்து போய்விட்டது.

இந்தத் தோட்டம், தென்னை மரங்கள், கொய்யாத் தோப்பு, அழகான இந்தப் பெரிய வீடு என வசதிக்கு ஒன்றும் குறைச்சலில்லை பவானிக்கு. ஆனாலும், இத்தனை பெரிய தோட்டத்தில், இவ்வளவு பெரிய வீட்டில் தனியாக இருக்கும் பவானியை நினைத்தால் ஓர் இருண்மை சூழ்ந்துவிடும் எனக்கு.

"ஆஆஆன்னு அலறுனா கூட ஏன்னு கேட்க பக்கத்துல ஆளில்லாத அந்த மலையடிவாரத்துல, அவ்ளோ பெரிய

தோட்டத்துல எப்படித் தனியா இருக்க முடியுது பவானி அம்மாவால?" என்று என்னிடம் அடிக்கடி கேட்பாள் பூரணி. "மனிதர்கள் வாசமே இல்லாத இடத்துல தனிமையில் உங்களால் எப்படி இருக்க முடியுது?" என்று நானும் கூட அடிக்கடி கேட்பதுண்டு பவானியைப் பார்த்து. சின்ன சிரிப்பு மட்டுமே பதிலாக வரும். "தோட்டத்த விற்றுட்டு டவுன்ல ஒரு வீட்ட வாங்கிட்டு அங்கேயே வந்துடலாமே பவானி. இப்படி இங்க தனிமையில ஏன் கஷ்டப்பட்டுட்டு பயத்தோட இருக்கணும்" என்று ஒரு முறை கொஞ்சம் அழுத்தமாகவே கேட்டேன்.

"நான் தனிமையில இருக்கேன்னு யார் சொன்னது உனக்கு? என்னைச் சுத்தியும் நிறைய மரங்கள் இருக்கு. அத தேடி தினந்தோறும் நிறையய்ய பறவைகள் வருதுங்க. காட்டு முயல், காட்டுப் பன்னிலாம் கூட வருதுங்க போகுதுங்க. அதோ வாசல்ல ரெண்டு நாய்கள் துணைக்கு இருக்கு. தோட்டத்துல வேலைக்கு வர கறுப்பன் தாத்தா காலைல வந்தா சாயந்தரம் வரைக்கும் இங்கதான் இருக்காரு. கூப்பிட்டா உடனே ஓடிவர நீ இருக்க. தோணும்போதெல்லாம் ஃபோன் பண்ணி பேச பூரணி இருக்கா. அதுக்கும் மேல அப்பப்ப வந்து பார்க்க குட்டி அம்மணி இருக்கா. எனக்கென்ன பயம்? நான் தனியா இருக்கறனேயொழிய தனிமைல இல்லயே. அவ்வளவு என்மேல அக்கறை இருந்தா என்னைக் கல்யாணம் பண்ணி கூட்டிட்டுப் போயிடு" என்று சிரித்தபடியே சொன்ன பவானியின் கண்களில் என் மேலான காதல் மிளிர்ந்து வழிந்ததை அப்போதுதான் முதல் முறையாகவும், கடைசி முறையாகவும் பார்த்தேன்.

தனியாக இருந்தாலும் தோட்டத்தில் பவானி சும்மாவெல்லாம் இருக்கமாட்டார். நாய்க்கு சோறு வைப்பது, வீட்டு முற்றத்தில் அமரும் பறவைகளுக்கு தானியம் வீசுவது, கொய்யா தோப்பில் பழங்கள் சேகரிப்பது என ஏதாவது ஒரு வேலையில் தன்னை இழுத்துப் போட்டுக்கொள்வார். நடுநடுவில் கறுப்பன் தாத்தாவுக்கு கருப்பட்டி கலந்த தேநீர் வைத்துக்கொடுக்க வேண்டும். காலையும், மதியமும் பவானி கையால்தான் அவருக்குச் சோறு.

மூன்று வருடங்களாகிறது கறுப்பன் தாத்தா இந்தத் தோட்டத்துக்கு வேலைக்கு வர ஆரம்பித்து. அவரது மனைவி

இறந்த புதுசில் அவராகத்தான் பவானியிடம் வந்து, ''என் பொஞ்சாதி செத்து மூணு மாசமாச்சுங்க அம்மணி. எனக்கு மூணு பொம்பள புள்ளைங்க. அல்லாருக்கும் கண்ணாலம் பண்ணி கொடுத்தாச்சு. பேரம்பேத்திகள்லாம் பாத்தாச்சு. இவ்வளவு காலமா வேல செஞ்ச தோட்டத்தயும் வேற வித்து போட்டாங்க. எதோ பெரிய மில்லு கட்டறாங்களாம். இங்க நம்ம தோட்டத்துல மரங்கன்னு நட்டு தண்ணி காட்டி வளர்த்திக் கொடுக்கலாம்ன்னு நெனச்சுதான் வந்து கேட்கறேன். பெருசா கூலி சம்பளம்லாம் எதிர்பார்க்கல அம்மணி. வாங்கி மட்டும் என்ன பண்ண போறேன் இனிமே. உங்க கையால ரெண்டு வேள சோறு மட்டும் போட்டா போதுங்க அம்மணி. சோத்துக்காக பொட்டப்புள்ளைங்க வாசல்ல போய் நிக்க கூடாது பாருங்க'' என்று கேட்க இப்படித்தான் இங்கு அவர் வேலைக்கு வர ஆரம்பித்தது.

கரும்பு வெட்ட போனது, களை எடுக்க போனது என நிறைய இன்னும் வெவ்வேறு கதைகளும் அவரிடமிருக்கிறது.

கறுப்பன் தாத்தாவை வேலைக்கு வர ஆரம்பித்த பிறகு அவருக்கும் சேர்த்து சமைப்பது பெரும் மனநிறைவைக் கொடுத்தது. அதை பவானியே பலமுறை என்னிடம் சொல்லி மகிழ்ந்ததுமுண்டு. அதற்காக வெறும் சோறு மட்டும் போடுவது மட்டுமின்றி மாதம் ஆனால் ஒரு தொகை சம்பளமாகவும் கொடுப்பதுண்டு. இவ்வளவு சம்பளம் வேண்டுமென கறுப்பன் தாத்தாவும் கேட்டதில்லை. இவ்வளவுதான் தருவேன் என பவானியும் பேரம் பேசியதில்லை. இவர் இஷ்டப்படி வருவார். எல்லா வேலைகளையும் இழுத்துப் போட்டுக்கொண்டு செய்வார். அந்தக் கனகாம்பர பூந்தோட்டம் கறுப்பன் தாத்தாவின் கைவண்ணத்தில்தான் செக்கச் செவேரென சிரித்துக்கொண்டிருக்கிறது. இன்று நான் வரும்போது கூட கடைசி தென்னை மரத்தைத் தாண்டி ஒரு நெல்லிமரக் கன்று நட்டு வைத்துக்கொண்டிருந்தார்.

மம்பட்டியை வைத்துக்கொண்டு வாய்க்கால் வெட்டி தென்னை மரங்களுக்கு நீர் பாய்ச்சுவதைப் பார்க்கும் போது வங்கியின் ஏ.சி அறையில் பணக்கட்டுகளை எண்ணிக்கொண்டிருந்த பவானியா இது என்று ஆச்சரியமாக இருக்கும் எனக்கு.

அம்மணி என்றுதான் பவானியைக் கூப்பிடுவார் கறுப்பன் தாத்தா. அவருக்குப் பூரணி சின்ன அம்மணி. அவ்வப்போது பூரணி, மகள் லலிதா, நான் மூவரும் இங்கு தோட்டத்துக்கு காரெடுத்துக்கொண்டு வருவதுண்டு. குட்டி அம்மணி என்று லலிதாவைக் கறுப்பன் தாத்தா கூப்பிட்டுப் பழக்கியதால் நாங்களும் கூட அவளைச் செல்லமாகக் குட்டி அம்மணி என்றுதான் கூப்பிடுகிறோம். இங்குத் தோட்டத்துக்கு வந்துவிட்டால் லலிதா கறுப்பன் தாத்தாவோடுதான் சுற்றிக்கொண்டிருப்பாள். தோட்டத்துக் கிணற்றில் லலிதாவுக்கு நீச்சல் சொல்லிக்கொடுத்துவிட்டார் கறுப்பன் தாத்தா.

'அதோ பாரு செம்போத்து. இதோ கேட்குதே இதுதான் குயிலோட குரல். இதுக்குப் பேரு சின்னான் குருவி. தென்ன மரத்துல மரங்கொத்தி உட்கார்ந்திருக்கு பாரு' என தோட்டத்துக்கு வரும் ஒவ்வொரு பறவையையும் அது குறித்த சின்னச் சின்னத் தகவல்களையும் லலிதாவுக்குச் சொல்லிக் கொடுப்பார் கறுப்பன் தாத்தா.

நானும், பூரணியும் இருவீட்டார் எதிர்ப்புக்கிடையில் காதல் திருமணம் செய்துகொண்டதால் இரு வீட்டாரிடமும் பெரியளவு ஒட்டுறவு இல்லை. தாத்தா பாட்டியின் கவனிப்பில் வளர்வதற்கான சூழல் லலிதாவுக்கு இல்லாமலே போய்விட்டது. பவானி, கறுப்பன் தாத்தா, தோட்டம், பறவைகள் இவையே லலிதாவின் சின்ன உலகம். அவளுக்காகவே நேரம் கிடைக்கும்போதெல்லாம் இந்த மலையடிவாரத்திலிருக்கும் பவானியின் தோட்டத்துக்கு காரெடுத்துக்கொண்டு வந்துவிடுவோம். லலிதாவுக்காக மட்டும்தான் வருகிறோம் என்றும் சொல்லிவிட வேண்டியதில்லை. பவானிக்காகவும்தான் வருகிறோம். எங்களை விட்டால் யாரிருக்கிறார்கள் அவருக்கு? நாள், கிழமையெல்லாம் கிடையாது. எப்போது தோன்றினாலும் உடனே பவானிக்கு ஃபோன் செய்துவிட்டுக் கிளம்பிவிடுவோம்.

லலிதாவுக்கு போன வாரம் தான் ஐந்து வயது முழுமையானது. அடுத்த ஆண்டு பள்ளியில் சேர்க்க வேண்டும். பள்ளியில் சேர்த்த பிறகு இப்படி தோன்றும் போதெல்லாம் வர முடியாது. விடுமுறை நாள்களில்தான் வர முடியும்.

இன்றும் கூட கிளம்பும்போது பூரணியையும், லலிதாவையும் உடன் அழைத்து வரலாம் என்றுதான் இருந்தேன். மார்கழி மாத இந்தக் கடும்பனியில் எட்டு மணிக்கு மேலும் இருவரும் போர்வைக்குள் சுருண்டு கிடந்தார்கள். அதனால் பூரணியிடம் மட்டும் சொல்லிவிட்டுக் கிளம்பி வந்து விட்டேன். விழித்ததும் "அப்பா ஏன் என்னை விட்டுட்டு போனாரு" என அழுது பூரணியிடம் அடம் பண்ணுவாள் லலிதா. "தோட்டத்துக்குக் கூட்டிட்டுப் போங்கப்பா. கிளி பொம்மை செய்யக் கத்துத் தரேன்னு கறுப்பன் தாத்தா சொன்னாரு" என்று இரண்டு நாள்களுக்கு முன் கூட செல்லமாகக் கெஞ்சிக்கொண்டிருந்தாள் குட்டி அம்மணி.

கறுப்பன் தாத்தா ஏழெட்டு பேரன் பேத்தி பார்த்தவர். எல்லோரும் நெடுநெடுவென வளர்ந்துவிட்டவர்கள். சென்ற ஆண்டு தன் மூத்த பேத்தி திருமணத்திற்கு பவானியையும், எங்கள் மூவரையும் கூப்பிட்டிருந்தார். வங்கிப் பணி நிமித்தம் வெளியூர் போக வேண்டியிருந்ததால் எங்களால் அந்தத் திருமணத்திற்குப் போக முடியவில்லை. பவானி மட்டும் போய் வந்ததாகச் சொன்னார். அதன் பிறகு ஒரு நாள் கறுப்பன் தாத்தா, "தோ பாரு சாமி... பேத்தி கண்ணாலத்துக்குதான் வரல. அடுத்த வாரம் வெசாழக் கெழம எங்க கொல தெய்வம் மதுரவீரனுக்கு நோம்பி. எங்க சொந்தக்கார சனமெல்லாம் பெருங்கும்பலா கூடும். கெடா வெட்டும் விருந்தும் உண்டு. அதுக்காச்சும் அவசியம் வந்துடணும். சின்ன அம்மணியையும், குட்டி அம்மணியையும் கூட்டிட்டு வந்துடணும்" என்று சொன்னார்.

பவானியின் தோட்டத்திலிருந்து நான்கைந்து கிலோ மீட்டர் தூரத்திலிருந்த அந்த மதுரவீரன் கோயில் பண்டிகைக்கு நாங்கள் நால்வருமே ஒன்றாக போனோம். நல்ல கும்பல். அவ்வளவு பெரிய கும்பலில் கறுப்பன் தாத்தா மட்டும் தனியாகத் தெரிந்தார். அத்தனை பெரிய கும்பலுக்கும் அவர்தான் நாட்டாமையாம். பரிவட்டம் கட்டி, வெற்றுடம்பு முழுக்க சந்தனம் பூசி, புது மஞ்சள் வேட்டி கட்டி தனியாகத் தெரிந்தார் கறுப்பன் தாத்தா.

மதுரவீரன் சாமிக்கு பூசை போட்டது, தழுவு சோறு வெச்சது, கெடா துளுங்க தீர்த்தம் தெளிச்சது என எல்லா கோயில் வேலைகளும் கறுப்பன் தாத்தா கையில்தான். மக்கள்

எல்லோரும் அவரை நாட்டாம, நாட்டாம என அழைத்து அவ்வளவு மதிப்பு கொடுத்தார்கள். அதையெல்லாம் பார்த்த நானும், பூரணியும், பவானியும் வியந்துதான் போனோம். இவ்வளவு மதிப்பும், மரியாதையுமான ஆளு தோட்டத்துல வந்து சும்மாடு கட்டிட்டு சலிக்காம அவ்வளவு வேலை பார்க்கறாரே என்று பேசிக்கொண்டோம்.

கடைசி திராட்சை உருண்டையை எடுத்து வாயில் போட்ட போது, "அம்மணி" என்ற குரல் வீட்டுக்குள் நுழைந்தது. சட்டென்று கண்ணீரைத் துடைத்துக்கொண்ட பவானி "உள்ள வாங்க தாத்தா" என்று குரல் கொடுத்துவிட்டு சட்டென பாத்ரூமுக்குள் போய்விட்டார்.

உள்ளே வந்த கறுப்பன் தாத்தா "எப்ப சாமி வந்தீங்க. நல்லா இருக்கீங்களா. குட்டி அம்மணி வந்திருக்கா?" என்று கேட்டார். சாமி என்றுதான் கூப்பிட்டுப் பழக்கி வைத்திருக்கிறார் என்னை.

"இல்ல தாத்தா... நான் கிளம்பும்போது குளிர்ல ரெண்டு பேரும் போர்வைக்குள்ள சுருண்டு கிடந்தாங்க. அதான் நான் மட்டும் வந்தேன்."

"ஆமாஞ்சாமி... இந்த வருசம் குளுவுரு கொஞ்சம் சாஸ்திதான். என்னாலயே தாங்க முடியலைன்னா பார்த்துக்கோங்களேன். அதான் அம்மணி கிட்ட ஒரு சொட்டர் வாங்கித் தரச் சொல்லிக் கேட்டிருந்தேன்."

"ஆமாந் தாத்தா. நேத்தே பவானியம்மா எனக்கு ஃபோன் பண்ணி சொன்னாங்க. காலைல கடைக்குப் போய் வாங்கிட்டு அத கொடுத்துட்டுப் போலாம்ன்னுதான் வந்தேன். ஸ்வெட்டர் உங்களுக்குத்தான்னு இப்பதான் பவானியம்மா சொன்னாங்க."

அதற்குள் முகத்திலிருந்த அழுகையைக் கழுவிக்கொண்டு பாத்ரூமை விட்டு வெளியே வந்த பவானி மேசை மேலிருந்த கறுப்பு ஸ்வெட்டரை எடுத்து அவரிடம் நீட்டி நின்றார். வாங்கிக்கொண்ட கறுப்பன் தாத்தா அப்போதே அதைப் போட்டுக்கொண்டு அழகு பார்த்தபடி, "சரியா இருக்கு சாமி. நல்ல துணியாவும் இருக்கு. எவ்வளவு ரூவா சாமி?" என்றார்.

"பத்தாயிரம் ரூவா தாத்தா" என்றேன் கிண்டலாக.

சிரித்தபடியே "கெணத்துப் பக்கம் வேல கெடக்கு. நான் வாரேன். சம்பளத்துல புடிச்சிக்கோங்க அம்மணி" என்று பவானியிடம் சொல்லிவிட்டு வெளியே போனார் கறுப்பன் தாத்தா.

தாத்தா போனதும் எனக்கெதிரே அமர்ந்து தன் தட்டிலிருந்து பப்பாளித் துண்டு ஒன்றை எடுத்து வாயில் போட்டு அதக்கிக்கொண்டிருக்கிறார் பவானி.

கட்டளையிடும் விதமாக ஸ்வெட்டர் ஒன்று வாங்கி வரச்சொல்லி நேற்று இரவு ஃபோன் செய்தபோது கூட அது கறுப்பன் தாத்தாவுக்குத்தான் என்று சொல்லவில்லை பவானி. அவருக்காகத்தான் இருக்கும் என்று நானாவது யூகித்திருக்க வேண்டாமா? யாருக்கு இந்த ஸ்வெட்டர் எனக் கேட்கப் போய் அவர் தேம்பித் தேம்பி அழ வேண்டியதாகிவிட்டது.

பப்பாளித் துண்டுகளை மென்று தின்னும் பவானியைப் பார்த்துக்கொண்டிருந்த எனக்கு கறுப்பன் தாத்தா சொன்னதாக பவானி சொன்ன சொற்கள் மறுபடி மறுபடி ஞாபகத்தில் வந்து வந்து போகின்றன.

"குளுரு ரொம்ப சாஸ்தியா இருக்கு அம்மணி. ராவுல தாங்க முடியல. ரூவா எவ்வளவா இருந்தாலும் பரவால. சம்பளத்துல கூட புடிச்சிக்கோங்க. நல்லதா ஒரு சொட்டரு வாங்கித் தாங்க அம்மணி. உங்கள தொந்தரவு பண்ணாம நானே கூட டவுனுக்குப் போயி வாங்கிக்குவேன். நீங்களே போய் வாங்குனா நல்ல பொருளா இருக்கும். எங்க சாதி சனமெல்லாம் போனா நல்ல துணிகளக்கூட கடக்காரனுவ எடுத்துப் போட்டு காட்ட மாட்டாங்க அம்மணி..."

—•—

   கதாநதி

ஊருக்கு அப்பால்

– கா.ரபீக் ராஜா

நினைத்துப் பார்த்தால் எனக்கே ஆச்சரியமாக இருக்கிறது. இன்னும் சில நாட்களில் எனக்கும் ஒரு சொந்த வீடு. வாடகை வீட்டின் வலியைப் பிறந்ததில் இருந்தே அனுபவித்து வந்திருக்கிறோம். கூரை, ஓடு, கான்கிரீட் என்று வீடு மாற்றமடைந்தாலும், வாடகை வீடு எனும் அடையாளம் மட்டும் மாறியதில்லை. அப்பாவுக்கு இதில் நிறைய ஏக்கம் உண்டு. அந்த ஏக்கத்திலேயே உயிரையும் விட்டார். அவர் இறந்ததில் வந்த காப்பீட்டு பணம்தான் சொந்த வீடு வாங்க வேண்டும் என்ற நம்பிக்கையை விதைத்தது. தகப்பனின் மரணம் மகனுக்கு நம்பிக்கையைக் கொடுத்தது எனும் முரண்பாடு நெருடலாக இருந்தாலும், நடுத்தர வர்க்கத்துக்கு இவையெல்லாம் பழக்கப்பட்ட ஒன்று. இது என் அப்பாவின் கனவு. அவர் இறந்தாலும் ஆசையை நிறைவேற்ற இறைவன் ஏற்படுத்தி கொடுத்த வாய்ப்பு அது. காப்பீட்டு பணம் செலுத்தப்பட்ட தொகை என் வங்கிக்கு வந்ததாக தெரிவித்த குறுந்தகவல், எங்கள் குடும்பத்துக்கு சொல்லப்பட்ட சுபசெய்தியாக நம்பினோம். வாழ்கையில் முதன்முதலாக ஆறு இலக்க தொகை என் கணக்கில் வரவு வைக்கப்பட்டது மகிழ்ச்சி கலந்த பதற்றத்தை ஏற்படுத்தியதே உண்மை.

இந்தப் பணத்தில் நகரத்துக்குள் வீடு வாங்குவது என்பது தூக்குக்குப்பிணைவாங்குவதுபோலகடினமானஒன்றுஎன்பதால், ஊருக்கு வெளியே பார்த்தேன். வாரங்கள் கடந்துதான் மிச்சம். மனைவியின் உறவினர் சொல்லி புரோக்கர் ஒருவரை தேடியெல்லாம் போகவில்லை. போன் செய்த எட்டாவது நிமிடத்தில் புரோக்கர் வந்து நின்றார். என்னுடன் பேசத்தான் வந்தார். ஆனால், செல்போனில்தான் பேசிக்கொண்டிருந்தார். அழைப்பு பாடலாக பிள்ளையார்பட்டி விநாயகர் பாடலை

வைத்திருந்தார். தொடர் அழைப்புகளால் அந்தப் பாடலே ஒருவகையில் அலர்ஜியாக போய்விட்டது.

புரோக்கர் உங்கள் பட்ஜெட் என்னவென்று கேட்டார். குறைவாகச்சொன்னால் கோபித்துக்கொள்வார்என்று நினைத்து, ஒரு லட்சம் அதிகமாகவே சொன்னேன். அப்போதும் அவர் நெற்றி சுருக்கினார். "இந்த ரேட்டுக்கு சிட்டி லிமிட்டை தாண்டி இருபது கிலோமீட்டர் போனாதான் கிடைக்கும்" என்றார். இதுவும் ஒருவகையில் தீண்டாமைதான். வசதியானவர்கள் நகருக்குள்ளும் வாய்ப்பற்றவர்கள் நகரத்துக்கு வெளியேதான் போகிறார்கள். ஆனால், எல்லோரும் தரையில்தான் வீடு கட்டுகிறார்கள் என்ற ஒன்று மட்டும்தான் ஒரே நீதியாக இருக்கிறது.

நாளை காலை அழைத்துச்சென்று ஓர் இடத்தை காட்டுவதாக சொன்னார். வீட்டில் வந்து சொன்னேன். சூழல் புரியாமல் குதூகலம் அடைந்தார்கள். நீங்க மட்டும் போறீங்க என்று மனைவி கோபித்துக்கொண்டாள். அம்மா தனியே உட்கார்ந்து ஆனந்தக்கண்ணீர்வடித்திருக்க வேண்டும். இரவு முழுக்கதூக்கம் பிடிபடவில்லை. அலுவலகத்தில் விடுமுறை சொல்லிவிட்டு புரோக்கர் அலுவலகம் சென்றேன். வழக்கம் போல யாரிடமோ போனில் பேசிக்கொண்டிருந்தார். சர்வே நம்பர், பட்டா, சிட்டா, அடங்கல், வரி, வீஏஓ என்று கலவையாக இருந்தது அந்தப் பேச்சுடன் என்னைப் பார்த்ததும் கையால் சைகை காட்டி அமரச் சொன்னார். டீ வந்தது, அது சுவையாக இருந்தாலும் ரசித்துக் குடிக்க முடியவில்லை. கொஞ்சம் பதற்றமாகவே இருந்தது. அலுவலகத்தின் குளிர்சாதனக் கருவி நடுக்கத்தை வேறு ஏற்படுத்தியது. சிறுவயதில் இருந்தே நல்லதோ, கேட்டதோ ஒருவிதமான பதற்றத்தை கொடுக்கும். அது இப்போதுவரை கூடவே ஓட்டிக்கொண்டுவிட்டது.

எனது வண்டியை அலுவலகத்தில் விட்டுவிட்டு இருவரும் அவரது டூ வீலரில் கிளம்பினோம். வழியில் நகரத்தில் இருக்கும் வீடுகளை கவனித்தேன். அது ஒவ்வொருவரின் கனவு. நகரின் மையத்தில் இருந்த சுடுகாடு மறைந்து, அது குடியிருப்பாக மாறியிருந்தது. சிறுவயதில் அந்தப் பக்கம் செல்லவே அஞ்சுவோம். பார்க்கும்போதெல்லாம் ஒரு சடலம் வெகு

சாதாரணமாய் தகனத்தில் இருக்கும். இப்போது அதில் வீடு கட்டி குழந்தைகள் விளையாடிக் கொண்டிருக்கிறது. ஏதோ ஒரு சண்முகம், சரவணன், மாடசாமி, மதிவாணன், தர்மலிங்கங்கள் புதைத்த இடத்தில் வீடு வளர்த்து நிற்கிறது. நியாயமாக இவை நினைவு இல்லங்கள் என்றே அழைக்கப்பட வேண்டும்.

நினைவுகளை கலைத்துவிட்டு நிஜ உலகத்துக்கு வந்தபோது, நகர எல்லையைத் தாண்டி இருந்தோம். புரோக்கர் பேசிக்கொண்டு வந்தார். பதிலுக்கு என்னால்தான் பேச முடியவில்லை. அவர் பேசியது அலைபேசியில். அவர் பேசும் எல்லா வார்த்தைகளும் தொழில் சார்ந்தே இருந்தது. அவருக்கு அழைப்பு வரும்போதெல்லாம் எட்டிப் பார்ப்பேன். அம்மா, மனைவி என்று யாரேனும் அழைக்கிறார்களா என்று!

நகரத்திலிருந்து பல கிலோமீட்டர் வெளியே வந்துவிட்டோம். ஆள் அரவமே இல்லை. இன்னும் சில கிலோமீட்டர் சென்றால்தான் இவர் சொன்ன இடம். வழியெங்கும் வெண்ணிலா நகர், பார்வதி நகர், பகத்சிங் நகர் என்று பெயர் பலகை மட்டுமே நின்றது. பெயர் பலகையில் ஒரு காக்கா கூட இல்லை. கண்ணுக்கு எட்டிய தூரம் வரை கற்கள் மட்டுமே பதிக்கப்பட்டிருந்தது. இடையில் தார்சாலை இருந்தது. இதில் வாகனமும் ஆட்களும் நடக்க இப்போதைக்கு சாத்தியமில்லை என்று தோன்றியது. சும்மா இருக்க முடியாமல், "இதெல்லாம் செண்டு எவ்வளவுக்கு போகும்?" என்றேன்.

புரோக்கர் ஒரு தொகையைச் சொன்னார். அது என்னிடம் இருக்கும் கையிருப்பில் இரண்டு மடங்கு அதிகம். இனி விசாரிக்கக் கூடாது; வேடிக்கை மட்டும் பார்க்க வேண்டும் என்று நினைத்துகொண்டேன்.

நேரம் செல்லச் செல்ல வாகனமும் எதிர் திசையில் வருவது குறைந்திருந்தது. சாலை தாரோடு ஒட்டாத ஜல்லிகள் தனியே பெயர்ந்து கிடந்தது. நான்கு முறை பெரிய குழியில் வண்டி ஏறி இறங்கியும் மனுஷன் அலைபேசியில் பேசுவதை கைவிடவே இல்லை. இது அன்றாடம் பழக்கப்பட்ட ஒன்றாக இருக்க வேண்டும். திடீரென்று தேசிய நெடுஞ்சாலையில் இருந்து உள்ளூர் பஞ்சாயத்து சாலைக்குள் சென்றார். எனக்கு கலக்கம் அதிகமாகி, அது அடிவயிறு வரை பாதித்தது.

தூரமாக ஒரு சிறுவன் ஆடு மேய்த்தபடி இருந்தான். இங்கும் மனிதர்கள் இருக்கிறார்கள் என்று கொஞ்சம் ஆறுதலாக இருந்தது. சரியாக இரண்டு கிலோமீட்டரில் வண்டியை நிறுத்தினார். இடம் வந்துவிட்டது என்று நினைத்தேன். அவர் சிறுநீர் கழித்தார். நானும் முயற்சித்து பார்க்கும்போதுதான் உள்ளே இவ்வளவு நீரை அடக்கியே வைத்திருக்கிறேன் என்று புரிந்தது. இயல்பு நிலையில் இல்லாதவனுக்கு இயற்கை உபாதை கூட கருத்தில் இருக்காது போல. மீண்டும் வண்டியை இயக்கச் செய்தார்.

அந்தப் பயணத்தில் இன்னும் ஒருமுறை தேசிய நெடுஞ்சாலையில் இருந்து கிராம சாலைக்கு மாறியிருந்தோம். அதிசயமாக அவ்வப்போது என்னிடம் பேசினார். அந்தப் பேச்சில் தான் ஒரு பெரிய ஆள் என்றும், சத்தியத்துக்கு கட்டுபட்டவன் என்றும், தனக்கு நிறைய வேலை இருந்ததாகவும் உறவினர் சொல்லித்தான் உங்களுக்கு உதவ வந்திருக்கிறேன் என்பதை மறைமுகமாக உணர்த்த முற்பட்டார். அப்படியே கமிஷனையும் கணிசமாக குறைத்துக்கொண்டால் அது மாபெரும் உதவியாக இருக்கும் என்று நினைத்துக்கொண்டேன்.

நம்ம இடத்துக்கு வந்துட்டோம் என்று சொல்லி வண்டியை நிறுத்தினார். ஒரு மனிதன் நீர் அருந்தி, அது நீர்ப்பையை அடைந்து சிறுநீராக வெளியேற எவ்வளவு நேரமாகுமோ, அந்த தூரத்தில் இருக்கிறது இந்த நிலம்.

வெட்டவெளி... 'வசிகாமணி நகர்' என்று புரோக்கருக்கு கொஞ்சம் கேட்கும்படி வாசித்தேன். புரோக்கர் அது தெய்வசிகாமணி என்று வாசிக்கும்படி கேட்டுக்கொண்டார்.

உற்றுப் பார்த்தேன்... உண்மைதான். 'தெய்' தேய்ந்து அழிந்து போயிருந்தது. எப்போது இந்தப் பலகையில் பெயர் எழுதப்பட்டதோ, அதுதான் இந்த இடத்தின் வயது. சுற்றிப் பார்த்தேன். காற்று பலமாக வீசியது. எந்தக் கட்டடத்தின் மீதும் படாமல் நேரடியாக வீசும் காற்றின் வீரியம் அப்போதுதான் உணர்ந்தேன்.

சூரியன் உச்சியில் இருக்கிறது. அருகில் மனிதர் நிற்கும்போதே திகிலை கிளப்பும் சூழலில், இங்கு இரவு எப்படி இருக்கும்

        கதாநதி

நினைக்கும்போதே இடது தோள்பட்டையில் வலி தோன்றி மறைந்தது. 'உங்க பட்ஜெட்டுக்கு இதுதான் சரியான இடம்' என்றார். தூரத்தில் ஆடு கத்தும் சப்தம் கேட்டது. என் பதிலுக்கு காத்திருந்தார்.

மீண்டும் சுற்றிப் பார்த்தேன். பல கிலோமீட்டருக்கு அப்பால் இருக்கும் ஒரு செல்போன் கோபுரம் மட்டுமே தெரிந்தது. புரோக்கரை தேடினேன். அலைபேசியில் பேசிக்கொண்டிருந்தார். தூரத்தில் ஒரு பெரிய மரம் தெரிந்தது. அதை நோக்கி நடந்தேன். புரோக்கரும் என் பின்னால் நடந்தார். அவர் பின்னால் வரும்போதே என் பதிலுக்கு காத்திருக்கிறார் எனப் புரிந்தது.

"என்ன யோசிக்கிறீங்க? பக்கத்துல வீடு இல்லேன்னா... இங்க நாலு இடம் புக் ஆயிருச்சு" என்று தெய்வசிகாமணி நகரின் முகப்பை காட்டினார். மண் குவியலாக இருந்தது. அது இட உரிமையாளரின் சமாதியாக இருக்கலாம். இன்னொரு பக்கம் கையைக் காட்டி, அங்கு ஒரு பேருந்து நிறுத்தம் வருவதாகச் சொன்னார். இன்னொரு பக்கம் கை நீட்டி பள்ளிக்கூடம் வருவதாகச் சொன்னார். எப்போது வரும் என்று கேட்க மனமே இல்லாமல் வெறும் தலையை மட்டும் ஆட்டி வைத்தேன். இன்னும் என்னென்னமோ வரும் என்றார். அவர் சொல்லும் எல்லாம் வர வாய்ப்புகள் இருந்தாலும், அதைப் பார்க்க நானும் என் சந்ததியும் இருப்போமா என்பதே சந்தேகம்தான்.

'ஏங்க... ஆத்திர அவசரத்துக்கு எங்கயாவது போகணும்ன்னா பஸ் வசதி இருக்கா?' என்று கேட்க நினைத்தேன். 'என்ன மயித்துக்கு வெளிய போற?' என்று கேட்பாரோ என்ற எச்சரிக்கையில் அமைதியாக இருந்துவிட்டேன்.

'வீட்டில் கலந்து பேசிவிட்டு சொல்கிறேன்' என்று சொல்லி, தற்காலிகமாக தப்பிக்க நினைத்தேன். பதிலை அவர் பலமுறை கேட்டிருக்க கூடும் என்று முகம் சொல்லியது. மதிய வெயிலில் திரும்பிக்கொண்டிருந்தோம். நிலம் பார்ப்பதற்காக எடுத்த விடுமுறையில் இன்னும் பாதி நாள் இருக்கிறது.

'வீட்டுக்குச் செல்லலாமா; இல்லை திரும்ப அலுவலகம் செல்லலாமா?' வழியெங்கும் சிந்தனை தாறுமாறாக தறிகெட்டு ஓடியது.

வீட்டில் என் பதிலுக்கு குடும்பமே காத்திருக்கும். அவர்களுக்குப் பதில் சொல்வதைக் காட்டிலும் அலுவலகம் சென்று, வீட்டில் என்ன பதில் சொல்லலாம் என்று யோசிப்பது சரியாக இருக்கும் என்று தோன்றியது.

நடுத்தர வர்க்கத்தை பொறுத்தவரை அவர்களிடம் இருக்கும் பணத்துக்கு ஆயுள் குறைவுதான். மனம் அலுவலக வேலையில் லயிக்கவில்லை. இருக்கும் சொற்ப பணத்தில் நிச்சயம் வேறு நல்ல இடத்துக்கு வாய்ப்பே இல்லை. அப்படி அந்த நிலத்தை முடித்தாலும், அதை வைத்து என்ன செய்வது? அதிகபட்சம் அதில் கூரை வீடு வேயலாம். சொந்தமாக வீடு இருக்கிறது என்பதை தவிர வேறு என்ன சிறப்பு பெயர் கிடைத்துவிடப் போகிறது?

அலுவலகம் முடித்து வீட்டுக்கு சற்று தாமதமாகவே சென்றேன். எதிர்பார்த்தது போல அம்மா, மனைவி, குழந்தைகள் என்று அனைவரும் நான் சொல்லப்போகும் வார்தைகளுக்காகக் காத்திருந்தார்கள். குழப்பத்தில் ஏற்பட்ட என் முகவாட்டத்தை யாரும் கவனித்தாகத் தெரியவில்லை.

களைப்பு தீர குளித்துவிட்டு உடைமாற்றி வந்து நின்றேன். அம்மா முகத்தில் அப்பாவின் ஆசையை நிறைவேற்றும் பெருமிதம் தெரிந்தது. இடம் ரொம்ப தொலைவில் இருக்கே என்று ஆரம்பித்து வைத்தேன்.

"எவ்வளவு தொலைவு? மதுர தூரம் இருக்குமா?" என்ற அம்மாவின் பேச்சில் கிண்டல் தொணி.

"முதல்ல போய் இடத்தைப் பாத்துட்டு மத்தை முடிவு செய்வோம்" என்ற மனைவியின் பேச்சு நீண்ட நாட்களுக்கு பின் ஆறுதலை கொடுத்தது.

"அப்பா... எப்பப்பா நம்ம வீட்டைப் பாக்கப்போறோம்?" என்று குழந்தைகளும் சேர்ந்த கொண்டன.

இவர்களைப் பொறுத்தவரை சொந்த வீட்டுக் கனவு எப்படியாவது நிறைவேறிவிட வேண்டும். அதாவது, கிடைத்திருக்கும் பணம் நமக்கான இறுதி வாய்ப்பு. இதைவிட்டால் சொந்த வீட்டுக்கு வழியே இல்லை. கிடைத்திருக்கும் வாய்ப்பை கெட்டியாக பிடித்துக்கொள்ள வேண்டும், அவ்வளவே!

வழக்கம் போல இந்த இரவும் தூக்கம் தரவில்லை. மனைவி நீண்ட நேரம் பேசிக்கொண்டிருந்தாள். அதுவும் வீட்டைப் பற்றிதான். இருக்கும் வாடகை வீட்டின் அசௌகரியம் குறித்து கவலைபட்டாள். குளிப்பதற்கும் பிற இயற்கை உபாதைகளுக்கும் நாம் படும் துயரம் நம் மகளுக்கு வேண்டாம் என்றாள்.

இவள் பேச்சில் நியாயம் இருக்கிறதுதான். அதற்காக நடுக்காட்டில் வீடு கட்டிக்கொள்வது எப்படி சரியாக இருக்கும்? இருக்கும் கையிருப்பில் இந்த இடத்துக்கே கொஞ்சம் பணம் பற்றாக்குறைதான். நீண்ட நாட்களுக்கு பிறகு இருசக்கர வாகனத்தில் சென்ற களைப்பு எப்படியோ தூக்கமாக மாறியது.

விடிந்ததும் கண் விழித்தது, புரோக்கரை அறிமுகம் செய்துவைத்த மனைவின் உறவினர் முகத்தில்தான். பார்த்திருக்கும் இடத்தின் அருமை பெருமைகளை மிக அழகாகவே விவரித்தார். அவர் விவரிக்கும்போதே, அதில் ஒரு புரோக்கரின் நேர்த்தி தெரிந்தது. ஒரு காலத்தில் இவர் இந்த வேலையைச் செய்திருக்க வேண்டும் அல்லது கூடிய விரைவில் இவர் புரோக்கராக மாற எல்லா சாத்தியங்களும் இருக்கிறது. இவர் பேசும்போது அம்மாவின் முகத்தில் பிரகாச விளக்குகள். மனைவியும் குழந்தைகளும் அவரை பேசவிட்டு மெய் மறந்திருந்தார்கள்.

நம் புரோக்கருக்கு நிறைய வங்கி அதிகாரிகளை தெரியும் என்றும், அதனால் எளிய கடன் வசதி செய்து தருவதாகச் சொன்னார். மாதக் கடைசியில் மிதக்கும் தத்தளிப்பில் கடன் சுமை முடியாத ஒன்று. இன்னொரு வேலைக்கு சென்றால்தான் கடனை தாங்கிப்பிடிக்க முடியும். அவர் பேசி முடித்ததும், நிலம்

பார்க்கப்படாமலே கிரயம் முடித்தது போலாகிவிட்டது. நாளை குடும்பத்தில் உள்ள அனைவரையும் ஒரு வாகன ஏற்பாட்டில் அழைத்துகொண்டு நிலத்தைப் பார்க்கச் செல்வது என்று தீர்மானமானது.

வாகனத்துக்கான செலவை அப்பாவின் காப்பீட்டு பணத்தில் இருந்துதான் எடுக்க வேண்டும் என்பதே கொஞ்சம் வருத்தமாகத்தான் இருந்தது.

வாகனத்தில் பயணமானோம்... மனைவியின் உறவினரும் உடன் வந்தார். புரோக்கர் அவர் இருசக்கர வாகனத்தில் வருவதாகச் சொல்லிவிட்டார்.

இரண்டு நாட்களுக்கு முன்பு பார்த்த அதே காட்சிகள் அச்சுபிசகாமல் இருந்தது. ஆடு மேய்க்கும் சிறுவன் கூட அதே இடத்தில் நின்றதாக நினைவு. நேரமும் கிட்டத்தட்ட அதேதான். என் குடும்பம் நெருங்கிய உறவின் திருமணத்துக்குச் செல்லும் மனநிலையோடும், அதே ஒப்பனையோடு மனைவியும் வந்திருந்தாள். அப்பா இறப்புக்குப் பிறகு முதன்முறையாக அம்மா நல்ல சேலையில் வந்திருக்கிறாள். குழந்தைகள் மிகுந்த உற்சாகத்தோடு வேடிக்கை பார்த்துகொண்டு வருகிறார்கள். பார்க்கும்போது எனக்கு புறச்சூழல் மறைந்து கொஞ்சம் சந்தோசமாகவே இருந்தது. யாருமே இன்னும் எவ்வளவு தூரம் போகவேண்டும் என்று கேட்கவே இல்லை.

'வசிகாமணி' நகர் வந்துவிட்டது. இல்லை தெய்வசிகாமணி வந்துவிட்டது. அம்மா சரியாக வாசித்தாள், "தெய்வசிகாமணி நகர்!"

நான்தான் தவறாக வாசித்துவிட்டேனோ என்னவோ? இல்லை இதில் ஏதேனும் உளவியல் இருக்கிறதா? எங்களை இறக்கிவிட்ட வண்டி நிழலை தேடி ஓடியது. எங்களுக்கு முன்னதாகவே புரோக்கர் நின்று வரவேற்றார். அந்த வரவேற்பு இந்த நூற்றாண்டில் தலைசிறந்த மரியாதைக்குரியவர்கள் புரோக்கர்கள்தான் என்பது போலிருந்தது.

எங்களுக்கு பாத்தியப்பட்டதாகச் சொல்லப்பட்ட இடத்தை அம்மா உணர்ச்சிப்பூர்வமான முறையில் அணுகினார்

என்றே நினைக்கிறேன். இவ்வளவு நேரம் நன்றாக இருந்தவர், உணர்ச்சிப்பெருக்கில் நடை சற்று தளர்வானது. சுற்றுப்புறம் அருகில் இருக்கும் வசதிகள் யாவும் அம்மாவை பாதிக்கவில்லை. அம்மாவைப் பொறுத்தவரை அப்பா சாகவில்லை. தெய்வசிகாமணி நகரின் கிழக்கு பார்த்த பத்தாம் நம்பர் பிளாட்டின் மையத்தில் இருக்கிறார்.

மனைவியும் அவரின் உறவினரும் தெய்வசிகாமணி நகர் அடையப்போகும் தன்னிறைவு குறித்து விவாதித்துக் கொண்டிருந்தார்கள். நகர் நெருக்கடியில் தன் மைதானங்களை சுருக்கிக்கொண்ட என் குழந்தைகளுக்கு உலகத்தையே திறந்துவிடப்பட்ட மகிழ்ச்சி. நடந்த எல்லாவற்றையும் வாகன ஓட்டுனர் வேடிக்கை பார்த்துகொண்டிருக்க வேண்டும்.

நான் மரநிழல் நோக்கி நகர்ந்தேன். காற்று இதமாக வீசியது. தூரத்தில் எங்கோ ரயில் போகும் சப்தம். அம்மா, மனைவி நிழல் நோக்கி வந்தார்கள். அம்மா அருகில் வந்து சொன்னாள், "தெய்வசிகாமணி எங்க தாத்தாவோட பெயர். அவரே நமக்கு ஆசீர்வாதம் கொடுத்த மாதிரி இருக்கு" என்றார்.

நிலத்தை லேஅவுட் செய்து விற்பனை செய்தவரின் தாத்தா பெயரும் தெய்வசிகாமணியாக இருக்க வாய்ப்புகள் அதிகம் என்பதை அம்மாவிடம் சொல்லவில்லை. மேலும் இடத்தில் அம்மா கால் வைத்ததும் அப்பா பயன்படுத்தும் மரிக்கொழுந்து வாசம் சன்னமாக வீசியதாம். ஆக, மொத்தம் அம்மா வந்தது எப்போது பத்திரப்பதிவு வைத்துக்கொள்ளலாம் என்பதை கேட்கவே.

ஓடிவந்த குழந்தைகளில் சின்னவன், "அப்பா... சாப்பிட்டு நைட்டு இங்கயே தூங்கப் போறோமா?" என்றான் ஆர்வம் பொங்க. அவனைப் பொறுத்தவரை போகும் புதிய இடங்களில் ஓர் இரவை கழிக்கவேண்டும்.

மனைவி, "இப்ப தங்க மாட்டோம்! வீடு கட்டுனதுக்கு அப்புறம் தங்கலாம்" என்று அவனின் குதூகலத்துடன் இவளும் சேர்ந்துகொண்டாள்.

புரோக்கரும் மனைவியின் உறவினரும் தீவிரமாக பேசிக்கொண்டிருந்தார்கள். அது பிரித்துக்கொள்ளப்படும்

கமிஷனின் அளவு குறித்து இருக்கலாம். எங்கோ இறந்துபோன ஜீவராசியின் சவம் நல்லடக்கம் செய்யப்படவில்லை என்பதை ஊர்ஜிதம் செய்யும் விதமாக கெட்ட துர்நாற்றம் காற்றில் கலந்து அடித்தது. நான் மட்டும்தான் மூக்கைப் பொத்தினேன். மற்ற யாருமே மூக்கை கூட தடவிப் பார்க்கவில்லை.

இப்போது தூர மர நிழலில் ஓய்வெடுத்துக்கொண்டிருந்த வண்டியில் இருந்த ஓட்டுநரை கவனித்தேன். அவர் வண்டிலிருந்து இறங்கி, வண்டியின் சக்கரங்களைப் பரிசோதித்துக் கொண்டிருந்தார். இப்போது எல்லோரும் ஒரே மர நிழலில் நிற்கிறோம். இடத்தை வாங்கிக்கொள்கிறோம் என்று சம்மதம் தெரிவிக்கப்பட்டது.

புரோக்கரிடம் நில உரிமையாளர் யார் என்றதற்கு, நான்தான் என்று சொல்லி இதுவரை கேள்விப்படாத வகையில் சிரித்தார். "அப்புறம் என்ன... இப்பவே அட்வான்ஸ் பண்ணிற வேண்டியதுதான்" என்றார் உறவினர்.

அம்மாவின் கையில் இருந்த 101 ரூபாய் புரோக்கர் கையில் மாறியது.

இன்னும் ரெண்டு வருடத்தில் எட்டு முதல் பத்து வீடுகள் வரப்போவதாகச் சொன்னார். வீட்டு லோன், மின்சார தண்ணீர் வசதி எல்லாவற்றையும் தானே முன்னின்று முடித்துத் தருவதாக சொன்னார். கேட்டதும் அம்மாவுக்கு மிகுந்த சந்தோசம்.

"நீயே மூத்த பிள்ளையா நின்னு எல்லாத்தையும் முடிச்சுக் குடுத்துருங்க தம்பி" என்று பார்த்து சொன்னார். புரோக்கருக்கு அந்த கணத்திலிருந்து என் அண்ணனாக மாறிய உற்சாகம் தெரிந்தது. இந்த தெய்வசிகாமணி நகர் முழுவதும் விற்று முடித்ததும் இவர் நிறைய தாய்மார்களுக்கு மூத்த பிள்ளையாக மாறிவிடுவார்.

எங்களை அள்ளிப்போட்டுக்கொண்டு வந்த வாகன ஓட்டுநர் தயங்கி தயங்கி எங்களருகே வந்தார். "ஸார்... தப்பா எடுத்துக்காதீங்க. முன் வீல் பஞ்சர் மாதிரி தெரியுது. இருக்குற கொஞ்ச ஏர்ல பக்கத்து ஊர்ல போய் பஞ்சர் போட்டுட்டு வந்துறேன்" என்றார்.

 கதாநதி

உறவினருக்கு கடும் கோபம் வந்துவிட்டது. "நல்ல விஷயத்துக்கு வந்துருகோம்... பஞ்சர், கின்ஜர்ன்னு அபசகுணமா பேசுற" என்று எகிறினார்.

'நீ வரவே வேணாம்' என்று சொல்லி, வாடகை பாதிப் பணத்தை கொடுக்குமாறு என்னிடம் சொன்னார். திரும்ப எப்படி போவது என்று கேட்டேன். புரோக்கர் ஒரு டவுன் பஸ் இருப்பதாகச் சொன்னார்.

இங்குதான் பஸ் நிறுத்தம் வரப்போகிறது என்று நம்பப்படும் ஓர் இடத்தில் போய் நின்றோம். வேப்பமர காற்று வெயிலுக்கு இதமாக இருந்தது. எங்களோடு நின்றுகொண்டிருந்த என் அம்மாவின் மூத்த மகனும், புரோக்கருமாகியவர் விடைபெற்றுக்கொண்டார்.

இருக்கும் சொற்ப நகையை அடகு வைத்தோ விற்றோ பத்திரச் செலவை சமாளித்துவிடலாம் என்று அம்மாவுக்கு மனைவி தைரியம் சொன்னாள். வெகு நாட்களுக்கு பிறகு அம்மாவும் மனைவியும் ஒரே நேர்க்கோட்டில் சிந்திக்கிறார்கள்.

பஸ் வந்தது... அதிக கூட்டமில்லை. காலி சீட்டுகளில் ஆளுக்கு ஒரு பக்கமாய் அமர்ந்தோம். தேவை உட்கார ஓர் இடம். அது எங்கு கிடைத்தால்தான் என்ன என்பதுதானே நடுத்தர வர்க்கத்தின் இயல்பு. பஸ் நகர்ந்தபோது திரும்பிப் பார்த்தேன், தெய்வசிகாமணி புள்ளியாய் தெரிந்தார்.

———◦———

ஹெல்மெட்

– அன்பழகன் மாரிமுத்து

என் டிவிஎஸ் அப்பாச்சியில், ராமமூர்த்தி நகரின் பாலத்துக்கு அடியில் புகுந்து, கேஆர்புரம் ரோட்டுக்கு வந்தபோது, எதிர் திசையில் வந்த லாரி, நிலைதடுமாறி சாலைக்கு வெளியே வந்து, என் வண்டியில் மோதியது. நான் ஒருபுறமும் டூவீலர் ஒருபுறமும் தூக்கி வீசப்பட்டோம். என் ஹெல்மெட் ஒருபுறம் நசுங்கி தலைக்குள் நெருக்குவது போலிருந்தது.

போன வாரம்தான் சாலையின் ஓரத்தில் விற்பவனிடம் இந்த ஹெல்மெட்டை 1000 ரூபாய்க்கு வாங்கினேன் . கம்பெனி ஹெல்மெட்டைவிட நன்றாக உழைக்கும் என்றான். தலையிலிருந்து காதுக்கு வழிகிற ரத்தத்தின் சூடு அதை பொய்யென உரைத்தது.

பத்து நிமிடம் முன்பாகத்தான் என் பையன் ருத்ரனை பள்ளியில் இறக்கிவிட்டுவிட்டுவந்தேன். 'டாடா' காண்பிக்கும்போது, ஏதோ அவன் சொன்னது வாகன நெரிசலில் காதில் கேட்கவில்லை. ஹெல்மட்டை கழட்டச் சொல்லி சைகை செய்தான்.

கழட்டிவிட்டு கேட்கையில், "இன்று நீங்கள் என்னை கூப்பிட வரமுடியுமா?" என்றான்.

"இல்லை... வேலை இருக்கும். அம்மா வருவாள்" என்றேன்.

முகத்தை சுருக்கி, "ஜிம்னாஸ்டிக் கிளாஸ் இருப்பதால், அரை மணி நேரம் தாமதமாக அம்மாவை பிக்கப் பண்ணச் சொல்லிவிடுங்கள்" என்றான்.

'சரிடா' என்று சிரித்து வானத்தில் பறக்கும் மஞ்சள் பறவை அழகாக இருப்பதாக காண்பித்தேன். அதை பார்த்து ஐயென்று கத்தி கன்னத்தில் குழிவிழ சிரித்தான்.

'நான் வருகிறேன்' என்று சொல்லி கிளம்பும்போது, "உங்களுக்கு இந்த ஊதா நிற ஹெல்மெட் நன்றாக இல்லை, மாற்றிவிடுங்கள் அப்பா" என்று சொன்னான்.

"சரிடா, எனக்கு லேட்டாயிடுச்சி" என்று சொல்லி கிளம்பினேன்.

வண்டியை நிறுத்தி காவ்யாவுக்கு கால் செய்ய நேரமில்லை. வண்டியில் போகும்போதே அவளுக்கு தெரிவிக்க ஆப்பிள் போனின் சிறி மூலம் கால் செய்யுமாறு கட்டளையிட்டேன். அது போனை அன்லாக் செய்யுமாறு பதில் உரைத்தது. கோபத்தில் கன்னாபின்னாவென்று சிறியை திட்டினேன். வார்த்தைகளை அனுமானம் செய்ய இயலவில்லை என சாந்தமாக முடித்துகொண்டது.

இன்று மேனேஜர் சீக்கிரம் வரச் சொல்லியிருந்தார். நேற்று சொன்ன வேலையை முடிக்கவில்லை. இது அவருக்குத் தெரியாது. இன்றைய ஆபிஸ் ஸ்கிரம் காலில் என்ன ஸ்டேட்டஸ் சொல்வது என யோசித்துக்கொண்டே சென்றேன். அதனால்தான் நானும் லாரியைச் சரியாக கவனிக்கவில்லையோ என்னவோ?

மக்கள் அதற்குள் கூடிவிட்டார்கள். லாரி டிரைவர் வழக்கம் போல இறங்கி ஓடிவிட்டான் என்று பேசிக்கொண்டாரகள். யாரோ 'அசைவு இருக்கிறது, உயிர் உள்ளது' என்று சொல்வது கேட்டது. நான் பேச முயற்சித்தேன். மூளை கட்டளையிடுவதை வாயால் நிறைவேற்ற முடியவில்லை.

யாரோ தூரத்தில் விழுந்துக் கிடந்த என் போனை எடுத்து எமெர்ஜென்சி காலில் என் மனைவி காவ்யாவுக்கு கால் செய்தார்கள். மறுமுனையில் காவ்யாவின் கதறல் துல்லியமாக கேட்டது.

ஐந்து மணிக்கு எழுந்து பாத்திரம் கழுவி, சமைத்து, துணிகளை மெஷினில் போட்டுவிட்டு, ருத்ரனை எழுப்பி குளிப்பாட்டி, எங்கள் இரண்டு பேருக்கும் சாப்பாடு எடுத்துவைத்து கிளப்பி விட்டுவிட்டு, இப்போதான் வந்து சோபாவில் உட்கார்ந்து இருப்பாள். பாவம்... உடைந்து போயிருப்பாள்.

ஆம்புலன்ஸ் வந்துசேர்ந்தது. ஹாஸ்பிடல் பெயரை காவ்யாவுக்குச் சொன்னார்கள். ருத்ரன் பள்ளிக்குப் போய்

அவனையும் கூட்டிக்கொண்டு வந்தால் பரவாயில்லை. பரபரப்பின் நொடிகளில் அவளுக்கு யோசிக்க தெரியாது.

நாங்கள் கல்லூரியில் காதலித்து, வேலை கிடைத்தவுடன் பெற்றோரை எதிர்த்து, நண்பர்கள் சூழ கோயிலில் திருமணம் செய்தவர்கள். அதிலிருந்து ஐந்து வருடமாக பெற்றோரோடு பேச்சுவார்த்தை இல்லை.

குழந்தை பிறந்தபோது கூட அவர்கள் பார்க்க வரவில்லை. சமுதாயத்தின் அழுகிய எண்ணங்கள் அவர்கள் கால்களில் சங்கிலியாகப் பிணைத்து இருந்தது. நானும் காவ்யாவும் மிகுந்த சிரமப்பட்டு வளர்த்தாலும், அதில் ஒரு வித சந்தோஷமும் திருப்தியும் இருந்தது. பெங்களூரு நகரில் தமிழர்கள் அதிகம் இருக்கும் பகுதிகளில் வீடு எடுத்துகொண்டது கொஞ்சம் உதவியாக இருந்தது. பக்கத்துக்கு வீடுகளுக்கு ருத்ரன்தான் செல்லப் பிள்ளை.

எனக்கு தலைவலி அதிகமாகியது. இருட்டிக்கொண்டு வந்தது. ஒவ்வொரு நொடியும் கொஞ்சம் கொஞ்சமாக உன்னைவிட்டு தூரமாக செல்வது போலத் தோன்றுகிறது காவ்யா. காற்றில் கைகளால் துழாவி கொண்டிருப்பது மாதிரி உணர்ந்தேன். என்னைப் பிரிந்து உன்னால் வாழமுடியுமா காவ்யா?

காவ்யாவுக்கு நானும் ருத்ரனும்தான் உலகமே. விருப்பட்டேதன் திறைமைகளை மறந்துவிட்டு, எங்களின் சிறு உலகத்துக்குள்ளே அவளை குறுக்கிக்கொண்டாள். ஒவ்வொரு விஷயமாக எங்களுக்கு பார்த்து பார்த்து செய்வாள். பாசத்தில் ராட்சசி. அதன் இன்னொரு வெளிப்பாடே சிறு சிறு விஷயத்தில் கூடக் கோபம். பெரும்பாலான நேரங்களில் அவளைப் புரிந்துகொண்டாலும், சில நேரம் பதிலுக்கு கத்திவிடுவேன்.

காலையில் கூட அவளோடு சிறு வாக்குவாதம். நான் இன்னும் பொறுமையாக இருந்திருக்கலாம் என்று இப்போது தோன்றுகிறது.

'ஒவ்வொன்றையுமே நன்றாகப் பார்க்க அது அதற்கான இடைவெளிகள் வேண்டும். சில சமயம் காலத்தின் இடைவெளி. சில சமயம் தூரத்தின் இடைவெளி' - ஜெ ஜெ சில

     கதாநதி

குறிப்புகளில் சுந்தர ராமசாமி சொல்வது புரிந்தது போலிருந்தது. அது மைக்ரோ, நேனோ நொடிகளாக இருந்தாலும் கூட.

கொஞ்சம் கொஞ்சமாக நினைவுகள் தப்பத் தொடங்கியது. நான் யார் என்பதை மூளையின் நியூரான்களுக்கு நினைவூட்டிக்கொண்டே இருப்பது அயற்சியாக இருந்தது. செவிலியரின் பேச்சுக்கள் ஒலி ரீங்காரங்களாக வந்தடைந்தது. அது படிப்படியாக ருத்ரனின் சிரிப்பொலியாகி, புது வடிவாக மாறியது. புலன்களை நெறிப்படுத்த முயற்சி செய்து தோல்வி அடைந்தேன்.

ஆம்புலன்ஸ் ஆஸ்பத்திரியை அடைந்தது. காவ்யாவின் அழுகை மட்டும் எனக்கு தனியே கேட்டது. என்னை ஸ்ட்ரெச்சரில் வெளியே கொண்டுவந்து ஆஸ்பத்திரியின் ஓர் அறையை அடைந்தபோது, மருத்துவர் ஒருவர் அவசரமாக வந்து என்னைப் பரிசோதித்தார். பத்து நிமிடம் முன்பாகவே இறந்துவிட்டதாக தெரிவித்தார். காவ்யா எழுப்பிய அழுகை ஓலம் ஆஸ்பத்திரி முழுவதும் கேட்டிருக்கும். அதிர்ச்சியில் மயக்கம் போட்டு விழுந்ததாகச் சுற்றியிருந்தவர்கள் பேசிக்கொண்டார்கள்.

'இல்லை... இல்லை... நான் இறக்கவில்லை. இன்னும் உயிர் இருக்கிறது. என்னைக் காப்பாற்றுங்கள்' என்று கதறவேண்டும் போலிருந்தது. ஆனால், முடியவில்லை. காவ்யா என் அருகில் வா... என்னைப் பார்.

'விடைபெறும் விபரம் அறிந்திருந்தால், சந்திப்பின் சாத்தியத்தை அழித்திருப்பேன்' என்ற சாய் இந்துவின் கவிதை வரிகள் மின்னலெென உடலில் வெட்டியது. உடல் அசைந்ததும் செவிலி ஒருத்தி பக்கத்தில் வந்தது மருத்துவ நெடியில் புரிந்தது. ஆனால், ஒன்றும் செய்யவில்லை.

மயக்கத்தில் விழுந்த காவ்யாவின் முகத்தில் யாரோ தண்ணீர் அடித்தார்கள்.

அடித்த தண்ணீரில் தூக்கம் களைந்து பதறி எழுந்தேன். "மணி என்ன?" என்று கோபத்தோடு ருத்ரனிடம் கேட்டேன்.

"மணி ஏழு ஆகப் போகிறது. அம்மா உங்களை எழுப்ப சொன்னாள்" என்று சிரித்தான்.

"மணி ஆச்சு... இன்னும் கிளம்பவில்லை" என்று காவ்யா திட்டிக்கொண்டிருந்தாள்.

எழுந்து பதில் பேசாமல் அவசரம் அவசரமா குளித்து, உடை மாற்றிக்கொண்டே உணவு உண்டு, வெளியில் வந்தேன். மதிய உணவை மறந்து வந்துவிட்டதாக காவ்யா ஓடிவந்தாள்.

ருத்ரனை வண்டியில் முன்னே உட்காரவைத்து கிளம்பினேன். போகும் வழியில் ருத்ரன் வானத்தில் பறந்த மஞ்சள் நிற ஏரோபிளேன்அழகாகஇருப்பதாகச்சிலாகித்துபேசிக்கொண்டே வந்தான். நான் திடுக்கிட்டேன்... வேண்டுமென்றே அவன் சொல்வதை காதில் வாங்கிக்கொள்ளவில்லை.

பள்ளியில் இறக்கி விட்டுவிட்டு, "சரி வருகிறேன்" என்று கிளம்பும்போது, சட்டையை பிடித்து இழுத்தான்.

'என்னடா?' என்று அவசரமாகத் திரும்பினேன். அருகே வந்து ரகசியமாக, "இந்த ஊதா கலர் ஹெல்மெட் உங்களுக்கு நல்லா இல்லை அப்பா. மாற்றிவிடுங்கள்" என்று காதில் கிசுகிசுத்தான். செய்வதறியாது நின்றுக்கொண்டிருந்தேன்.

அதே நொடி, ஐந்து கிலோமீட்டருக்கு அப்பால் மஹாதேவபுரத்தில் உள்ள பெட்ரோல் ஸ்டேஷனில், ஒரு லாரி டிரைவர் பெட்ரோல் போட்டு முடித்து, தனது பேண்ட் பாக்கெட்டிலிருந்து ஒரு விஸ்கி பாட்டிலை துழாவி எடுத்துகொண்டிருந்தது எனக்குத் தெரிய வாய்ப்பில்லை!

⸺⟡⸺

கதாநதி

கொலையாளி!

– கவி சந்திரா

கௌசல்யா சுப்ரஜா ராம
பூர்வா ஸந்த்யா ப்ரவர்த்ததே

அந்தக் காலை வேலையை மேலும் அழகாக்குவது போல, எம்எஸ்எஸ் குரலில் ஒலிக்கும் சுப்ரபாதத்தை ரசித்தவாறு செய்தித்தாளை பிரித்த ஆனந்த கண்ணன், தன் கையில் இருந்த காபியை பருக துவங்கினார்.

அதில் நேற்று ஒரே நாளில் அவர் கண்டுபிடித்திருந்த சவாலான கொலை வழக்கை பற்றி ஸ்லாகித்து எழுதி இருந்ததோடு, இன்னும் மூன்று மாதத்தில் ஓய்வு பெறப்போகும் இன்ஸ்பெக்டர் ஆனந்த கண்ணன் இதுவரை கண்டுபிடித்து இருந்த கொலை மற்றும் கொள்ளை வழக்கைகள் பற்றிய தகவல்களும் இருந்தன.

அவர் பணியில் சேர்ந்ததிலிருந்து அத்தனை வழக்குகளையும் திறம்பட துரிதமாகச் செயல்பட்டு கண்டுபிடித்தது பற்றியும், முக்கியமாக கொலை வழக்குகளில் ஆனந்த கண்ணனின் வேகம் பல குற்றவாளிகளைத் தப்பிக்கவிடாமல் செய்திருக்கிறது என்றும் விவரித்தது.

பணியில் சேர்ந்த நாள் முதல் அவர் கண்டுபிடித்து இருந்த முக்கிய வழக்குகளின் விவரங்களும் அதை எவ்வாறு எளிதாகக் கையாண்டார் என்கிற சிறு விளக்கங்களுடன் சேர்த்து ஆனந்த கண்ணனின் சிறு பேட்டியும் இறுதியாக இணைக்கப்பட்டிருந்தது.

அதை கம்பீரமாக முறுக்கி விடப்பட்டிருந்த மீசைக்குக் கீழ் இருந்த இதழ்களில் உறைந்த சிறு புன்னகையோடு

படிக்கும்போதே, வாசல் தபால்பெட்டியில் இருந்ததாகச் சொல்லி, ஒரு காகித உரையைப் பணியாள் கொண்டுவந்தார்.

யோசனையாகப் பார்த்தவாறே வாங்கிய ஆனந்த கண்ணன், முன்னும் பின்னுமாக திருப்பினார். இவரின் பெயரைத் தவிர, எந்த ஒரு விவரமும் இல்லை. அவரின் பெயர் கூடச் செய்தித்தாள்களில் இருந்து கத்தரித்து ஒவ்வொரு எழுத்தாக இணைத்து ஒட்டப்பட்டிருந்தது.

அதைக் கண்டவுடன் போலீஸ் மூளை விழித்துக்கொள்ள... மிகக் கவனமாக அந்தக் காகித உரையைப் பிரித்துப் படிக்கத் துவங்கினார். உள்ளேயும் இவரின் எதிர்பார்ப்பை துளியும் பொய்யாக்காமல் ஒரு வெள்ளைக் காகிதத்தில் அதேபோன்று செய்தித்தாள்களில் இருந்து கத்தரிக்கப்பட்ட எழுத்துகளைக் கொண்டுதான் தகவல் காத்திருந்தது.

'என்ன மிஸ்டர் ஆனந்த கண்ணன்... ரொம்ப சந்தோஷமா இருக்கீங்களா? இதுவரை நீங்க எடுத்த ஒரு கேஸ் கூடத் தோல்வியைத் தழுவலைன்னு ரொம்ப கர்வம் போலவே! இதில் உங்களைப் பாராட்ட என்ன இருக்கு? சரியா சொல்லணும்ன்னா, நீங்க கையாண்ட எல்லா வழக்குகளிலும் கொலைகாரன்தான் சரி இல்லைன்னு அர்த்தம். அவனே அறியாமல் விட்டுச்சென்ற ஏதோ ஒரு க்ளுவை வைத்து கண்டுபிடித்ததை எல்லாம் உங்க திறமையா, பெருமையா எண்ணி மார்தட்டிக்கொள்ளும் உங்களுக்கு, ஒரு பர்ஃபெக்ட் மர்டர் எப்படி இருக்கும்ன்னு பார்க்க ஆசையா இருக்கா? ஓகே கவுண்ட்டவுன் ஸ்டார்ட்ஸ் நவ்... விரைவில் மூன்று கொலைகள் நடக்கப்போகுது. அதைச் செய்யப்போறது வேற யாருமில்லை... சாட்சாத் நானேதான். உங்களால் முடிஞ்சா என்னைக் கண்டுபிடிங்க' என்பதோடு அந்தக் கடிதம் முடிந்திருந்தது.

மீண்டும் மீண்டும் அதைத் திருப்பி வேறு ஏதாவது அறிந்துக்கொள்ள முடியுமா என ஆராய்ந்த ஆனந்த கண்ணன், அந்தக் கடிதத்தை நான்கு முறைக்கும் மேலாகப் படித்துவிட்டார். அதில் உள்ளவை வரிக்கு வரி இப்போது அவருக்கு மனப்பாடம். ஆனால், இதைக்கொண்டு எதையும் அனுமானிக்க முடியவில்லை.

சில நேரங்களில் இதுபோன்ற அநாமதேய அழைப்புகளும் கடிதங்களும் சும்மாவேணும் நேரத்தை வீணாக்கும் என்பதால், அதைப் பற்றிப் பெரிதாகக் கண்டுகொள்ளவில்லை அவர்.

மூன்று நாட்கள் கடந்திருக்க... ஆனந்த கண்ணனின் காவல் நிலையத்துக்கு உட்பட்ட பகுதியில் ஒரு பெண் கொலை செய்யப்பட்டுவிட்டதாக தகவல் வந்தது. இறந்தது ஓர் முன்னாள் கதாநாயகியும், இந்நாள் அம்மா நடிகையுமான சாதனா.

இன்று வரும் பாதிக்கு மேற்பட்ட படங்களில் கதாநாயகனுக்கோ இல்லை நாயகிக்கோ அம்மாவாக இவர்தான் இருப்பார்.

இன்றும் காலை படப்பிடிப்புக்கு வந்தவர், மர்மமான முறையில் அவரின் கேரவனில் இறந்து கிடந்தார். விவரம் அறிந்ததும் ஆனந்த கண்ணன் அங்கு செல்ல... படப்பிடிப்பு தளமே பரபரப்பாகக் காணப்பட்டது. சற்றுமுன் தங்களோடு அமர்ந்து பேசிக்கொண்டிருந்த ஒருவர் இப்போது உயிரோடு இல்லை என்பதையும், கடைவாயில் ரத்தம் வழிய மயங்கிக் கிடந்தவரை மருத்துவமனைக்கு அழைத்துச்சென்ற பிறகே அது கொலை எனவும், அவருக்கு விஷம் கொடுக்கப்பட்டு இருப்பதும் தெரியவந்திருந்தது.

அங்குள்ள அனைவரிடமே பதற்றமும் படபடப்பும் தொற்றிக்கொள்ள... தன் விசாரணையைத் தொடங்கினார் ஆனந்தகண்ணன்.

சாதனா படுத்திருந்த இடத்தில் எந்த ஒரு வாக்குவாதமோ, சண்டையோ, போராட்டமோ நிகழ்ந்ததற்கான அறிகுறிகள் துளியும் இல்லை. வைத்த பொருள் வைத்த இடத்தில் இருந்தது.

சாதனா சரிந்து கிடந்ததாகச் சொல்லப்பட்ட படுக்கையைச் சுற்றிப் பார்வையை ஓட்டினார். சாதனாவின் கைப்பைக்குள் ஒரு காகித உரை இருப்பது தெரிந்தது.

அந்தக் காகித உரையைக் கையில் எடுத்தவருக்கு மின்னலெனத் தனக்கு வந்த கடிதம் நினைவுக்கு வந்தது. அவசரமாகப் பிரித்து படிக்கத் துவங்கினார்.

இதுவும் அவருக்கு வந்தது போலவே எழுத்துகளை ஒட்டி வெட்டிதான் தயாரிக்கப்பட்டிருந்தது. சா$V3$ என்றும் அதற்குக் கீழே ஆறு லட்சத்து இருபது என்றும் மட்டுமே அதில் இருக்க... வெகு நேரம் புரியாமல் பார்த்தார். அது திறந்தவெளியில் நடக்கும் படப்பிடிப்பு என்பதால், அருகில் சிசிடிவிகள் எதுவும் இல்லை.

அது ஒரு படப்பிடிப்புத் தளம் என்பதால், நூற்றுக்கும் மேற்பட்டோர் வந்துசென்றிருந்தனர். யாரை எல்லாம் சந்தேகிப்பது எனப் புரியாமல் திகைத்தார் ஆனந்த கண்ணன்.

ஆனாலும் மனதில் சிறு நம்பிக்கை. தன் வீட்டில் அந்தக் கடிதத்தைப் போடவந்தவனை அறிய எண்ணி, அவர் வீட்டுச் சிசிடிவி காட்சிகளைச் சென்று ஆராய்ந்தவருக்கு பெரிதாக எதுவும் கிடைக்கவில்லை.

ஏனெனில், நள்ளிரவில் நல்ல மழை நேரத்தில் வந்து அந்தக் கடிதத்தை போட்டிருக்கிறான். அந்தப் பகுதியில் இருக்கும் வயதான பிச்சைக்காரன்... அவனைக் கடந்த பத்து வருடங்களாக அந்தப் பகுதியில் பார்த்துகொண்டுதான் இருக்கிறார். இருப்பினும் அவனிடம் சென்று விசாரித்தவருக்கு இருளில் யாரென்றே தெரியாத ஒருவன் ஐநூறு ரூபாயை கொடுத்து போடச் சொன்னது தெரிந்தது.

இதில் ஒன்றும் புரியாமல் ஆனந்த கண்ணன் சா$V3$ என்பது மட்டும் சாவித்ரியாக இருக்குமென எண்ணி, யார் அந்த சாவித்ரி என அறிய முயன்றார். ஆறு லட்சத்து இருபது என்பது பணமாக இருக்குமோ...?

அடியையும் நுனியையும் பிடிக்க முடியாமல் குழம்பி கொண்டிருக்கும்போதே அடுத்த ஐந்து நாட்களில் மற்றொரு கொலை நடந்திருந்தது.

கொலை அடையாரில் நிகழ்ந்திருக்க... கொலை செய்யப்பட்டது ஒரு பெண் மருத்துவர். பெயர் சார்மிளா. வழக்கம் போல நோயாளிகளைப் பார்த்து கொண்டிருந்தவர், தன் இருக்கையில் இருந்தவாரே மின்சாரம் தாக்கி இறந்திருந்தார். முதலில் இதை விபத்து என்று நினைத்தவர்கள்,

பின்பே அவரின் நாற்காலியில் மின்சாரம் பாய்வதற்கான ஓயர் சுற்றப்பட்டு இருப்பதையும், அதில் இந்த நேரத்தில் மின்சாரம் பாயவேண்டுமென டைமர் செட் செய்யப்பட்டு இருப்பதையும் கண்டு, திட்டமிடப்பட்ட கொலை என அறிந்தனர்.

அங்கும் இதேபோல ஒரு கடிதமும், அதிலும் சாV3 என்றும் இருக்க... அதற்குக் கீழ் கிருஷ்ணகுடில் என்றும் இருந்தது.

இப்படி ஒரு கடிதம் சம்பந்தப்பட்ட கொலை வழக்கை ஆனந்த கண்ணன் விசாரிப்பது அறிந்து அவருக்குத் தகவல் கொடுத்திருந்தார் அந்தப் பகுதி இன்ஸ்பெக்டர் குமரன்.

விவரம் அறிந்ததும் அங்கு விரைந்தவருக்கு இங்கும் வேறு எந்த க்ளுவும் கிடைக்கவில்லை. ஒன்றே ஒன்றை தவிர... அது இந்தக் கொலை நடந்த பகுதி அடையாறு என்பதும், அந்தக் கடிதத்தில் குறிப்பிட்டு இருந்த ஆறு லட்சத்து இருபது என்பது இந்தப் பகுதியின் பின்கோடு ஒத்துப்போவதும் மட்டுமே...!

அதைதான் மறைமுகமாக அந்தக் கடிதத்தில் குறிப்பிட்டு இருக்கிறான் எனப் புரிய... இனி ஒரு கொலை நடக்கவே கூடாது என்ற எண்ணினார். இதுவரை வந்த இரண்டு கடிதங்களையும் வைத்து குமரனோடு இணைந்து, அதில் புதிதாகக் கொடுக்கப்பட்டுள்ள க்ளுவை கண்டுபிடிக்க முயன்றார்.

இதற்கிடையில் மருத்துவமனையில் இத்தனை பேர் வரும் இடத்தில் இப்படி யாருக்கும் தெரியாமல் நாற்காலியில் மின்சாரம் பாயச்செய்வது அத்தனை எளிதல்ல என்றெண்ணிய குமரன், மருத்துவமனை உதவியாளரை விசாரிக்கத் துவங்கினார்.

"புதுசா சந்தேகப்படற மாதிரி யாரையாவது பார்த்தீங்களா?"

"இங்கே வருபவர்கள் பெரும்பாலும் புது ஆட்கள்தான் சார். சந்தேகப்படற மாதிரி யாரையும் பார்க்கலை."

"டாக்டர் சார்மிளா இன்னைக்குக் காலையில் இருந்து எப்படி இருந்தாங்க?"

"எப்போவும் போலதான் சார் இருந்தாங்க."

"ஏதாவது விந்தியாசமா... வழக்கத்துக்கு மாறா நடந்துகிட்டாங்களா?"

"அப்படி எதுவும் இல்லை சார்."

இப்படியான பதில்களே அனைத்து பக்கமிருந்தும் வந்தது. சோர்ந்துப்போனவர், சிசிடிவி காட்சிகளை ஆராய... ஊழியர்கள் சொன்னது போலவே சந்தேகப்படும்படி எதுவுமே பதிவாகவில்லை. முதல் நாள் நள்ளிரவு இரண்டு மணியளவில் மின்சாரம் துண்டிக்கப்பட்டு, கிட்டத்தட்ட ஒரு மணி நேரத்துக்குப் பிறகு வந்திருப்பது சந்தேகத்தை தர, "இங்கே ஜென்ரேட்டர் இல்லையா?" என்றார் குமரன்.

"இது அவங்க தனிப்பட்ட கிளினிக் சார்....... ஆஸ்பிட்டலில் இருந்து விஆர்எஸ் வாங்கின பிறகு அவங்க விருப்பத்துக்காகச் சின்னதா நடத்திட்டு இருக்காங்க. காலையில் மட்டும்தான் வருவாங்க" என உதவியாளர் கூறவும், சோர்ந்துப் போனார் குமரன்.

இவற்றை எல்லாம் கவனித்த ஆனந்த கண்ணனுக்கும் அடுத்து என்ன செய்வது என்று புரியாத நிலை.

"சார் சாV3 என்கிற சாவித்ரி என்பதுதான் நமக்கு இருக்கும் ஒரே க்ளூ. இது ஏன் கொலைக்காரியா இருக்கக் கூடாது? நாம கொலைக்காரனை தேடிட்டு இருக்கோம். ஒருவேளை இது பெண்ணா இருந்தா?" என்ற குமரனிடம் மறுப்பாகத் தலையசைத்தார்.

"ம்ஹூம்... எனக்கு அப்படித் தோணலை குமரன். இதில் வேற எதுவோ ஒளிஞ்சுட்டு இருக்கு" என்றவர், தனக்கு முதலில் வந்த கடிதம் பற்றிச் சொல்லவில்லை.

இது வெளியில் பரவினால் தன் பெயர் எல்லா இடங்களிலும் அடிப்படும் என்றெண்ணி மறைத்தவருக்கு எப்படியும் கொலையாளியைக் கண்டுபிடித்துவிடுவோம் என்ற நம்பிக்கை இருந்தது.

இப்போதைக்கு அந்த கிருஷ்ணகுடில் என்னவென்பதை கண்டுபிடித்தால், அடுத்த கொலையைத் தடுத்துவிடலாம்

என்று தோன்றியது. "அந்த லெட்டர்ல சொல்லி இருந்து இந்தக் கொலைக்கான க்ளுனா... அப்போ இது நெக்ஸ்ட் கொலைக்கானதா சார்?" என்றார் குமரன்.

"அப்படித்தான் நினைக்கறேன்" என்றவர், அந்தப் பெயரில் சுற்றுப்பகுதிகளில் ஏதாவது இடம் உள்ளதா என அறிய முயன்றார்.

"பெயரைப் பார்த்தாஏதாவது முதியோர் இல்லம், ஆதரவற்றோர் ஆசிரமமா இருக்குமோ சார்" என்றார் குமரன்.

"ஹ்ம்ம்... வாய்ப்பிருக்கு. நீங்க அந்தக் கோணத்தில் விசாரிங்க. நான் வேற ஏதாவது க்ளு கிடைக்குதான்னு பார்க்கறேன்" என்ற ஆனந்த கண்ணன், முதல் வேலையாக வீட்டுக்குச் சென்று மூன்று கடிதங்களையும் ஆராயத் துவங்கினார்.

இரண்டு கொலை நடந்த இடங்களிலும் எடுக்கப்பட்ட புகைப்படங்களை கூர்ந்து கவனித்துக் குறிப்பெடுக்கத் துவங்கியவருக்கு, தலை சுற்றாத குறைதான். ஒரு துளி கூட வழக்கை அடுத்த கட்டத்துக்கு நகர்த்தும்படி எதுவுமே கிடைக்கவில்லை.

இவர்கள் இந்தக் குழப்பத்திலும் தேடலிலும் இருக்கும்போதே மூன்றாவது கொலையும் நடந்திருந்தது. ஆனந்த கண்ணனுக்கு லேசாக இருந்த சந்தேகம் சரியே என்பது போல, அதுவும் ஒரு பெண்தான்.

அவர் பெயரும் சா என்ற எழுத்திலேயே துவங்கியது. ஆனால் அது சாவித்ரி இல்லை... சாரதா.

அதிலும் இந்தக் கொலை ஆனந்த கண்ணனின் காவல் நிலையத்துக்கு அடுத்து உள்ள வீதியிலேயே நடந்திருந்தது. அங்கு சென்றவரை வாசலில் இருந்த பிருந்தாவனம் என்ற முகப்புப் பலகை வரவேற்க... சட்டென கிருஷ்ணகுடில் என்பதற்கான அர்த்தம் விளங்கியது.

கைக்கும் எட்டும் தூரத்தில் இருந்தும் தவறவிட்டதை உணர்ந்து தனக்குள் உண்டான கோபத்தோடு வேகமாக உள்ளே

நுழைந்தார். தோட்டத்துக்குச் செல்லும் வாயிலின் அருகே தாறுமாறாக விழுந்து கிடந்த பெண்மணியைக் கண்டார்.

அவர் அருகில் மெல்லிய கம்பி ஒன்று தரைக்குச் சற்று மேல் கட்டப்பட்டு இருப்பதும், அதில் தடுக்கியே சாரதா விழுந்திருப்பதும் சரியாக அவர் தலை மோதும்படியாக அங்கு பழைய உரல் ஒன்று வைக்கப்பட்டிருப்பதும், அதற்கு சற்றுத் தள்ளி ஒரு பழைய அலாரா டைம்பீஸ் சம்பந்தமே இல்லாமல் இருப்பதும் சேர்ந்து இதுவும் திட்டமிட்டுச் செய்யப்பட்ட கொலை என்று உறுதியாகியது.

கணவர் இறந்துவிட, வெளிநாட்டில் வசிக்கும் மகள் மட்டுமே இருக்க... அந்த வீட்டில் சாரதா தனியே வசித்து வந்ததும் தெரிய வர, யாரிடம் சென்று விசாரிப்பது எனப் புரியவில்லை. வீட்டுக்குள் ஏதாவது கிடைக்கிறதா எனத் தேடலை துவங்கியவருக்கு அதேபோல ஒரு கடிதம் கிடைத்தது.

அதிலும் வழக்கம் போலவே சா$V3$ என்று போட்டிருக்க... அதன் கீழே ஓவர் என்றிருந்தது. காவல் துறைக்கு தகவல் கொடுத்த பக்கத்து வீட்டு நபரிடம் விசாரணையைத் துவங்கியவருக்கு, உருப்படியாக எதுவும் கிடைக்கவில்லை.

காலையில் செடியில் பூப்பறிக்க பின்கட்டுக்கு வந்தவர், இப்படித் தாறுமாறாக சாரதா விழுது கிடப்பதை கண்டு சுவர் ஏறி குதித்து இந்தப் பக்கம் வந்ததாகவும், மற்றபடி வேறு எதுவும் தனக்கு தெரியாது என்றார்.

பல வழக்குகளைக் கையாண்டிருந்த விதத்தை வைத்து இரவில் அலாரா சத்தம் கேட்டு சாரதா இந்தப் பக்கம் வந்திருக்க வேண்டும் என்றும், அப்போது இருளில் இப்படி கம்பி கட்டப்பட்டிருப்பது தெரியாமல் கால் இடறி விழுந்திருக்க வேண்டும் என்றும் யூகித்தார் ஆனந்த கண்ணன்.

இதை திட்டமிட்டே அனைத்தும் ஏற்பாடு செய்யபட்டிருப்பது புரிந்தது. இங்கும் சிசிடிவியில் சந்தேகப்படும்படி எதுவுமே கிடைக்கவில்லை. பின்பக்கமாகவே கொலையாளி வந்துசென்றிருக்க வாய்ப்பிருப்பதும், அங்குள்ள சிசிடிவி கேமரா உடைக்கப்பட்டிருப்பதும் தெரிந்தது.

ஆனந்த கண்ணனுக்குத் தலையைப் பிய்த்துக்கொள்ளலாம் போலிருந்தது. மூன்று கொலைகள்... மூன்றிலுமே ஒரு க்ளூ கூடக் கிடைக்கவில்லை. அவ்வளவு ஏன்... ஒரு கைரேகையோ, கொலையாளி தன்னையறியாமல் விட்டுச்சென்ற அவன் சம்பந்தப்பட்ட பொருளோ எதுவுமே கிடைக்கவில்லை.

'இதில் எங்குச் சென்று எப்படி இந்த வழக்கை ஆராய்வது? எப்படி முடிப்பது?' எனப் புரியாமல் 'அன்று அவன் சொன்னது போல தான் தோற்றுவிட்டோமோ!' என்ற யோசனையில் இரவெல்லாம் உறக்கமின்றித் தவித்தார்.

அடுக்கடுக்காக மூன்று கொலைகளும் மன கண்ணில் வலம் வரத் துவங்கியது.

முதலாவதுசாதனா... விஷம்கொடுக்கப்பட்டுஇருந்திருந்தாலும், அது உடனடியாக கொல்லக் கூடிய விஷமில்லை. எட்டு மணி நேரத்துக்குப் பின் வேலை செய்வது போன்ற விஷம்.

அடுத்ததாகசார்மிளா... இவர்மின்சாரம்தாக்கி இறந்திருந்தாலும், அதிலும் கூட டைமர் செட் செய்யப்பட்டிருந்தது.

இறுதியாக சாரதா... இவருடைய மரணம் கம்பி தடுக்கி விழும்போது தலை சரியாக உரலில் இடிப்பது போல ஏற்பாடு செய்யப்பட்டிருந்தது.

அதன்படி பார்த்தால் மூன்று கொலைகள் நடந்தபோதுமே அதைச் செய்தவன் அங்கு இல்லை என்று உறுதியானது. மூன்று இடங்களுக்குமே கடைசி ஒரு வாரத்தில் வந்துபோன நபர்கள் பற்றிய விவரங்கள், அந்த ஒரு வாரத்துக்கான சிசிடிவி காட்சிகள் என அலசப்பட்டதில், ஒரே ஒருவன் சார்மிளா மற்றும் சாரதா இருவரையும்காண, அவர்கள்இறப்பதற்குஇரண்டு நாட்களுக்கு முன் வந்திருப்பது தெரிந்தது.

அதில் அவன் உருவத்தை பெரிதுப்படுத்தி முகம் தெளிவாகத் தெரியுமாறு தனியே எடுத்தார். அந்த நபர் பற்றிய விவரங்களை விசாரிக்கச் சொல்லிவிட்டு, மீண்டும் தன் தேடுதலைத் தொடர... 'சாV3 என்பது சா என்ற எழுத்தில் துவங்கும் மூன்றும் பெண்கள் என்பதை குறிக்குமோ!' என்று யோசித்தார்.

இதை தவிர, கிட்டத்தட்ட 55 வயது மதிக்கத்தக்க அந்த மூவருக்கும் இடையில் வேறு எதுவும் சம்பந்தம் இருப்பதாகத் தெரியவில்லை. அதுவரை யோசித்தது சரியென்றாலும் கூட, அந்த V என்பதற்கான அர்த்தம் என்னவென்று புரியவில்லை.

இதே யோசனையில் இருந்தவருக்கான விடையோடு வந்தார் சப்இன்ஸ்பெக்டர் ரத்தினம். ஆனந்த கண்ணன் கண்டுபிடிக்க சொன்ன அந்த நபர் பெயர் விதார்த் என்பதும், அவன் இவர்களை அடிக்கடி வந்து சந்தித்துவிட்டு சென்றது பற்றி கூறினார்.

உடனே சாதனாவுடைய உதவியாளரை அழைத்து அந்தப் புகைப்படத்தை காண்பித்து விசாரித்ததில், துளியும் யோசிக்காமல், "இது நம்ம விதார்த் தம்பி" என்றார் அவர்.

இதில் மூன்று பேர்களையுமே அறிந்தவனாக விதார்த் இருப்பது சந்தேகத்தை அதிகரிக்க... உடனே அவனைத் தன் கட்டுப்பாட்டின் கீழ் கொண்டுவந்தார் ஆனந்த கண்ணன்.

அதிர்ந்து பேச கூடப் பயப்படும் அப்பாவி தோற்றத்தில் இருந்தவனை கண்டவருக்கு, பல சைக்கோக்களும் சீரியல் கொலைக்காரர்களும் இப்படித்தான் வெளித்தோற்றத்தை வைத்து யூகிக்க முடியாதவர்களாக இருப்பார்கள் என்பது புரிந்தது. எடுத்தவுடன் அவனிடம் கடுமையைக் காண்பிக்கத் துவங்கினார் ஆனந்த கண்ணன்.

அவரின் அத்தனை கோபத்தையும் அப்பாவி தோற்றத்தையும் மீறிய உறுதியோடு எதிர்கொண்ட விதார்த், தனக்கு எதுவும் தெரியாது என்பதிலேயே உறுதியாக நின்றான். அதேபோல இவர்கள் மூவரோடு இவனுக்கு என்ன சம்பந்தம் என்ற கேள்விக்கும் அவனிடம் பதிலில்லை.

மிரட்டி அடித்து பலவாறாகக் கேட்டுப் பார்த்தவர், அவன் வாயையே திறக்காமல் போகவும், அவன் தங்கியிருந்த அறை, அலைபேசி பேச்சுக்கள் மற்றும் சாட்களை ஆராய்ந்தார்.

அதில், சாதனா பலமுறை இவனுக்குப் பணம் கொடுத்திருப்பதும், சார்மிளா உனக்கு என்ன தேவையென்றாலும் தயங்காமல் என்னை வந்து கேள்...' எனப் பலமுறை மன்னிப்பை யாசித்துப் பேசி இருப்பதும் தெரியவந்தது.

இது மேலும் குழப்பத்தை உண்டாக்க... மூன்று பேரை பற்றிய தீவிர விசாரரணையில் இறங்கியவருக்கு, மூவருமே பால்யகாலச் சினேகிதிகள் என்பது தெரியவந்தது.

அடுத்து அவர்களுக்கும் விதார்த்துக்குமான உறவை பற்றிய தேடலில், சாதனாவின் வங்கி லாக்கர் பற்றிய விவரம் கிடைத்தது. அதைக் குடைந்ததில் அங்கு இருந்த டைரியில் எழுதப்பட்டிருந்த தகவல்கள் இந்த வழக்குக்கான முக்கிய முடிச்சை அவிழ்த்தது.

சாதனா கதாநாயகியாக நடித்துக் கொண்டிருந்தபோது, அப்போது பிரபலமாக இருந்த திருமணமான கதாநாயகனோடு உண்டான தொடர்பில் கருவுற்றதும், அதைக் கலைக்கும் நிலையை எல்லாம் கடந்துவிட்டப்படியால் யாருமறியாமல் தன் உயிர் தோழியான சார்மிளாவின் உதவியோடு அதை ஈன்று தன் மற்றொரு தோழியின் மூலம் அவருக்குத் தெரிந்தவர்களுக்குக் குழந்தையைத் தத்து கொடுத்த விவரமும் தெரியவந்தது.

கொலைக்கான காரணம் ஆனந்த கண்ணனுக்குத் தெளிவாகப் புரிந்தது.

சாதனாவின் மகனாக அனைத்து வசதிகளோடும் பிறந்து வளரவேண்டிய தன்னை, இப்படி யாருக்கும் தெரியாமல் ஒளித்துவைத்து வளர்த்து, ஐந்துக்கும் பத்துக்கும் கையேந்தும் நிலைக்கு ஆளாக்கிய மூவரின் மீதும் உண்டான வன்மமே இந்தத் தொடர் கொலைகளுக்கான காரணம் என நிரூபித்து, விதார்த்துக்கு இரட்டை ஆயுள் தண்டனையை வாங்கிக் கொடுத்தார் ஆனந்த கண்ணன்.

ஒருவாறாக 'இத்தனை வருடங்களாகக் கட்டி காப்பாற்றிய பெயர் எங்கே இந்த இறுதி வழக்கில் கெட்டுவிடுமோ!' என்ற பதற்றத்தில் உள்ளுக்குள்ளேயே நடுங்கிக் கொண்டிருந்தவர், இந்த வழக்கையும் வெற்றிகரமாக, ஓய்வு பெறுவதற்குள்ளேயே முடித்து, தன் வாழ்நாளில் ஒரு வழக்கும் கண்டுப்பிடிக்க முடியாமல் போனதில்லை என்ற கர்வத்தோடு, ஓய்வு உபசார விழாவை முடித்துக்கொண்டு வீட்டில் அமர்ந்திருக்க...

மீண்டும் அதேபோன்ற ஒரு கடிதத்தோடு வந்து நின்றிருந்தான் வேலையாள்.

யோசனையாகப் பார்த்தவர், அதை வாங்கி வேகமாகப் பிரிக்க... அதிலும் ஒட்டி வெட்டப்பட்ட வார்த்தைகள் சொன்ன செய்தியை படித்துச் செய்வதறியாது திகைத்தார் ஆனந்த கண்ணன்.

அதில்... "பர்பெக்ட் மர்டர்ன்றது நீங்க நினைக்கறது போல மாட்டிக்காம கொலை செய்யறது இல்லை மிஸ்டர் இன்ஸ்பெக்டர். மற்றவனை மாட்டிவிடச் செய்யறது..." என்று கேலி செய்து சிரிக்கும் ஒரு ஸ்மைலி ஒட்டப்பட்டிருந்தது.

இந்த நாள் இனிய நாளாக அமையட்டும்!

கடன்கார காதல்

– வநிஷா

சவுதியின் ரியாட் விமான நிலையத்தில் காபியை அருந்தியபடி தனது விமானத்துக்கான அழைப்புக்காகக் காத்திருந்தான் மன்மதன். அவனோடு சேர்ந்து பயணிக்கப் போகும் வேலையிடத்து நண்பன் கார்மேகமும் அவனருகே அமர்ந்திருந்தான்.

"ஏன்டா 'ப்ளாக் க்ளவுட்'... எனக்கு இந்த ஜென்மத்துல கல்யாணம் நடந்துடுமாடா? பால் சொம்ப தூக்கிக்கிட்டு ஜல் ஜல்னு சலங்கை சத்தத்தோட 'அத்தான் என்னத்தான்'னு என்னைக் கொஞ்சறதுக்குன்னு ஒருத்தி வருவாளாடா?" என அடிக்கடி கேட்கும் அதே கேள்வியை மறுபடியும் கேட்டான் மன்மதன்.

அவனை ஏற இறங்கப் பார்த்த கார்மேகம்,

"உனக்குப் போய் யார்டா மன்மதன்னு பேரு வச்சது. அந்த காமதேவனோட பேரா இந்த கர்மம் புடிச்சவனுக்கு வச்சி விட்ருக்காங்க. வயசு முப்பத்தஞ்சாச்சி. இன்னும் வாழ்க்கைய கற்பனைலயே வாழ்ந்துட்டு இருக்க" எனத் திட்டினான்.

"நான் என்னடா மச்சான் செய்ய. ஊரா சுத்தி கடன் வாங்கிட்டு எங்கப்பன் செத்துப் போய்ட்டான்! சொத்து பத்த புள்ளைங்களுக்கு எழுதி வைக்கறாங்களோ இல்லையோ, கடனையும் பரம்பரை வியாதியையும் நமக்கு சொத்தா குடுத்துடறாங்க. அதையெல்லாம் அடச்சி, முழுகிப்போக இருந்த வீட்டை மீட்டெடுத்து, தங்கச்சிக்குக் கல்யாணம் பண்ணி வச்சு, அவ புள்ளைக்கு காது குத்தி மொட்டைப் போட்டு, இப்போதான் ஒரு நிலைக்கு வந்திருக்கேன். இனிதான் எனக்கான அஞ்சலையத் தேடிக் கண்டுப்புடிக்கணும்.""

"யாருக்குடா கடன் இல்ல! நாடே கடன் வாங்கித்தான் பொழப்ப நடத்துது. அதுக்குன்னு காலாகாலத்துல நடக்கவேண்டியது நடக்க வேணாமா? ரோட்டுல போய் நின்னு, கடன் இல்லாதவன் எவனோ என்னைக் கல்லால அடிங்கடான்னு சவால் விடேன்! ஒத்தக் கல்லு உன் மேல விழாது. அவனுங்க கல்யாணம் பண்ணலியா, பொண்டாட்டிய கொஞ்சலையா? இல்ல... புள்ளக் குட்டிய பெக்கலியா!" எனப் படபடத்தான் கார்மேகம்.

"எவன் எப்படியோ புள்ள பெக்கட்டும்டா! என் புள்ள கடங்காரன் பெத்தப் புள்ளயா இருக்கக் கூடாது. எப்போ வட்டிக்காரன் வீட்டுக்குள்ள வந்து திங்கற தட்ட புடுங்குவான்னு பயந்து வாழ்ந்ததுலாம் என்னோட போகட்டும்டா."

"என்னமோ போடா! உன்னை நெனைச்சா ஒரு பக்கம் பெருமையாவும் இருக்கு, இன்னொரு பக்கம் வேதனையாவும் இருக்கு. மூத்த மகனா மட்டும் பொறக்கவே கூடாதுடா டேய்! சாபம்டா அது!"

மன்மதனும் கார்மேகமும் சவுதியில் உள்ள பால் மாவு தயாரிக்கும் ஒரு நிறுவனத்தில் வேலை செய்கிறார்கள். மொத்த விடுப்பையும் சேகரித்து வைத்தால், வருடத்துக்கு இருமுறை இந்தியாவுக்குப் போய், இரண்டு வாரம் இருந்துவிட்டு வரமுடியும். இவர்கள் நிறுவனம் கொடுத்திருக்கும் ஹாஸ்டலில் தங்கி வேலைப் பார்ப்பதால், சொந்தங்களைத் தங்களோடு வைத்துக்கொள்ளவும் முடியாது. இவனாவது மனைவி என ஒருத்தி இல்லாமல், கற்பனையில் வாழ்கிறான். மற்றவர்கள் மனைவி இருந்தும் கற்பனையிலும் அலைபேசியிலும்தான் குடும்பம் நடத்துகிறார்கள்.

தொலைபேசியில் மதனின் அம்மா, "அய்யா மதனு... உனக்கு பொண்ணு ஒண்ணு பார்த்து வச்சிருக்கேன் சாமி. நீ வந்ததும் ஒரு எட்டுப் போய் பார்த்துட்டு, புடிச்சிருந்தா பூ வச்சிட்டு வந்துடலாம்டா ராசா" எனச் சொல்லி இருந்தார்.

கடனை அடைத்ததில் இருந்து பல தடவை இப்படி பெண் பார்க்க போயிருக்கிறார்கள். வெளிநாட்டில் வேலை செய்யும் மாப்பிள்ளை வேண்டாம், வயது அதிகமாக இருக்கிறதே, சொந்த வீடு இருந்தாலும் சொத்து அவ்வளவாகத் தேறவில்லையே, கார்

கதாநதி

இல்லையா, முகம் கிழடுத் தட்டியது போலிருக்கிறதே, ஜாதி ஒன்றானாலும் பிரிவு வேறாயிற்றே எனப் பல காரணங்களுக்காக இவனை நிராகரித்திருந்தார்கள் பெண் வீட்டினர்.

"உனக்குன்னு ஒருத்தி இதுக்கு மேலயா ராசா பொறக்கப் போறா! எங்கயோ ஒளிஞ்சு வெளையாடறா. சீக்கிரம் வந்துடுவா பாரேன்!" என்று துக்கத்தை காட்டாமல் சிரிக்கப் போராடும் மகனைச் சமாதானப்படுத்துவார் வேதலெட்சுமி.

அம்மாவின் நச்சரிப்புக்காகத்தான் இந்தமுறை கிளம்பி இருந்தான் மன்மதன். வழக்கம் போல இதுவும் சரிப்படவில்லை என்றால், ஆத்துக்காரன் ஆவதை மறந்துவிட்டு ஆன்மிகக்காரன் ஆகலாம் என முடிவெடுத்திருந்தான் இவன். மங்கையில் மூழ்கினால் மட்டுமா இன்பம்? சிவனை நினைத்து கங்கையில் மூழ்கினாலும் இன்பம்தான்!

விமானத்தில் ஏற அழைப்பு வர, இருவரும் தாய் நாட்டைக் காணும் ஆவலிலும், தாயின் கை மணத்தை அனுபவிக்கப் போகும் ஆசையிலும் சந்தோசமாகப் புறப்பட்டார்கள்.

* * *

மதுரைக்குப் பக்கத்தில் இருந்த ஒரு கிராமத்தில்தான் இவர்கள் பார்க்கப்போன பெண்ணின் வீடு இருந்தது. வழியில் தெரிந்த ஒரு கோயிலைப் பார்த்து, வாடகைக் காரை நிறுத்தும்படி சொன்னார் மதனின் அம்மா.

"என்னம்மா?"

"இதாச்சும் தகையயணும்னு வேண்டிட்டுப் போலாம்டா ராசா."

"ஆமாண்ணா... வா வா! போய் ஒரு வேண்டுதல போடுவோம்" என காரிலிருந்து இறங்கினாள் மதனின் தங்கை மீனா.

மடியில் அமர்ந்திருந்த மூன்று வயது மருமகனைத் தூக்கிக்கொண்டு பெண்கள் இருவரின் பின்னால் நடந்தான் மதன். எங்கிருந்தோ ஒரு பெண் குழந்தை ஓடிவந்து இவனின் காலைக் கட்டிக்கொண்டாள். குனிந்துப் பார்த்துப் புன்னகைத்தவன்...

"என்னடா குட்டி?" எனக் கேட்டான்.

"தம்பி பாப்பா அழகா இருக்கானே... குடேன்! நான் தூக்கிக்கறேன்."

கருப்பாய் இருந்தாலும் களையாய் இருந்தாள் அந்தக் குட்டிப் பெண். குழந்தைக்காக கையைத் தூக்கியபடி, கன்னம் குழிய புன்னகைத்தவளைப் பார்க்க அவ்வளவு அழகாக இருந்தது.

அவள் வளர்த்திக்கு முட்டிப் போட்டு அமர்ந்தவன், மருமகனை அவள் அருகே காட்டினான்.

"நீங்க தூக்குனா தம்பி பாப்பா விழுந்துடுவாங்க. அதனால என் கிட்டவே இருக்கட்டும். நீங்க உம்மா மட்டும் குடுத்துக்குங்க" என்றான் இவன்.

ஆசையாய் சின்னவனுக்கு முத்தமிட்டவள், "அக்கா வீட்டுக்கு வரியா? முட்டாயி தரேன்!" என அழைத்தாள்.

"சின்னு!" என அழைத்தப்படியே அவர்கள் அருகில் வந்துநின்றாள் ஒரு பெண்.

"அம்மா... தம்பி பாப்பாமா! அழகா இருக்கான்ல!"

முட்டிப் போட்டுக் கீழே அமர்ந்திருந்தவனைப் பார்த்த அந்தப் பெண்,

"யாருங்க?" எனக் கேள்வியாய் கேட்டாள்.

"இந்த ஊருல குலசாமின்னு ஒருத்தர் வீட்டுக்கு வந்திருக்கோம்" என்றபடியே எழுந்து நின்றான் மதன்.

"எங்கப்பாருதான்! ஓ... என் தங்கச்சியப் பார்க்க வந்தவங்களா!" எனக் கேட்டவளுக்கு முகம் மலர்ந்துப் போனது.

"வாங்க! வாங்க! வீட்டுல எல்லாம் உங்களுக்காகத்தான் காத்துட்டு இருக்காங்க. நாங்க ரெண்டு பேர் மட்டும் எல்லாம் நல்லபடி நடக்கணும்ன்னு வேண்டிக்க வந்தோம்" என்றவள், குனிந்து தன் மகளைத் தூக்கிக்கொண்டாள்.

"நான் போய் நீங்க வந்துட்டீங்கன்னு சொல்றேன். நீங்க நல்லா சாமிய கும்பிட்டு வாங்க!" என்றவள் கிளம்ப முற்பட்டாள்.

"நில்லும்மா... பொண்ணு வீடா நீ? எங்க கூடவே வந்திடேன் கண்ணு! வீட்ட வேற தேடிப் புடிச்சு போறதுக்குள்ள நல்ல நேரம் ஓடிடும்" என்றார் வேதலெட்சுமி.

கொஞ்சம் தயங்கியவள், பின் சரியென்று ஒத்துக்கொண்டாள். முன்னிருக்கையில் மருமகனோடு அமர்ந்த மதனுடன்தான் அமர்வேன் என சின்னு அடம் பிடிக்க, தர்மசங்கடமாக நெளிந்தாள் இவள்.

"இருக்கட்டும்ங்க... இவன் கூட வெளையாடிட்டே வரணும்ம்னு நெனைக்கறா! விடுங்க, நான் பார்த்துக்கறேன்" எனத் தன்னுடன் இரு குழந்தைகளையும் அமர்த்திக்கொண்டான் மதன்.

வழி நெடுக, வளவளவெனப் பேசிக்கொண்டே வந்தாள் சின்னவள்.

"இதான் மொதோ மொறை காருல ஏறுறேன் தெரியுமா! ஜில்லுன்னு நல்லா இருக்கு!" என மதனிடம் சொன்னவள், பின்னால் திரும்பிப் பார்த்து,

"ஆமாதானம்மா?" எனக் கேட்டாள்.

"ஆமா!"

சின்னவனின் கன்னம் தடவி முத்தமிட்டவள், "ம்மா! எப்போமா இந்த மாதிரி ஒரு தம்பி பாப்பா தருவ? கேக்கறப்பலாம் முறைக்கற, இல்ல அடிக்கற! சீக்கிரம் குடுமா. எனக்கு வெளாடா ஆளில்லாம சோகமா இருக்கு தெரியுமா" என ஆரம்பித்தாள்.

"ஏய்... வாய மூடுடி சின்னு! அம்மா அப்பிப்புடுவேன்" எனச் சிடுசிடுத்தாள் இவள்.

காரில் இருந்த மற்றவர்களுக்கு தாய்- மகளின் சம்பாஷனைச் சிரிப்பை வரவழைத்தது.

பின்னால் அமர்ந்திருந்த பெண்கள் மூவரும் சகஜமாகப் பேசியபடி வந்தார்கள். தன் தங்கையைப் பற்றி வானளவப் புகழ்ந்தபடி வந்தாள் அந்தப் பெண்.

"என் தங்கச்சி கருவாட்டுக் குழம்பு வச்சானா, ஊருக்கே மணக்கும்னா பார்த்துக்கோங்க" என அவள் சொல்ல,

"ஐயே... பொய் சொல்லாதம்மா! நெதம் நீதானே சமைக்கற. சித்தி திங்க மட்டும்தானே செய்யுது" எனப் போட்டுக்கொடுத்தாள் சின்னு.

அவள் அம்மா அசடு வழிய, முன்னால் அமர்ந்திருந்த மதனுக்கு சிரிப்பை அடக்க முடியவில்லை.

"அது வந்து... சித்தி சமைச்சப்போ நீ தூங்கிட்டு இருந்தடி!" என ஒருவாறு சமாளித்தாள் அம்மாகாரி.

"எங்க சித்தி சுடற வடைய சாப்பிடவே முடியாது!" என ஆரம்பித்து வைத்தாள் சின்னு.

சுவாரசியமாக, "ஏன்?" எனக் கேட்டான் மதன்.

"சின்னு!" எனப் பின்னாலிருந்து மிரட்டினாள் அம்மாகாரி.

"சின்னு... இப்படின்னு அம்மா கூப்டா, நான் வாயத் தொறக்கக் கூடாதுன்னு அர்த்தம். இல்லைனா அடிச்சுடும் அம்மா."

"அடிக்காம நான் பார்த்துக்கறேன். நீங்க சொல்லுங்க" என ஊக்கினாள் மீனா.

"என்னா சித்தி படபடன்னு வாயால மட்டும்தான் வடை சுடுவா! அம்மாயி அப்படித்தான் சொல்லும்" எனப் போட்டுடைத்தாள் குட்டி.

அடக்கமாட்டாமல் வாய்விட்டு நகைத்தான் மன்மதன். அதற்குள் பெண் வீடு வந்திருந்தது.

"டிரைவர் அண்ணா... பச்ச பெயிண்ட் அடிச்ச வீடுதான் எங்களது" எனக் காட்டிக்கொடுத்தவள், இவர்களிடம்,

"சின்னு சொன்னத மனசுல எடுத்துக்காதீங்க. தங்கச்சி ரொம்ப நல்லவ. உங்க மகனையும் உங்களயும் நல்லாப் பார்த்துக்குவா" என்றபடி காரிலிருந்து இறங்கினாள் அம்மாகாரி.

வரவேற்க வாசலுக்கு வந்த சொந்தங்களில் ஒரு பெருசு, "அடி வெளங்காத சிறுக்கி! உன்னை யாருடி இவங்க கூட ஒய்யாரமா ஊர்வலம் வரச் சொன்னது? நல்ல காரியம் பேச வரப்ப,

தாலியத்த மூளி, மூலையில முடங்கிக் கிடக்காம, முன்ன முன்ன வந்து நிக்கற?" எனச் சத்தம் போட்டார்.

கண்கள் கலங்கிப்போக, பட்டென சின்னுவை தூக்கிக்கொண்டு உள்ளே ஓடிவிட்டாள் அவள்.

தங்களுடன் சிரித்துப் பேசியபடி வந்தவள், கண் கலங்க உள்ளே ஓடியதில் இவர்கள் மூவருக்குமே மனது கனத்துவிட்டது.

"ஆத்தா... சும்மா இருக்க மாட்ட நீ!" எனக் கடிந்துக்கொண்ட பெண்ணின் தந்தை, இவர்களை உள்ளே வரவேற்றார்.

இரு அறைகள் கொண்ட சின்ன ஓட்டு வீடு அது! இவர்கள் அமர தரையில் பாய் விரித்து வைத்தார்கள். மருமகனை மடியில் அமர்த்தினான் மதன்.

இவர்களுக்கு கேசரியும் காபியும் வந்தது. ஓடிவந்து மதனின் இன்னொரு பக்கம் அமர்ந்துக் கொண்டாள் சின்னு.

"எங்கம்மா செஞ்ச கேசரி! எப்படி இருக்கு? தம்பி பாப்பாக்கு குடுங்க" எனக் கிசுகிசுத்தாள்.

"உனக்கு?" என இவனும் கிசுகிசுத்தான்.

"கொஞ்சம்தான் செஞ்சாங்களாம்! அம்மா சட்டிய வழிச்சப்போ கொஞ்சமா என் வாயில வச்சா!"

தனக்கு வந்த மொத்த கேசரியையும் சின்னவளுக்கு ஊட்டிவிட்டான் மதன்.

"உங்களுக்கு?"

"எனக்கு வயிறு நெறைஞ்சுடுச்சு."

இதைப் பார்த்த பெண்ணின் தாய், "ஏய் சின்னு!" எனக் குரல் கொடுக்க,

"இருக்கட்டும்ங்க... குழந்தைதானே" எனச் சொன்னார் வேதலெட்சுமி.

"தரகர் ரெண்டு பொண்ணுங்கன்னு மட்டும்தான் சொன்னாரு. வேற விஷயம் எதயும் சரியா சொல்லல! ஜாதகம் பொருந்தி

வரவும், வயசு வித்தியாசம் ரொம்ப இருந்தாலும், என் பையனுக்குக் கல்யாணம் நடந்தா போதும்ன்னு நெனைச்சிக்கிட்டு எதையும் ஆழமா நானும் கேட்டுக்கல. சொல்லுங்கம்மா! பெரிய பொண்ணு விதவையா?'' என்று பட்டென உடைத்துக் கேட்டார் வேதலெட்சுமி.

''ஆமாங்க! சொந்தத்துலதான் கட்டிக் குடுத்தோம். கொஞ்சம் சூதாட்டப் பழக்கம் இருந்துச்சுங்க அவனுக்கு. கல்யாணம் கட்டுனா சரியாப் போகும்ன்னு கட்டி வச்சோம். ஊரெல்லாம் கடன வாங்கிட்டு, அதை கட்டமுடியாம கொளுத்திக்கிட்டு செத்துட்டான். அவன் செத்தும் கடன்காரனுங்க எம்மவள விடல. கம்பெனில வேலைப் பார்த்து, வீட்டுல துணி தைக்கற வெபாரமும் பார்த்து கடன கட்டி முடிச்சிட்டா. தங்கச்சிக்கு கொஞ்சம் நகை நட்டு சேர்த்து வச்சிருக்கா. சின்னவளுக்கு முடிச்சிட்டா, கால முச்சோடும் பெரியவள நாங்க வச்சுப் பார்த்துப்போம்'' எனப் பெருமூச்சுடன் சொன்னார் பெண்ணின் அம்மா.

''இனி அந்தக் கவலை உங்களுக்கு வேணா! அவளயும் என் சின்னுவையும் நாங்க வச்சிப் பார்த்துக்கறோம். எனக்குக் கட்டிக் குடுத்துடுங்க'' என்றான் மதன்.

ஊசி விழுந்தால் சத்தம் கேட்கும் அளவுக்குப் பேரமைதி அங்கே!

அதிர்ச்சியாக எல்லோரும் வேதலெட்சுமியைப் பார்த்தார்கள்.

''கடன் சுமை என்னன்னு எனக்கும் தெரியுங்க! சின்ன வயசுலயே தாலியத்துப் போனா, என்னென்ன கஷ்டம் வரும்ன்னு அனுபவ பாடமா படிச்சவ நானு. என் மகன் முடிவுல எனக்கு பூரண சம்மதம்'' எனச் சிரித்த முகமாகச் சொன்னார் அவர்.

உள்ளே தட்டென பாத்திரம் விழும் சத்தமும், ஒரு பெண்ணின் குமுறி அழும் ஓசையும் கேட்டது.

''எனக்கு ஒரு மண்ணும் வேணா! தங்கச்சிய கட்டிக்கிட்டுப் போகச் சொல்லுங்க!'' எனத் தேம்பியபடி குரல் கொடுத்தாள் பெண்.

                                              கதாநதி

பட்டுச்சேலை அணிந்திருந்த சின்னப் பெண் ஒருத்தி அறையிலிருந்து மெல்ல வெளியே வந்தாள். நேராக மதனின் அருகே வந்தவள்,

"கையைக் குடுங்க மாமா! எங்கக்கா இப்படியே இருந்துடுவாளோன்னு எத்தனை நாள் தவிச்சிருக்கேன். இப்போதான் நிம்மதியா இருக்கு எனக்கு. இந்த கல்யாணம் கண்டிப்பா நடக்கும், நான் நடத்திவைப்பேன்" என்றாள் தங்கைக்காரி.

உள்ளே மீண்டும் இன்னொரு பாத்திரம் விழும் ஓசை கேட்டது.

"டேய் அண்ணா! நீ சம்பாதிக்கற பணமெல்லாம் இனி பாத்திரம் வாங்கறதுக்குத்தான் செலவாகும் போல! அண்ணி டெரர் பீஸா இருக்காங்களே!" எனக் கிசுகிசுத்தாள் மீனா.

"சவுதில இருந்து வந்ததும், நானே பாத்திரக் கடை வச்சிடவா?" என யோசிக்க ஆரம்பித்தான் மதன்.

* * *

அன்று அவர்களுக்கு முதலிரவு. பால், பழம் இல்லை. ஊதுபத்தி மணமில்லை. அல்வா வைக்கவில்லை. ஆர்ப்பாட்டமில்லா முதலிரவு அது.

உள்ளே கட்டிலில் மதன் படுத்திருக்க, அவன் அருகே தூங்கிக்கொண்டிருந்தாள் சின்னு. அமைதியாய் உள்ளே வந்து இன்னொரு பக்கம் அமர்ந்துகொண்டாள் மைவிழி. பெற்றவர்களின்மிரட்டல், தங்கையின் வற்புறுத்தல், சின்னுவின் அழுகை என இவளை எல்லோரும் பாடாய்ப் படுத்தான் திருமணத்துக்கு சம்மதிக்க வைத்திருந்தார்கள்.

"இங்க் ஐ" என மெல்லியக் குரலில் அழைத்தான் மதன்.

"ஆங்... என்ன சொன்னீங்க?"

"மைவிழின்னு இங்கிலீசுல கூப்பிட்டேன்."

"ஓஹோ!"

எழுந்துவந்து அவள் அருகே அமர்ந்துகொண்டான் இவன்.

"கடன் அன்பை முறிக்கும்னு சொல்வாங்க தெரியுமா?" எனச் சம்பந்தா சம்பந்தமில்லாமல் இவன் கேட்க,

"தெரியும்" என்றாள் இவள்.

"ஆனா, நம்ம விஷயத்துல கடன் அன்பை இறுக்கிடுச்சு தெரியுமா!"

புரியாமல் இவள் பார்க்க,

"உன்னைப் பரிதாபப்பட்டுக் கட்டிக்கிட்டேன்னு நீ நெனைச்சிருப்ப. ஆனா, உண்மை அது இல்ல விழி! உன்னை நான் ரொம்ப பெருமையா, மரியாதையாப் பார்க்கறேன். ஆம்பள நானே கடன கட்டிமுடிக்க என்ன பாடுபட்டேன் தெரியுமா! ஆனா நீ, ஒத்தை மனுசியா பேயா உழைச்சு தலை நிமிர்ந்து நின்னிருக்க. என்ன பொண்ணுடா சாமின்னுதான் தோணுச்சு. கல்யாணம் பண்ணி பேர் சொல்ல புள்ள பெத்துக்கணும்னு சராசரி மனுஷனா இருந்தவன், என்னைப் போலவே முள் பாதையைத் தாண்டிதான் நீயும் வந்திருக்கன்னு தெரிஞ்சதும், இப்போ அந்த பாதத்துக்கு செருப்பா இருக்கணும்னு தோணிடுச்சு விழி!"

அமைதியாய் அமர்ந்திருந்தவள், மெல்ல அவனை நிமிர்ந்து பார்த்தாள்.

"எல்லாப் பொண்ணுங்க போலவும் எனக்கும் கலர் கலரா கல்யாணக் கனவு இருந்துச்சு. ஆனா, நான் கட்டிக்கிட்ட மனுஷன் என் கனவை குரங்குக் கையில கெடைச்ச பூமாலைப் போல பிச்சுப் போட்டுட்டான். சின்ன வயசுலயே நெஞ்சுல பலமான அடி வாங்கிட்டேன். கல்யாணம், காதல் இது மேலெல்லாம் வெறுப்பு வந்திடுச்சு. பணம் சம்பாரிக்கணும், என் மகள நல்லபடியா வளர்த்து விடணும்னுதான் வாழ்ந்துட்டு இருக்கேன்.! பட்டுப் போனமரம் நான். இதுல பாசம் வேணும்ன்னா கொஞ்சமா துளிர்க்கும். நேசம் துளிர்க்குமான்னு தெரியலைங்க. அதனாலதான் கல்யாணம் வேணாம்னு நின்னேன். நீங்க புடிச்ச பிடிவாதத்துல என்னைக் குண்டுக்கட்டா தூக்கிட்டு வந்து இங்க போட்டுட்டாங்க."

"விழி... பாசம்னு கோட்ட மட்டும் நீ போடு. அதுல நேசத்த ரோடா போட்டு, காதல தாரா ஊத்தி, குழந்தை குட்டின்னு ஹைவே போட்டு நம்ம குடும்பத்த நான் கரையேத்திடறேன்" என்றவனின் கூற்றில் மெல்லியப் புன்னகை வந்தது இவளுக்கு.

"விழி... என்னை புருஷனா ஏத்துக்க கண்டிப்பா டைம் எடுக்கும் உனக்கு. இப்போவே எல்லாத்தையும் நடத்திக்கணுங்கற அளவுக்கு காஞ்சிப் போய் கிடந்தாலும், உனக்காக கண்டிப்பா நான் வெய்ட் பண்ணுவேன். இத்தனை வருஷம் கல்யாணம் ஆகாத பேச்சிலரா இருந்தேன். இன்னும் கொஞ்ச நாளைக்குக் கல்யாணம் ஆகியும் பேச்சிலரா இருந்துட்டுப் போறேன்!" என்றவன்,

"விழி!" எனக் கெஞ்சலாக அழைத்தான்.

"ஹ்ம்ம்!"

"ஒரே ஒரு முத்தம் மட்டும் குடுத்துக்கவா?"

இவள் முறைப்பாய் பார்க்க,

"இல்லடி! மன்மதன்னு பேரு வச்சிக்கிட்டு இத்தனை வருஷத்துல ஒரு முத்தம் கூட யாருக்கும் குடுத்தது இல்லைன்னு வெளிய தெரிஞ்சா உன் புருசனுக்குத்தானே அவமானம்? அதான் கேட்டேன்" என்றான்.

"போயா போய் படு!" எனப் பத்திவிட்டாள் அவனை.

சின்னுவின் ஒரு புறம் இவனும், மறுபுறம் இவளும் படுத்துகொண்டார்கள்.

நடு இரவில் நெஞ்சில் பாரமாய் எதுவோ அழுத்த, மெல்ல கண் விழித்தான் மதன். அவன் நெஞ்சில் தலைவைத்துப் படுத்திருந்தாள் விழி.

"என்னடி?" கிசுகிசுப்பாய் அவன் கேட்க,

"மன்மதன்னு பேரு வச்சிக்கிட்டு, ஒருத்திய கூட இதுவரைக்கும் கட்டிப் புடிச்சது இல்லைன்னு என் புருஷன யாரும் கேவலமா சொல்லிடக் கூடாதுல! அதான் கட்டிக்கிட்டேன்!" என்றவள், சுகமாய் உறங்கிப் போனாள்.

புன்னகையுடன் இவனும் உறங்கிப் போனான்.

காலம் மெல்ல இருவரையும் இணைத்து வைக்கும். கடனால் இணைந்தவர்கள், காதலால் பின்னிப் பிணைந்துக்கொள்வார்கள். இவர்கள் காதல் கடன் போடும் வட்டி மட்டும் சுமையாகாமல் சுகமாய் குட்டிப் போடும்!

———◦———

கதாநதி

இன்றைக்கு நான்கு கனவுகள்

– க.ம.ஸ்ரீ வித்யா

"இன்றைக்கு நான்கு கனவுகள்" என்று கத்திக்கொண்டே வந்த பாலாவின் குரலில் அதிர்ந்து காபியை சிதறவிட்டேன். துணியை எடுத்து அதை துடைத்துக்கொண்டே அவனைத் திரும்பி முறைத்தேன்.

பாலா... 32 வயது. மஞ்சள் நிறம்... சராசரிக்கும் அதிகமான, என்னை விழவைத்த உயரம். கொஞ்சம் சுருண்டு காதுகளை மூடும் கேசம். தன் பெயருக்கு பின்னால் பல டிகிரிகளைக் கொண்டிருந்தாலும், முகத்திலும் மனதிலும் குழந்தைமை மாறாதவன். அவன் வசதி கன்னக்கதுப்பின் செழுமையில் தெரிந்தது. அம்மா, அப்பா இருவரும் மருத்துவர்கள். நேரம் காலம் பார்க்காமல் கொஞ்சம் புண்ணியம், நிறைய பணம் சேர்த்தார்கள். நகரம் முழுக்க ஆங்காங்கே வீடுகள் வாங்கி வாடகைக்கு விட்டனர். ஒரே பையன். பாலா மிக நன்றாகப் படித்தான். இயற்பியலில் முதுகலை; பின்னர் டாக்டரேட்... கூடவே தொலைதூரக் கல்வியில் சில பல டிப்ளமோ. 9 to 5 வேலைக்குச் செல்வதற்கு விருப்பம் இல்லை. வியாபாரத்துக்கான சாமர்த்தியமும் இல்லை. அவனுக்குப் படிப்பும் செல்லமும் தந்தவர்கள், இயல்பாக வளர்க்க தவறினார்கள்.

எனக்கு பாலாவின் ஜாதகம் வந்தபோது... அவனுடைய வசதி, அழகு, படிப்பெல்லாம் பார்த்து, அவன் வேலைக்கு செல்லாததெல்லாம் ஒரு பொருட்டாக நினைக்காமல், உடனே சம்மதித்தேன். கொஞ்சம் சுயநலம்.

திருமணம் ஆகும் வரையில் பாலாவிடம் அதிகம் பேச சந்தர்ப்பம் அமையவில்லை. பெண் பார்த்தபோது பேசியதுதான்.

"என்னைப் பிடிச்சிருக்கா?" என்று சந்தேகமாகக் கேட்டேன்.

"நீ நிறைய பேசுவனு சொன்னாங்க... உண்மையா?" எனப் பதிலுக்கு கேட்டான்.

பொதுவாக உயர்மட்டத்தினருக்கு ரொம்ப பேசினால் பிடிக்காதாமே!

நான் விட்டால் நாளெல்லாம் பேசுவேனே!

"உண்மைதான்" என்றேன் தயக்கமாக.

"அப்போ உன்னைப் பிடிச்சிருக்கு" என்று சிரித்தான்.

திருமணத்துக்குப் பின் ஆரம்பத்தில், நடுத்தர வர்க்க வாழ்க்கையில் இருந்து விலகி, பணம் புரள வாழ்வது நன்றாகத்தான் இருந்தது. கடலைப் பார்த்தது போன்று, உயர்ந்து இருந்த அடுக்கு மாடிக்குடியிருப்பின் கடைசி மாடியில் எங்கள் தனிக்குடித்தனம்.

பாலா மிக நல்லவன். எந்த கெட்டப்பழக்கமும் இல்லை. நிறைய ஜோக்குகள் சொல்லுவான். நான் எவ்வளவு செலவு செய்தாலும் திட்டமாட்டான். அவ்வப்போது காதல் செய்வான். நான் செய்யும் மொக்கை உப்புமாவை கூடக் குறை சொல்லாமல் சாப்பிடுவான். கடலைப் பார்த்தது போன்ற ஊஞ்சலில் அமர்ந்து, நாள் முழுக்க படிப்பான். இது இன்னதென்று இல்லாமல் வரைமுறையின்றி படிப்பான். நானும் கொஞ்சமாய் புத்திசாலிதான். ஆனால், பாலாவின் முன்னர் எதுவும் நிற்காது. இருந்தாலும் கர்வம் இல்லாமல் புரியவைக்க முயலுவான். ஒரே ஒரு பிரச்னை... அவன் வேலைக்கு செல்லாமல் வீட்டில் இருப்பதெல்லாம் இல்லை, பாலா கனவு காண்பது!

கனவெல்லாம் ஒரு பிரச்னையா என்று முதலிரவில் நான் சிரித்ததை போன்று நீங்களும் சிரிக்காதீர்கள்.

"என்ன பிடிக்கும் உங்களுக்கு?"

மூன்று வருடங்களுக்கு முன்னர், சற்றே ஒல்லியாக, வெள்ளை சேலையில் நந்திதா தாஸை நினைவுப்படுத்தும் முகவெட்டுடைய நான் கேட்டேன்.

"கனவு காண்றது" என்றான் பாலா.

"அப்துல் கலாம் சொன்னது போல கனவு?" என்று நான் என் அறிவை காட்ட முயல, பாலா மறுப்பாக தலையாட்டிச் சிரித்தான்.

"நான் ஒரு லூசிட் ட்ரீமெர்(Lucid Dreamer)"

"என்ன... லூசா?"

அவன் முகம் மாறியது.

"லூசிட்" என்றான் அழுத்திச் சொல்லி. பின்னர் தொடர்ந்தான்...

"உனக்கு கனவு வருமா?"

"எப்பயாச்சும்."

"எந்த மாதிரி?"

"எழுந்த உடனே மறந்திருவேன்."

அவன் முகம் ஏமாற்றம் காட்டியது.

"ஒன்று கூட ஞாபகம் இல்லையா?"

"அது... ஒரு தடவை மலையில இருந்து விழற மாதிரி கனவு. நான் படுக்கையில இருந்து விழுந்துட்டேன்" என்று சிரித்தேன்.

"லூசிட் கனவு காண்றவங்க விழமாட்டாங்க. பறப்பாங்க" என்றான் அவன்.

'சித்துவேலை போல என்ன இது?' என்று நினைத்தேன். இருந்தும், "இன்செப்ஷன் படம் மாதிரியா?" எனக் கேட்டேன் யோசனையாக.

"அப்பாடி... கிட்டத்தட்ட. ஆனால், நான் யார் கனவுக்குள்ளயும் போகமாட்டேன். நானும் என் கனவுலகமும் மட்டும்தான்."

நான் அவனை விநோதமாகப் பார்த்தேன்.

"இதில என்ன கிடைக்கும்?"

"நிஜ வாழ்க்கையில் வாழ்ந்து என்ன கிடைக்கும்?"

"வாழ்க்கையை நீங்க அனுபவிக்கலாம்... ரசிக்கலாம்... ஒவ்வொரு நொடியையும். கனவில் என்ன முடியும்?"

"நீ சொல்ற எல்லாமே கனவிலும் முடியும். அதுக்கும் மேலே நம்ம நிஜ வாழ்க்கையில் பண்ணமுடியாத ஒரு விஷயத்த செய்யலாம்."

"அது என்ன?"

"கன்ட்ரோல்! என் வாழ்க்கையை நான் விருப்பப்படி செலுத்த முடியாது. கனவில் முடியும்" என்றான் நிதானமாக.

எனக்கு புரியவில்லை.

"என்ன வித்யாசம், என் கனவுக்கும் உங்க கனவுக்கும்?"

"நான் கனவு காணும்போதே, என் ஆழ்மனசுக்கு கனவுன்னு தெரியும். அது தெரிஞ்ச உடனேயே என் விருப்பத்துக்கு அதை மாத்திப்பேன். சின்ன வயசில் என்னை அறியாமலேயேதான் நான் இப்படி கனவு காணத் தொடங்கினேன்... பிடிச்சது."

"உங்க கனவை உங்களுக்கு பிடிச்ச மாதிரி வடிவமைச்சுப்பீங்க... ஒரு படம் மாதிரி, சரியா?"

"சரி... ஆனா, இந்தப் படத்துக்கு ஹீரோவும் நானே, டைரக்டரும் நானே."

"எனக்கு இன்னும் கன்ட்ரோல், பிடிச்சது எல்லாம் ஏன்னு புரியல."

"நான் குழந்தைல இருந்து அப்பா அம்மா கூட இருந்தது இல்ல. எல்லாம் வேலையாட்கள்தான். என் கனவில் மட்டும்தான் அவங்க கூட இருப்பேன். அவங்க கூடப் பேசுவேன், விளையாடுவேன். அவார்டு வாங்க என் ஸ்கூலுக்கு கூட்டிட்டுப் போவேன். நிஜத்தில் முடியுமா?"

பாலா ஏக்கத்துடன் லேசாக சிரித்தான். அதன் பின்னாடி சோகத்தின் நிழல்.

நான் அவனை உடனே அணைத்துக்கொண்டேன்.

கதாநதி

அவனைப் பார்க்க பாவமாக இருந்தது. அன்புக்கு ஏங்கி இப்படி ஆகிவிட்டான் என்று நினைத்து, அவன் மேல் எக்கச்சக்க அன்பை கொட்ட ஆரம்பித்தேன். நான் இன்றி பாலா இல்லை என்று ஆனான். அவன் படிப்பது என் அறிவுக்கு எட்டாமல் இருந்தாலும், அவன் சொல்வதை கேட்டேன். அவனுக்காக எல்லாமே செய்தாலும், தன் வாழ்க்கை முறையை மட்டும் அவன் மாற்றிக்கொள்ளவில்லை.

அவனை ஏதாவது வேலைக்குப் போக சொல்லும்போதெல்லாம்...

"உனக்கு என்ன? கார் இருக்கு... பாங்கில் பணம் இருக்கு... வேலைக்கு ஆள் இருக்கு. என்னை ஏன் தொல்லைப் பண்றே" என்று கேட்டு உம்மென்று உட்கார்ந்துகொள்வான்.

"பணம் உங்களுக்கு தேவையில்லைன்னா, அட்லீஸ்ட் ஏழை பசங்களுக்குப் படிப்பு இலவசமா சொல்லித் தரலாம் இல்லையா? எவ்வளவு தெரியும் உங்களுக்கு? உங்க அறிவை யாருக்காவது உபயோகப்படுத்தலாம். நீங்களே பூட்டு போட்டு வெச்சு என்ன பண்ணப்போறீங்க?" என்று ரொம்ப படுத்தியதால் சம்மதித்தான்.

வந்த பிள்ளைகளிடம் கருந்துளை, *UFO*, அக்ரோ கோலோஸல் சின்ரோம் என்று பேசிப் பேசி அவர்களையும் வரவிடாமல் செய்துவிட்டான்.

அதற்குள் நான் கர்ப்பமுற்றேன். மசக்கை, வாந்தி, அடியிறக்கம் என்று சித்தார்த் பிறக்கும் வரை ரொம்ப கஷ்டம். அப்பா அம்மா பேருக்கு கூட வந்து இருந்தார்கள். பார்த்துகொண்டது எல்லாம் என் பாலாதான்.

இந்தப் பாசத்தில், போகிறது... அவன் விருப்பத்துக்கு - படி, சித்தார்த்துடன் விளையாடு, என்னுடன் பேசு, படி, தூங்கு- என அவன் பெற்றோர் போலவே விட்டுவிட்டேன்.

"என்ன கனவுன்னு நான் கேட்கலைன்னாலும் சொல்லத்தானே போறீங்க" எனக் கேட்டேன் இப்போது.

பாலா சிரித்து என்னை இறுக்கி அணைத்தான்.

"நாலு கனவுகளில் ஒண்ணுல நீ வந்த. சேலை கட்டிட்டு இழுத்து போர்த்திக்காம, ஸ்விம்மிங் சூட் போட்டு, மூணு நிலா இருக்கிற மஞ்சள் கடற்கரையில் நீ படுத்துட்டு இருந்த. நான் உன்னை வெச்ச கண்ணு வாங்காம பார்த்துட்டே நெருங்கி..." எனக் கையை கழுத்தருகே கொண்டுப்போனான்.

நான் தட்டிவிட்டேன்.

"போதும்... நிஜத்தில் ஒண்ணும் இல்லை. எல்லாம் கனவில்தான்" என்றேன் முகத்தை திருப்பி. சித்தார்த் அழுகிறான், கனவு காணமுடியவில்லை என்று தனி தனி படுக்கையறைதான்.

"கோவிச்சுக்காதே அனி... ரொம்ப நாளா புதுசா முயற்சி பண்ணிட்டிருந்தேன். இன்னைக்குத்தான் நடந்தது"

"இன்னொரு கனவில் வேற கிரகம் போனீங்களா என்ன?"

"இல்லை... நிஜத்தில் வேறு பரிணாமம் போனேன்."

"என்ன?" எனக் கேட்டேன், அவனைப் புரியாமல் பார்த்து.

"வேற டைமண்ஷன்!" என்றான் கண்கள் விரித்து.

"எப்பவும் போல கதை சொல்லாதீங்க."

"அனி, இது நிஜம். நம்ம உலகத்தில் முப்பரிணாமத்தில் நாம் இருக்கிறா மாதிரி, வெவ்வேறு பரிணாமத்தில் நிறைய இருக்கு."

"நிறைய என்ன? வேற உயிரினமா?" எனக் கேட்டேன் விளையாட்டாய்.

"இல்லை... ஆன்மாக்கள், சக்திகள். நல்லது, கெட்டது - எல்லாம் இருக்கு. முகப்புத்தகத்தில் ஒரு புதிய நட்பு வட்டம் கிடைச்சிருக்கு. அதன்மூலமா அஸ்ட்ரால் புரொஜெக்ஷன்... அதாவது, யோக நிலையில் நம் ஆன்மாவை செலுத்துவது. அதன்மூலமா போனேன்" கண்களை மூடிக்கொண்டான்.

"இப்படி ஒரு பயங்கரமான அனுபவம் கண்டதில்லை" என்றான் தலையை உலுக்கியபடி.

"அப்படி இருக்குன்னு வெச்சிப்போம். வேற பரிணாமத்துக்கு எப்படி போறது?"

அவன் பொறுமையாக கண்களைத் திறந்து பார்த்தான்.

"இயற்கையா லூசிட் கனவு வர்ற என்னை மாதிரி ஆட்களுக்கு கொஞ்சம் சுலபம். தூக்கத்திலிருந்து விழிக்கும் அந்த கனநொடியில் உடம்பில் உள்ள அனைத்து சக்கரங்களையும் தளர்த்தினால், நம் உடலிலிருந்து ஆன்மாவை பிரித்து மிதக்கலாம். வேறு பரிணாமத்தை பார்க்கலாம்" என்றான் சீரியசாக முகம் வைத்து.

"ஆன்மாவுக்கு கண் இருக்கா என்ன?" எனக் கேட்டேன் குதர்க்கமாக.

"கிண்டல் பண்ணாத அனி."

"பின்ன என்னங்க... இவ்வளவு நாள் அறிவியல் பேசிட்டு... இப்ப ஆன்மா, பரிணாமம்னு சாமியார் மாதிரி பேசுறீங்க. விட்டா கூடுவிட்டு கூடு பாய்வீங்க போல. எனக்கு இதெல்லாம் சுத்தமா பிடிக்கலை. ஆன்மா பிரியறதெல்லாம் கேட்கவே பயமா இருக்குங்க" என்றபடி அவனருகே சென்றேன்.

"கண்ணுக்குத் தெரியாத ஒரு நூல் இழை போல, என் உடலுக்கும் ஆன்மாவுக்கும் ஒரு பிணைப்பு இருந்துகிட்டே இருக்கும் அனி. நான் உடனே திரும்ப வந்துடுவேன்."

"என்னமோ... அப்புறம் ஏன் பயங்கரம்னு எல்லாம் சொன்னீங்க?"

"நம்ம அதுங்களைத் தொந்தரவு பண்ணாத வரை பயம் இல்லை."

"எதுங்களை?"

கொஞ்சம் நேரம் அமைதியாக என்னை வெறித்து பார்த்து, 'ஒன்றும் இல்லை' என்று தலையாட்டி சோபாவில் அமர்ந்தான்.

நான் சென்று அவன் காலருகே, அவன் தொடை மீது தலை வைத்து சாய்ந்தவாறு உட்கார்ந்தேன்.

"பாலாப்பா" அவனை மிகவும் பிடிக்கும்போது அப்படித்தான் அழைப்பேன் செல்லமாக.

"ம்ம்ம்..."

"உங்களுக்கு நான் இருக்கேன். சித்தார்த் இருக்கான். இவ்ளோ புக்ஸ் இருக்கு. எதுக்கு இந்த வேண்டாத வேலை?"

"ஒரு ஆர்வம் அனி. இன்னொரு பரிணாமத்தில் நமக்கு தெரியாம என்னென்ன இருக்கும்? நான் போனது வெறும் நுழைவுவாயில்தான். கொஞ்ச தூரம் போனதுக்கே எனக்கு ஒரு ஆயுள் வாழ்ந்த மாதிரி இருந்தது"

"ப்ளீஸ்ப்பா..."

"ஒருவேளை நம்ம வாழ்க்கையே ஒரு கனவா இருந்தா?"

"நீங்க இப்படியே பேசிக்கிட்டே இருந்தீங்கனா, உங்களை கிட்டயே சேர்க்க மாட்டேன் பாருங்க. இந்த கனவு கண்றாவி மிதக்கிறது எல்லாம் மொத்தமா தலைமுழுகிட்டு என் கிட்ட வாங்க" என்று கோபமாக எழுந்து சென்றேன்.

அடுத்தடுத்த நாட்களில் அருகே அவன் வந்தபோதெல்லாம் விலகிப் போனேன். வர வர சித்தார்த்துக்கும் பாலாவுக்கும் பெரிய வேறுபாடு இல்லாமல் போகிறது. ரெண்டுமே அடம். அவனுக்கு பொய் சொல்ல வராதென்று எனக்கு தெரியும். அதனால் எப்போது அவன் இதையெல்லாம் விட்டுவிட்டேன் என்று சொல்கிறானோ, அப்போதுதான் பேசுவது என்று திடமாக இருந்தேன்.

சித்தார்த் பிறந்த பின்னர் காதல் செய்யும் முறை கூட எனக்கு மறந்துவிட்டது. வெறும் அணைப்பும் காலை, இரவு முத்தங்களும்தான். அதையும் இப்போது மறுத்தேன். தினமும் நிறைய தடவை ஓரேயொரு முத்தம் அனி என்று அவன் கெஞ்சியதைக்கூட கண்டுகொள்ளவில்லை.

மறுவாரம் என் பாலா தூக்கத்திலேயே இறந்துபோனான்.

நான் காலையில் சிற்றுண்டி நேரம் கடந்தும், பாலா எழுந்திருக்கவில்லை என்று அருகில் சென்று பார்த்தேன். அசைவு இல்லை. அவனை கத்தி எழுப்ப எழுப்ப, அப்படியே இருந்தது ஏன் என்றே விளங்கவில்லை.

கொஞ்சம் நெருங்கி அவனை மெதுவாக தொட்டுப் பார்த்தேன். அவன் உடம்பு சில்லிட்டு இருந்தது.

அய்யயோ... கொஞ்ச நேரம் வேறு பரிணாமம் போய்விட்டானோ? ஆன்மாவைப் பிரிக்கிறேன் என்று ஏதேதோ செய்தானே... ஒருவேளை திரும்ப வந்து சேர்ந்துவிடுமோ என்று சித்தார்த்தை அணைத்தபடி, பயத்தில் ஸ்தம்பித்துபோய், சிறிது நேரம் அப்படியே அவனைப் பார்த்துகொண்டிருந்தேன்.

ஒன்றுமே நிகழவில்லை... எங்கே பாலா? பயந்து அவன் அப்பா அம்மாவுக்கு கால் செய்தேன். என்ன சொன்னேன் என்றே நினைவில்லை.

வந்தவர்கள் அவன் இறந்ததை உறுதிசெய்தார்கள். அதன்பின் அதை நம்பமுடியாமல் அழுதார்கள். கடவுளை சபித்தார்கள். சிறிது நேரத்தில் என் அப்பா, அம்மா, உற்றார் எல்லாம் பெருந்துன்பத்துடன் அழுது, சித்தார்த் மற்றும் என் எதிர்காலத்தை பற்றி புலம்பினார்கள்.

நான் மட்டும் சலனமில்லாமல் பேய் அறைந்தார்போல் உறைந்து போயிருந்தேன்.

ஒன்றுமே புரியவில்லை.

'எப்படி இறந்தான்? நன்றாகத்தானே இருந்தான். எவ்வளவு நல்லவன். ஒரு சின்ன உயிருக்குக் கூடத் தீங்கு நினைத்ததில்லை. எல்லாருக்கும் மரியாதை தருவான்.'

நினைக்க நினைக்க ஆற்றாமை பெருகியது.

இந்த மூன்று வருடமும் மனைவியைத் தாண்டி ஒரு தாயை போலதானே பார்த்துகொண்டாள் அவனை. சித்தார்த் மாதிரிதானே அவனும். இருவரும் கள்ளம் கபடம் அற்றவர்கள். பின் ஏன் இது? என்ன விதி இது?

சிறிது நேரத்திலேயே, 'இல்லை... அவன் சாகவில்லை. வேறு பரிணாமத்தில் இருக்கிறான். கொஞ்ச நேரத்தில் வந்துவிடுவான்' என்று ரொம்ப நேரம் விட்டதையே பார்த்துகொண்டிருந்தேன்.

இன்றைக்கு நான்கு கனவுகள்

சடங்கெல்லாம் முடித்து, பாலாவின் உடலை தூக்கிக்கொண்டு செல்லும்போதான் உறைத்தது. 'அய்யயோ... அவனை எரிக்கப் போகிறார்களா? பாலா திரும்ப வரவே மாட்டானா?'

அவனைத் தூக்கிப் போகவிடாமல், எல்லோரையும் தடுத்தேன்; அடித்தேன். என்னை சிலர் சேர்ந்து பிடித்துகொள்ள, என் பாலாவை வலுக்கட்டாயமாக என்னிடமிருந்து பிரித்துச் சென்றார்கள்.

அவன் சென்றபின், சில நாட்கள் வீடு உறவினர்களால் நிரம்பி வழிந்தது. என் மனம் மட்டும் வெறுமையாக இருந்தது. யாரேனும் ஒருத்தர் என்னுடனே இருந்தார்கள்.

பாலாவை பெற்றவர்கள் தங்கள் வேலையில் மனதை திருப்ப, என்னால் எதன் மீதும் திருப்ப முடியவில்லை. உறங்கும் நேரம் தவிர, மற்ற நேரம் எல்லாம் சித்தார்த்தை கூட என்னைப் பெற்றவர்கள்தான் பார்த்துகொண்டார்கள்.

அவன் இறந்ததை தாண்டி, ஒரு குற்ற உணர்வு... அவனிடம் கடைசி வாரம் எதுவுமே பேசவில்லையே.

"ஓரே ஒரு முத்தம் அனி" அவன் கெஞ்சல் காதருகே கேட்டது போலிருந்தது.

ஓரே ஒரு முத்தம்தானே கேட்டான். அதைக் கூடத் தரவில்லையே... ஒருமுறையேனும் அவனைப் பார்க்க வேண்டும். அவன் ஆசை தீர்க்க வேண்டும்.

ஓரே வழி... பாலாவின் வழி.

லூசிட் கனவு!

இணையத்தில் இல்லாதது என்ன! பாலாவின் முகப்புத்தகத்தின் கடவுச்சொல் கூட எனக்கு தெரியும். அதை ஆராய்ந்தேன்.

நிறைய குழுமங்களில் இருந்தான். எப்படி அவன் போல கனவு காண்பது? எப்படி ஆன்மாவை பிரிப்பது என்பதை கோட்பாட்டளவில் தெளிந்தேன்.

முதல் சில நாட்கள் தூக்கமே வரவில்லை.

கதாநதி

நிறைய உடற்பயிற்சி செய்து, உடலை அயரச்செய்து ஆழ்ந்த தூக்கம் வரவழைத்தேன்.

அதன்பின்னும் கனவு வரவில்லை.

சித்தார்த் அருகே உறங்கியதால், அறையை முழுக்க இருட்டாக்காமல், கண் மூடும் மாஸ்க் அணிந்து தூங்கினேன். வைட்டமின் பி 6 மாத்திரை எடுத்தேன். வீடியோ கேம்ஸ் ஆடினேன். நான் செய்வதை எல்லாம் பாலாவின் நினைவில் இருந்து வெளிவரமுயலும் முயற்சியாக கருதி யாரும் தடுக்கவில்லை.

மெல்ல கனவு வந்தது. அதை ஒரு டைரி எடுத்து, தினமும் காலையில் முதல் வேலையாகக் கண்ட கனவுகளை எழுதினேன்.

நிறைய உலகம் அழிவதை போலதான் கனவுகள் வந்தது. என் உலகம் அழிந்துதானே போனது.

ஒரு கட்டத்தில் கனவுகளில், கனவு காண்கிறோம் என்று உணர்ந்தேன்.

இரவில் சூரியன் வராதே - இது கனவு.

தன்னிடம் இதுபோன்ற கைக்கடிகாரம் இல்லையே - இது கனவு.

வானிலிருந்து கற்கள் விழுகையில் தலைக்கு மேலே கூரை வரவழைத்தேன். கனவை தானே செலுத்த ஆரம்பித்தேன்.

அடுத்த நாளே, பாலாவை கனவில் வரச்செய்தேன்.

அவன் உருவாக்கிய மூன்று நிலாக்கள் ஒளிரும் மஞ்சள் கடற்கரையில், கண்கள் கலங்க அவன் முகம் பார்த்து, அவன் உயரத்துக்கு காலை எட்டி, அவனை முத்தமிட்டேன்.

காலையில் என் கண்களில் கண்ணீர் தடம் மிச்சம் இருந்தது.

எனக்கு கனவு பாலா போதாது, நிஜ பாலா வேண்டும்.

'உன்னைத் தொடருவேன் நான், எந்த பரிணாமத்திலும்.'

கொஞ்சம் கொஞ்சமாக எல்லாவற்றையும் விட்டு விலகி, ஒன்று தூங்கினேன்; இல்லையென்றால், அஸ்ட்ரால் புரொஜெக்ஷன் என்ற யோக நிலையில் ஆன்மாவை பிரிப்பதைப் பற்றி படித்தேன்.

இது வெறும் கனவுதான்... ஒருவேளை பாலாவின் ஆன்மா வேறு பரிணாமத்திலேயே இருந்தால்? அவனை அங்கு சந்திக்க முடிந்தால்? அவன் ஏன் இறந்தான் என்ற கேள்விக்கு விடை கிடைக்கும். அவன் திரும்ப இங்கு வரமுடியாது என்று புரிந்தது. ஆனால், என்னை விட்டு அவன் போனது என்னுடைய அசட்டையால் இல்லை என்று தெரிந்தால் மட்டும் போதும்.

வேறு பரிணாமம் செல்ல, மனதின் எண்ணவோட்டங்களை ஒருநிலைப்படுத்த, தியானம் கற்று, ஆழ்ந்த தூக்கத்திலிருந்து கண்விழிக்காமல், கண்மூடியபடி உறக்கம் கலைந்து, உடம்பின் ஒவ்வொரு பாகத்தையும் தளர்த்தி, சிறு அசைவும் செய்யாமல் சிலை போலிருந்தேன். சிறிது நேரத்தில், மார்பின் மத்தியில் யாரோ பாறாங்கல்லை வைத்து போல கனக்க ஆரம்பித்தது .மூச்சு முட்டுவது போலானது.

காதோரம் மெலிதாக 'ஹிஸ்ஸ்ஸ்' என்று சத்தம் கேட்க... பெரும் பயம், பீதி ஆக்கிரமிக்க ஆரம்பித்த மறுநொடி, சித்தார்த் வீறிட்டு அழ ஆரம்பித்தான்.

நான் என்னையும் மீறி எழுந்தேன். அவனைத் தூங்க செய்தேன். ஆனாலும், பயம் தெளியவில்லை. மனம் கனக்க, தலையணையை மார்போடு அணைத்து உறங்கினேன்.

பின் எப்போது முயன்றாலும் சித்தார்த் சரியாக 'ஹிஸ்ஸ்ஸ்' என்ற சத்தம் கேட்கும்போது அழுததால், நான் அவனைப் படுக்கையில் கிடத்தி கீழே படுக்கலானேன்.

தூக்கம் கலைந்தது. ஆனாலும் எழாமல், மிக பிரயத்தனத்துக்கு பிறகு மனதை கனக்க வைக்கும் பயத்தை கடந்து, ஒவ்வொரு செல்லும் அதிர, ஆன்மாவை மட்டும் பிரித்தெடுக்க முயன்றேன்.

'ஹிஸ்ஸ்ஸ்' என்ற ஒலியின் அளவு அதிகரித்துக்கொண்டே சென்றது. அதை பொருட்படுத்தவில்லை. உடம்போடு சேர்ந்து அறையே அதிர்வது போலானது.

மனதை ஒரு நிலைபடுத்தி... ஒன்று, இரண்டு, மூன்று எண்ணி - என் ஆன்மா விலகி மிதப்பதை மனக்கண்ணில் காட்சிப்படுத்தி, திரும்ப திரும்ப முயல, ஒரு மாய கணத்தில் நானே மிதக்க ஆரம்பித்தேன்.

மெல்ல கண் திறந்தேன். கீழே நான் படுத்து இருப்பதை நானே கண்டேன். உலகம் முப்பட்டகத்தின் வழியாகப் பார்ப்பதை போல ஒளிச்சிதரலாக இருந்தது. பெயர் தெரியாத வண்ணங்கள் நிரம்பி அலை அலையாக வழிய, நான் அதிசயித்து பார்த்தேன்.

அப்போது என் படுக்கையறையின் வடமேற்கு மூலையில், ஒரு கருப்பு மேகம் போன்ற உருவம்... சிகப்பு கண்கள் ஒளிர 'ஹிஸ்ஸ்ஸ்ஸ்' என்று சப்தமிட்டு என்னையே பார்த்துகொண்டிருந்தது.

"நம்ம அதுங்களை தொந்தரவு பண்ணாதவரை பயம் இல்லை."

பாலாவின் வார்த்தைகள் நினைவுக்கு வந்தது.

"பாலாப்பா" என்று அவனை மனதார நினைத்து, என் காதல் செலுத்தும் திசையில் போக நினைக்கையில், சித்தார்த் 'ம்ம்மா' என்று அழுதபடியே எழுந்து, நான் கீழே படுத்து இருப்பதை உணர்ந்து, இறங்கிபோய் என் உடலை தட்டி எழுப்பலானான். எனக்கு பாலாவை நான் உலுக்கியது நினைவுக்கு வந்தது.

அவன் உலுக்க உலுக்க, என் ஆன்மா தானாக உடம்பை அடைந்தது.

தன்னிலைக்கு வந்து, கண் மாஸ்கை கழற்றி கண் திறந்து பார்த்தேன்.

சித்தார்த் விலகாமல் என் கழுத்தை கட்டிக்கொண்டு 'அவ்வா' என்று கன்னத்தில் எச்சிலோடு முத்தமிட்டு, என் மேலே மொத்தமாகப் படுத்துகொண்டான்.

என் முகத்தில் தண்ணீர் தெளித்தார் போலிருந்தது.

இதோ இந்த நிஜம்... இந்த ஸ்பரிசம்... இந்த அவ்வா - இது எந்த பரிணாமத்துக்கும், எந்த கேள்விக்கான விடைக்கும், எந்த தீராத முத்தத்துக்கும் ஈடாகாது.

வடமேற்கு மூலையைப் பார்க்காமல், சித்தார்த்தை அணைத்து கண் மூடினேன்.

[நிஜத்தில் வாழ்வோம்.]

உயிர்வாதம்

– விஜயாதித்தன் மதியழகன்

கதவு தட்டும் சத்தம்... மணி அதிகாலை 4 நெருங்கிக்கொண்டிருந்தது. பாதி தூக்கத்தில் எழுந்து, "என் அப்பன் எழுதிக்கொடுத்த கானிய வித்து படிக்க வச்சேன். கழுதை என்னத்தையோ கண்டுபுடிக்கிறேன்னு இப்டி கெட்டு குட்டிச்சொவரா வந்து நிக்கிறான். எல்லாம் இவன் அப்பன் பண்ற வேலை"ன்னு முணுமுணுத்துகொண்டே கதவருகே வந்தாள் கண்ணம்மா.

"எம்மோவ்... கதவ தொறக்க இம்புட்டு நேரமா?"

"ஆமாடா... நீ வருவ சாமநேரத்துக்கு. வந்ததும் தொறந்துவுடணும்."

"எம்மோவ்... பாரு ஒரு நாள் நான் நினைச்சத முடிச்சிட்டு வருவேன். இப்டி புள்ளைய பெத்ததுக்கு உலகமே உன்னைக் கொண்டாடப் போவுது."

"ஆமா ஆமா... இப்டி நீ சொல்லி வருசம் நாலு ஆகுது. படிச்சதும் வேலை கிடச்சது. அதுக்கு போயிருந்தா கூட இந்த வீட்ட திருத்தி, இடிஞ்சி நிக்குற அந்த சொவத்த பூசி இருக்கலாம்."

"சரி சரி... அப்பா எங்க?"

"உன்ன கெடுத்து குட்டிச்சொவராக்குனது அந்தாளுதான். ந்தா... அங்கதான் தூங்குது, எழுப்பாத."

* * *

நல்லெண்ணெய் மிதக்க மிதக்க, பட்ட லவங்கம் தேங்கா அரைச்சி விட்டு, செங்காமிட்டி கலர்ல ஊருக்கே வாசம் வீசுற மாதிரி நாட்டுக்கோழி போட்டு, தண்ணி குழம்பா வச்சிருந்தா

கண்ணம்மா. தொட்டுக்க வாகா பௌர்னமி நிலாவை வேட்டித்துணியில கட்டி கொப்பரையில போட்டு எடுத்தா மாதிரி ஒரு டசன் இட்லி. பத்தாதுக்கு மொருகலா ஆறேழு தோசையும் சுட்டு, பல மாசம் கழிச்சி வீட்டுக்கு வந்த மூத்த புள்ளைக்கு தட்டு நிறைய கொண்டுவந்தா.

"எம்மோவ்... காலைல திட்டுன. இப்போ என்ன விருந்தா?" - சின்ன மவன் போகன் கேட்டான்.

"எலேய்... முத்தவன் உங்கொப்பன் பேச்ச கேட்டு மூலிகை ஆராச்சி அது அது இதுன்னு மண்ட கொலம்பி சுத்துறான். ஒருநாள் இதெல்லாம் வேலைக்காவதுன்னு உங்க தாத்தன் மாதிரி தூக்கி போட்டு வருவான், நீ பாரு"ன்னு அகத்தியன் பற்றி போகனிடம் கண்ணம்மா புலம்பினாள்.

"ஏய் என்னடி... என் மவன பத்தி பேசிட்டு இருக்க. அவன் என் அப்பன் மாதிரி பாதிலயே விட்டுட்டு வருவான்னு நினைக்கிறியா? பாரு அவன்... என் தாத்தன் மாதிரி சாதிக்காம விடமாட்டான்."

"நீ ஏற்கனவே வித்துக்கொடுத்தது போதும். அவன பொலக்கிற வழிய பாக்க சொல்லு. இதுக்கு மேல வித்துக்கொடுக்க என்கிட்ட பொட்டு நகையும் இல்ல. இருந்த வீட்டயும் உங்கப்பன் அடவு வச்சி போனது மூட்டாம கிடக்கு. சொல்லிப்புட்டேன்."

"செவுள பேக்க போறேண்டி உன்ன. வாய துறந்தா அவசகுணமா பேசிக்கிட்டு..." என்று கோபமாக திண்ணையில் உக்கார்ந்திருந்த பெரியவனிடம் போய் அமர்ந்தார் சிவலிங்கம்.

* * *

அகத்தியன் மௌனம் துறந்து, "எப்போவ்... ஒரு 20,000 ரூபா இருந்தா முடிச்சிபுடலாம்ப்பா" என்றான்.

"சாமி... போன தடவ கூட இதத்தான சொன்ன."

"இந்த தடவ விட்றமாட்டேன்ப்பா. ஒரு இம்மி அளவு கூடத் தப்புநடக்கமுடியாது. தாத்தாபாட்ட முழுசாஉள்வாங்கிட்டேன். எல்லாத்துக்கும் அர்த்தம் புடிபட்டுருச்சி."

கதாநதி

"என் சாமி... அந்தப் பாட்ட பாடு ராசா. காது நிரம்ப கேட்டுக்குறேன். அது என் தாத்தன் முழு மனசோட எழுதின சத்திய வார்த்தை."

"கூத்தன் குதம்பை நவ
பத மாகணம்செய்யோ
செப்படிபெற பவளக்
கழிம்பிட்டோடும் பருவமறிந்துநின்
னருளான குளிகைகொடு
பரிசித்து வேதி செய்து
பத்து மாற்று தங்கமாக்கியே
பணி கொண்ட
பட்சத்தை என் சொல்லுவேன்?"

அகத்தியன் பாடி முடித்ததும், கண்கள் கலங்கியவனாய் நின்றான் சிவலிங்கம்.

"எல்லாத்தையும் புரிஞ்சிக்கிட முடிஞ்ச நாம, ரொம்ப நாள் கூத்தன் குதும்பை என்னன்னு தெரியாம தப்பா புரிஞ்சிக்கிட்டோம். நான் ஓரளவு யூகிச்சத வச்சி சொல்றேன், இனிமே ஜெயம்தான்."

"உன்ன ஐஐடில உலோகவியல் படிக்கவைக்க காரணம் இதுதாண்டா. நீ இதான் படிக்கப்போறேன்னு வந்து என்கிட்ட கேட்டதுமே, என் தாத்தனே உனக்குள்ள வந்துட்டாருன்னு நினைச்சி ஆனந்தப்பட்டேன். நீ செய்து முடிப்பன்னு எனக்கு தெரியும்"னு சொல்லி, கண்களைத் துடைத்தார் சிவலிங்கம்.

* * *

சிவலிங்கத்தோட தாத்தா, இல்லற வாழ்வில் இருந்து விடைபெற்று, ஏதோ ஒரு நாளில் வீட்டிவிட்டு போய், சித்தரிடம் பணிவிடை செய்து, தானும் சித்தரானதாகவும் தெரியவந்தது. தன் கடைசி காலத்தில் தன் மகனைப் பார்க்க வேண்டும் என சொல்லி அனுப்பியதால், கொல்லிமலை 23ஆம் வளைவில் இருந்த ஒரு குகையில் இருந்த சித்தராய் மாறிப்போன அப்பாவை பார்த்தார் சிவலிங்கத்தின் அப்பா போகனலிங்கம்.

"வாடா போகா... எப்டி இருக்க?"

"நல்லா இருக்கேன் அப்பா. நீங்க எப்டி இருக்கீங்க?" என்று குனிந்த தலை நிமிராமல் அவர் பாதத்தை பார்த்தே பேசினார் போகனலிங்கம்.

"சரி, எனக்கு நேரம் குறைவா இருக்கு. சொல்ல வந்ததை விரைவில் சொல்கிறேன்"னு ஆரம்பித்தார்...

"நானும் என் குருவும் சேர்ந்து ரசவாத முறையில் பொன்மழை பொலியும் வித்தையைப் பயிற்சி செய்தோம். அதன் விளைவில் வெற்றியும் கொண்டோம். சங்கராச்சாரியாரும் இதேபோல வேறொரு சூத்திரத்தை வைத்தே பொன்மழை பொலிய வைத்தார் என்பதை கண்டுணர்ந்தோம். இது என்னோட அழியக்கூடாது என சிவன் கனவில் தோன்றி கூறியதால், உன்னை அழைத்து உனக்கு சூத்திரத்தை சொல்கிறேன். ஆனால், இதை உன் சுயநலத்துக்காக எப்போதும் பயன்படுத்த மாட்டேன்; அறம் வழுவா வாழ்வு வாழ்ந்து யாருக்கு தேவையோ அப்போதுதான் பிரயோகிப்பேன்னு எனக்கு சத்தியம் கொடு."

"சத்தியம் அய்யா... எனக்காகவும் என் சுயநலத்துக்காகவும் பயன்படுத்த மாட்டேன் அய்யா" எனச் சொல்லவும், மகன் காதின் அருகே...

"கூத்தன் குதம்பை நவ
பத மாகணம்செய்யோ
செப்ப்டிபெற பவளக்
கழிம்பிட்டோடும் பருவமறிந்துநின்
னருளான குளிகைகொடு
பரிசித்து வேதி செய்து
பத்து மாற்று தங்கமாக்கியே
பணி கொண்ட
பட்சத்தை என் சொல்லுவேன்?"

என்று பாடிமுடித்து, கற்பூரம் காற்றில் கரைவது போல மாயமாய் மறைந்தார்.

அதன்பிறகு அவரை எங்கும் பார்க்க முடியவில்லை என போகனலிங்கம் அடிக்கடிச் சொல்வார்.

அப்பா சொன்ன சூத்திரத்தை வைத்து வறுமையில் வாடிவந்த மக்களுக்கு பொன்மழை பொழிந்து வறுமையை நீக்கியதாகவும், இதைக் கண்டு ஆட்சியாளர்களும் திருடர்களும் எங்களுக்கும் செய்து தங்கமழை பொலிய வை என அடிக்கடி மிரட்டினாதாகவும், அவர் மறுக்கவே தனியே ஒரு அறையில் வைத்து எரித்துவிட்டு, அவர் ஜீவஜோதியாய் இறைவனை சேர்ந்தார் என கதைகட்டி கொன்றதாகவும் அரசல்புரசலாக ஊரே பேசிக்கொண்டார்கள்.

அவர் வாழ்ந்த வீட்டைச் சுத்தம் செய்யும்போதுதான் அவர் மகன் சிவலிங்கத்துக்கு இந்தப் பாடல் கிடைத்தது. அதை எப்படியாவது செயல்படுத்தி தன் வறுமை நிலையை போக்கிக்கொள்ள வேண்டும் என நினைத்தார். அதன் முதல் அடியாக உலோகங்களின் அடிப்படையை தன் மகன் அகத்தியன் கற்றுத் தேறவேண்டும் என இந்தியாவின் தலைசிறந்த கல்லூரியில் பொறியியல் படிக்கவைத்தார். அவனும் படித்து நல்ல வேலையில் சேரும் நேரம், இந்த உண்மைகளைச் சொல்லி, தன் கனவை நிறைவேற்ற வேண்டும் எனக் கேட்டுக்கொண்டார்.

இது எல்லாம் தன் மனைவிக்குப் பிடிக்கவில்லை, தன் மகன் வாழ்க்கையைக் கெடுத்துவிட்டதாக அவள் நினைக்கிறாள் என அவருக்கு தெரிந்தாலும், தாத்தா அப்பா சாதித்ததை தன்னால் முடியயவில்லை. மகனாவது சாதிக்கட்டும் என நினைத்தார்.

* * *

"**போ**னமுறை ரசாயனம் காய்ச்ச ஒரு மூலிகை வேணும்னு சொன்ன... கிடைச்சதா?"

"அதுபத்தின தகவல் கிடச்சிருக்குப்பா. கொல்லிமலை எல்லாம் தேடித் தேடிக் கிடைக்கல. ஈழத்துல ஒரு இடதுக ராவண குன்னுல இருக்குறத சொல்றாங்க. போன வாரம் படகுல போயி நானே எடுத்து வந்துட்டேன். ஆனா, மூலிகைய ரசமா காய்ச்ச பானையைக் கணக்குல வைக்காம விட்டேன். அது

பித்தளை, அதுக்கான ரெச குணம் உண்டு. அது ரெசாயனம் வற்றி வாறப்ப எடைபட்டுப் போட்டுது. அதை நான் ஊகிக்கல்ல. எந்த உலோகமானாலும் அது இந்த ரெசாயனச் சேர்மானத்தில சேந்துகிடும். சேராத ஒரு பாத்திரம் வேணும்.''

''மண்பானை சரியா இருக்குமாப்பா.''

''தாங்காது... அதுபோல பீங்கானும் தாங்காது. ஆனா, பட்டாயத்துல சொன்ன மாதிரி செம்புல தகடா மட்டும் இல்லாம, அதுலயே காய்ச்சிப் பாக்கலாம்னு இருக்கு. அது தாங்கும்ல'' - அகத்தியன் உற்சாகமாகச் சொன்னான்.

''செம்பு பத்தி நான் நல்லா பாத்து படிச்சிருக்கேன். அதை அடிச்சி பட்டையா மாத்துனா, அதோட மூலக்கூறு மாறுமே தவிர, அதை சூடாக்கினா பிரச்னை இல்லை. அதுதான் இந்த வேலைக்குள்ள செரியான பாத்திரம். அய்யா தாத்தன் மேல ஆணை. இது கடைசி தடவை. இதில கண்டிப்பா பலிக்கும்.''

சிவகிங்கம் சற்றே சபலப்பட்டார். ஆனால் 20,000 ரூபாய் பெரிய தொகை.

''அவ்ளோவா...? இரு, எம்புட்டு இருக்குன்னு பாக்குறேன். இருக்குறத வச்சி பண்ணேன். ஏன்னா, கடனா வாங்க கூட ஆட்ல எதும் இல்ல.''

''அய்யா... அப்டி சொல்லாதீக. இந்தமுறை கட்டாயம் பொன்னாகும். இந்த தடவை எல்லாம் சரியா அமைஞ்சிருக்கு.''

சிவலிங்கம் யோசனையாய் மௌனமாய் இருந்தார்.

அகத்தியன் தலைகுனிந்து அமர்ந்திருந்தான்.

மௌனம் கலைத்து, ''சரி விடு... இனி இந்த விஷயமா நீ கேக்குற காசு இதுவாதான் இருக்கணும். கேட்டுக்கோ''னு கடிந்துகொண்டார் சிவலிங்கம்.

''என் தாத்தான நினைச்சு கும்பிட்டு கேக்குறேன். இது வீரியமான சோதனை. எல்லாம் இப்ப சரியா கைமேல வந்து நிக்குது. ஒரு பிரச்னையும் இல்ல. இத்தனை நாள் காத்திருந்திட்டு இப்ப நிப்பாட்டினா... நான் உசுற விட்டுருவேன்.''

"என்னடே... இப்டிலாம் பேசுற?" என்றபடி கட்டியணைத்தார்.

"இல்லய்யா... பட்டயத்துல இருக்குறத என் படிப்போட சேர்த்து சொல்றேன் கேளும். அய்யா... எல்லா பொருட்களும் அணுக்களால் ஆனது. அந்த அணுக்களின் மூலக்கூறுகளின் அமைப்பை மாற்றியமைப்பதனால், ஒரு பொருளை மற்றொரு பொருளாக மாற்றமுடியும் என்பது சத்தியமான ஒண்ணு. ஆனா, இரும்பை அந்த முறையில தங்கமாக மாற்றுதல் சாத்தியமில்லை.

எடுத்துக்காட்டா... செடி கொடி எல்லா இடத்திலும் பச்சையாகவே இருப்பதில்லை. இந்தப் பச்சையின் நிறம் மாறுபடும். ஏன் சில இடங்களில் சிவப்பான செடிகளைக் கூடப் பாக்கலாம். இந்த நிறத்தை நிறமிகள்தான் உறுதி செய்யுது. அதுக்குப் பின்னாடி இருப்பது அந்த தாவரத்தில் மிகுந்திருக்கும் உலோக உப்புகள் என்பது தாவரவியலில் நிரூபிக்கப்பட்ட உண்மை. ஆக, குறிப்பிட்ட ஒரு உலோகம் அந்த செடியால் ஜீரணிக்கதக்க வகையில் உப்பாக இருக்கிறது. வேறு வகையில் சொல்வதானால், இயற்கையாகவே உலோகம் உப்பாக உருமாறி, தாவரம் ஜீரணிக்கத்தக்க நிலையை அடைந்துள்ளது. உலோகம் உப்பாக மாறமுடியுமானால், உப்பை ஏன் உலோகமாக மாற்றமுடியாது?

அதும்போக, இரும்பை காய்ச்சி எண்ணையில் இடும்போதும், அதையே தவிட்டில் இடும்போதும், உப்புநீரில் இடும்போதும் வேற வேற தன்மையை அடைவதை காணமுடிகிறது. எனவே, உலோகத்த மாற்றுவது என்பது சாத்தியமானதுன்னு சொல்லுது நான் படிச்ச அறிவியல்.

தாத்தா சொன்ன சூத்திரமும் அதைதான் சொல்லுது. செம்பில் இருக்கும் பச்சை களிம்பை, மூலிகையில போட்டு பதப்படுத்தினா பொன்னாகும் என்பது வாக்கு.

ரசவாதம் செய்யிறேன்னு அது உற்பத்தி பண்ணுறப்போ வெளியாகுற காத்து பட்டு நிறைய பேர் செத்துப்பானதாவும் சொல்றாங்க. நாலு வருசமா நானும் பண்ணிட்டு இருக்கேன். தாத்தன் சொன்ன பாட்டுப்படி காத்து எதும் வெளில பிரியல.

அப்போ நாம போற பாதை சரியானதுதான்"னு ரொம்ப நம்பிக்கையா சொன்னான் அகத்தியன்.

இதையெல்லாம் கேட்டு சிவலிங்கம் மனநிறைவடைந்தார்.

* * *

அடுத்த நாள் காலை "அய்யோ"ன்னு கூக்குரலிட, சத்தத்துடன் கதறி ஓடினாள் கண்ணம்மா...

அகத்தியன் வேலை செய்த அந்தக் கூடம் முழுவதும் பற்றி எரிந்துகொண்டிருந்ததாக ஒருவன் வீட்டில் வந்து சொல்ல, சிவலிங்கமும் போகனும் ஓடோடினார்கள். பக்கத்து கிராமத்துல இருந்தும் பார்க்க ஆட்கள் கூடினர்.

பாதியாக எறிந்து கிடந்த கூடத்தில், நடுமையத்தில் நைலான் கயிறில் சுருக்கிட்டு கழுத்து இறுகி கைகள் விரைப்பாக, நாக்கு நீண்டிருக்க விழித்த கண்களுடன், தரையில் இருந்து சற்றே உயரத்தில் கால்கள் காற்றில் ஆடி நின்றிருந்தான். மலம் பிரிந்து துணியை நனைத்திருந்தது. கீழே உதறப்பட்ட செருப்புகள். ஏதோ தவறு செய்துவிட்டு தலை குனிந்து நிற்பது போலறந்திருந்தான் அகத்தியன். கையில் கடுதாசியுடன்.

'அய்யா... இன்னைக்கு நடந்த சோதனையில் நான் தெரிந்துகொண்டதை சொல்றேன். எல்லா எலிமென்டும் அணுக்களால ஆனது. அணுன்னா, பலவிதமான பொருளுக ஒண்ணாச்சேந்து ஒரு அணு ஆவுது. அதை பார்ட்டிக்கிள்ன்னு சொல்லுவாங்க. செம்புக்கும் தங்கத்துக்கும் பார்ட்டிகிள் எண்ணிக்கையிலதான் வித்தியாசம். அந்த எண்ணிக்கைய மாத்தமுடிஞ்சா செம்பை தங்கமாக்கலாம். அதைதான் தாத்தா மூலிகை வச்சி பண்ணலாம்னு விவரிச்சாரு. அதை எல்லாமே செய்துட்டேன். ஆனா, எதோ ஒண்ணு மட்டும் என்னால முடியலை. இனிமேலும் என்னால பண்ண முடியும்னு தோணலை. உங்க ஆசைய நிறைவேத்த முடியாமபோனது மனசுக்குஒப்பல. இம்புட்டுபடிக்கவச்சிஉங்களுக்குபேரெடுத்து தரமுடியாத வாழ்க்கை தேவை இல்லை. இனிமே இதை யாரும் செஞ்சி பாக்கவேணாம்னுதான் இதை எறிக்கிறேன். உங்க ஆசை நிறைவேத்த முடியாத பாவி மகன்.'

                    கதாநதி

என எழுதி கைக்குள் வைத்திருந்த கடுதாசியை பார்த்து கதறி அழுதார் சிவலிங்கம்.

* * *

ஊரெல்லாம் எல்லாம் சிவலிங்கத்தோட பேராசைதான், சித்தருங்க ஒரு பொருள் வர மாதிரியா பாட்டெழுதி இருப்பாங்க? அவங்க ஒண்ணு சொன்னா அதுக்கு அர்த்தம் வேறா இருக்கும். ரசவாதம் பத்தி எல்லாம் பேசுற அளவுக்கா அவங்க அறிவியல் அறிவு இருக்கும்? சாமிய பத்தி பொத்தாம் பொதுவா சொன்னத, தங்கம் தயாரிக்கணும்னு நினைச்சது சிவலிங்கத்தோட போராசைதான். பாவம்... அவன் ஆசைக்கு மவன் வாழ்க்கைய கெடுத்துப்புட்டான்னு ஊரே சிவலிங்கத்தை கரித்து கொட்டியது.

கண்ணம்மாவும் தலைவிரிக்கோலமா பித்து புடிச்ச மாதிரி மூலையில் உக்காந்துருந்தாள்.

போகன் கோவமா அப்பனை முறைத்துவிட்டு பாதி எரிந்து இருந்த செம்பு பானையைத் தூக்கிப் பார்த்தான். அதில் மூலிகை வாசனை நிரம்பிய ஒரு எண்ணெய்... அதனுள் நசுங்கிய செம்பு பட்டை. அதிலிருந்து பிரிந்து வந்த பச்சை நிறக்களிம்பு என பிசுபிசுப்பாக இருந்த அந்தப் பானையை அங்கிருந்த சுத்தியல் கொண்டு அடித்து நசுக்கினான். ஒட்டுமொத்தமாக பைத்தியம் பிடித்தவன் போல அங்கிருந்தவற்றை தூக்கி எறிந்து தகனம் செய்ய கிளம்பினார்கள்.

சரியாக ஒன்பது நாள் கழித்து...

அந்த ஏரிந்து கிடந்த கூடத்துக்கு விளையாடச் சென்ற சிறுவர்கள், நசுங்கிய பானையையும் மீறி ஏதோ மின்னுவதை பார்த்தார்கள்.

———◦———

ஓய்வு

– ஜானு முருகன்

அடுக்களைக்குள் நின்றுக்கொண்டிருந்த வேதவல்லி, கடிகாரத்தை ஒருமுறை பார்த்துவிட்டு, தன்னையே திட்டிக்கொண்டாள்.

தேநீர் பொங்கி வர, அதை வடிகட்டி அவள் வெளியே எடுத்துவரும் முன்னே, "ஏன்டி வேதவல்லி, காலைல டீ போடற நேரமா இது? மணி என்னென்னு பார்த்தீயா? ஏழாச்சு! உனக்கு வேணா இது பழக்கமா இருக்கலாம். ஆனால், என் வீட்ல நான் அப்படி பழகலை" என வசைபாடிவிட்டார் பத்மாவதி.

"சாரி அத்தை, ஒரு நாள் லேட்டாகிடுச்சு!" என மன்னிப்பை வேண்டிக்கொண்டே அவரிடம் தேநீரை நீட்டியவள், தனது அறைக்குச்சென்று தூங்கும் கணவன் ராகவனை எழுப்பி, அவனுக்கும் கொடுத்துவிட்டு, சூட்டுடன் தானும் குடித்துவிட்டு மீண்டும் அடுக்களைக்குள் புகுந்தாள்.

இட்லியை அடுப்பில் வைத்துவிட்டு குளிக்க சென்றால் நேரம் சரியாக இருக்கும். இல்லை என்றால், அலுவலகத்தில் திட்டு வாங்க நேரிடும் என எண்ணியவள், "அத்தை, இட்லி சுட்டு சட்னி, சாம்பார் வச்சுடறேன்" எனக் கூறினாள்.

"இட்லி வேணாம் வேதா... உளுந்து கம்மியா போட்டு ஆட்டிட்ட போல. இட்லி கல்லு மாதிரி இருக்கும். அதனால, நீ தோசைதான் சுடணும். அவருக்கும் தோசைதான் வேணுமாம்!" என பத்மாவதி கட்டளை இட, மறுவார்த்தை எதுவும் பேசவில்லை அவள்.

விறுவிறுவென உள்ளே நுழைந்தவள், தோசைக்கல்லை வைத்து தோசையை வார்க்க ஆரம்பித்தாள். ராகவன் கிளம்பி கீழே வர,

"ம்மா..." எனக் குரல் கொடுத்தான், அவர்களது ஆறு வயது மகன் பிரதாப்.

"இதோவர்றேன்டா!" என்றவள், தோசையைச்சுட்டுக்கொண்டே சாம்பாரை பக்கத்து அடுப்பில் வைத்துவிட்டிருந்தாள்.

தங்கள் அறைக்குள் நுழைந்தவள், பிரதாபின் பள்ளி சீருடையை அணிவித்துவிட்டு, அவனை பள்ளிக்குச் தயார்செய்து வெளியே அழைத்து வர, ராகவன் உணவு மேஜையில் அமர்ந்திருந்தான்.

"ஏய் வேதா! என்னடி பண்ற உள்ள? என் பையன் எவ்ளோ நேரம் உனக்காக காத்திட்டிருப்பான். ஒழுங்கா புருஷனுக்கு சோறாக்கி போட வக்கில்லை உனக்கு" என வாய்க்கு வந்தபடி அவளைத் திட்டிக்கொண்டே, ராகவனுக்கு உணவை எடுத்துவைத்தார்.

ராகவன் எதுவும் பேசாமல் உண்ண, இதுதான் சமயம் என்று மேலும் தூபம் போட ஆரம்பித்தார் பத்மாவதி.

"ஏன்டா, ஊரு உலகத்துல மருமகளுக எல்லாம் எப்படி இருக்காங்க. எனக்கும் வந்து வாச்சிருக்கு பாரு. எல்லாம் உன்னைச் சொல்லணும்டா. சீமையில இல்லாத அழகி இவ. இவளைதான் கட்டுவேன்னு அடம்புடிச்சு கட்டுன? நானா பார்த்துக் கட்டியிருந்தா, நல்ல அடக்க ஓடுக்கமான பொண்ணா பார்த்து இருப்பேன். இப்படிலாம் அவளை லேட்டா எழ விட்டு இருப்பேனா? நானா பார்த்துக் கட்டியிருந்தா கேள்வி கேட்டு இருப்பேன். இழுத்துட்டு வந்தவதானே? எப்படி இருப்பா?"

பத்மாவதி பேசுவதை எல்லாம் காதில் வாங்கிக்கொண்டே, பிரதாப்புக்கு உணவை ஊட்டி, மதிய உணவை டப்பாவில் அடைத்து, அவனைப் பள்ளி பேருந்தில் ஏற்றிவிட்டு வந்தாள். இன்னும் அரைமணி நேரம் மட்டுமே இருக்க, அதற்குள்ளே அவள் அலுவலகம் கிளம்ப வேண்டும். ஆனால், அவள் ராகவன் முகத்தை பார்த்து நின்றிருந்தாள்.

பத்மாவதியின் பேச்சே இப்படித்தான் அவளறிந்த வரை. அவர் பேசும்போது ராகவன் அவளுக்காக பரிந்து பேசுவான். ஆனால், இன்று அவன் எதுவுமே பேசாது சாப்பிட, லேசாக உள்ளே உடைந்தது அவளுக்கு. தனது அறைக்கு சென்றவள், குளிக்க

கூடத் தோன்றாமல், அப்படியே அமர்ந்துவிட்டாள். தொண்டை அடைத்துக்கொண்டு வந்தது பெண்ணுக்கு. பரிவாக, ஆதரவாக இரண்டு வார்த்தைகளுக்கு மனம் ஏங்கியது.

வேதவல்லி திருமணம் முடிந்து வந்த இந்த எட்டு வருடத்தில், ஒரு நாள் கூடத் தாமதமாக எழுந்ததில்லை. ஒரே ஒருநாள் அலுவலக வேலை அதிகமாக இருக்க, தாமதமாகவே உறங்கினாள். அசதியின் காரணமாக அவளால் எழ முடியவில்லை. ஒரு மணி நேரம்தான் தாமதமாக எழுந்திருப்பாள். அதற்கு இத்தனை பேச்சுக்கள் பத்மாவதியிடம். அவரது வார்த்தை கூட அவளை வலிக்க செய்யவில்லை. ராகவனின் அமைதி அவளை வலிக்க செய்தது.

அவளாக ஆசைப்பட்டு ராகவனை திருமணம் செய்துகொண்டாள். அவளது வீட்டில் ஒருவருக்கும் விருப்பமில்லை. ஆனால், அடம்பிடித்து இவனைதான் திருமணம் செய்யவேண்டும் என்று செய்துகொண்டாள். ராகவனுக்கு மூன்று தங்கைகள், மூவருக்கும் அவள் வந்த பிறகுதான் திருமணம். அவன் ஒற்றை சம்பாத்தியம் மட்டுமே வீட்டில். அவனுடைய அப்பா, பெயருக்கு கூட அப்பாவாக இருக்கவில்லை. சூதாட்டத்தில் மொத்தத்தையும் இழந்தவர். இப்போதும் அதை விடாமல் தொங்கிக்கொண்டிருப்பவர். அவரை வைத்துகொண்டு மூன்று தங்கைகளையும் கட்டிக் கொடுப்பது என்பது இயலாத காரியம் என அவன் அறிந்ததே.

திருமணத்துக்கு முன்பே வேதவல்லிக்கும் இதெல்லாம் தெரியும். தெரிந்தும் அதை அவள் பெரிதுபடுத்தவில்லை. அவளுக்கு ராகவன் மீது அத்தனை காதல். இருவரும் சேர்ந்தே தங்கைகளை கட்டிக்கொடுக்கலாம் என அவனிடம் பேசிதான் திருமணம் செய்துகொண்டாள். திருமணம் முடிந்த அன்றிலிருந்து ஓடிக்கொண்டிருக்கிறாள்.

மூத்த தங்கை திருமணம்... அவளுக்கு தலை தீபாவளி, தலை பொங்கல், வளைகாப்பு, குழந்தைக்கு பெயர் வைப்பது, மொட்டை எடுத்து காது குத்துவது என அனைத்தும் செய்துமுடிக்க, அடுத்த தங்கை. அவளுக்கு செய்துமுடிக்க, அதற்கு அடுத்த தங்கை. சும்மா வாய் வார்த்தைக்காக

அல்லாமல், உண்மையாகவே இருவரும் சேர்ந்துதான் அத்தனையும் செய்துமுடித்தனர்.

இதற்கு இடையில் ஏதாவது ஒரு தங்கை வீட்டில் சண்டையிட்டு இங்கே வந்து, தன்னால் முடிந்த வரை ஏதாவது பணத்தை வாங்கி செல்வாள். அதற்கும் வேதா தான் வேலை பார்க்கும் அலுவலகத்தில் கடன் வாங்கி கொடுக்க வேண்டும்.

மூன்று பேருக்கும் செய்து ஓய, அடுத்தாக வீடு கட்டுவதற்காக வங்கியில் கடன். ராகவன் முதலில் இருந்தது வாடகை வீடுதான். இப்போது வேதா வந்த பிறகுதான் வங்கியில் கடன் வாங்கி இந்த வீட்டை கட்டியுள்ளனர். அந்த கடனை அடைப்பதற்காக மறுபடியும் கணவனும் மனைவியும் ஓடிக்கொண்டு இருக்கின்றனர்.

இதற்கு இடையில் பத்மாவதி வேறு அவளை தினமும் வசை பாடுவார். அவள் எது செய்தாலும் குற்றம் காணும் குணம் அவளுடையது. ஆரம்பத்திலே இதை புரிந்துகொண்டதால், ஒரு நாளும் அவரைப் பற்றி ராகவனிடம் அவள் குறை கூறியது இல்லை. ஆனால், அவர் அப்படி அல்ல. தினமும் அவன் சாப்பிட வரும்போது வேதாவை கரித்துக் கொட்டுவார். அவன் வேதாவுக்கு ஆதரவாக இரண்டொரு வார்த்தைகள் பேசுவான். அந்த வார்த்தைகளிலே பத்மாவதி பேசிய பேச்சுக்கள் எல்லாம் பின்னுக்குச் சென்றுவிடும். ஆனால், அந்த வார்த்தைகள் கூட அவன் இன்று உதிர்க்கவில்லையே! மனம் கனத்துப் போனது பெண்ணுக்கு.

காலையில் எழுந்து தேநீரை தயாரித்து எல்லோருக்கும் கொடுத்துவிட்டு, சமைத்து முடித்து, அவள் அலுவலகத்துக்கு கிளம்பி, பிரதாப்பையும் கிளப்பி அனுப்பிவிட்டு, எல்லோருக்கும் உணவை பரிமாறிவிட்டு, ராகவன் கிளம்பியதும் தானும் அலுவலகத்துக்கு கிளம்பிவிடுவாள். பிரதாப்புக்கு மட்டும் மதிய உணவு ஏதாவது ஒன்றை செய்து அனுப்பிவிடுவாள். அவளும் ராகவனும் அலுவலகத்திலேயே உண்பார்கள்.

பத்மாவதி அவருக்கும் அவரது கணவருக்கு மட்டும்தான் மதிய உணவு சமைக்க வேண்டும். அதற்கே அத்தனை பேச்சுக்கள்

அவளை பேசிவிடுவார். ஒரு கட்டத்தில் அவளே மதிய உணவை சமைத்து வைத்துவிட்டு போவதாக கூற, ராகவன் தான் பத்மாவதியைச் சத்தம் போட்டான். அவனில்லாதபோது அமைதியாக இருந்தவர், அவன் அலுவலகம் சென்றபின் அவளிடம் அதற்கும் ஒரு பாடு பேசி தீர்த்துவிட்டார்.

மாலை அவள் வர ஏழு மணியாகிவிடும். சில சமயங்களில் இன்னும் தாமதமாகும். எப்படி இருந்தாலும் அவள்தான் சமைக்க வேண்டும் இரவு உணவை. அமைதியாக அதை சாப்பிட்டால் கூடப் பரவாயில்லை. தாமதமாக வந்ததற்கு ஒரு திட்டு, சாப்பாட்டில் உப்பில்லை, உரப்பில்லை என்று பல திட்டுகள் பரிசாக கிடைக்கும் அவளுக்கு.

இப்படி எதற்கு ஓடிகிறோம் என்று தெரியாமலே எட்டு வருடங்களாக ஓடிக்கொண்டிருக்கிறாள் பெண். காரணம் ராகவன், அவளுடைய மகன் பிரதாப். திருமணம் முடிந்து அவர்கள் வெளியே சென்று சுற்றிய நாட்களை கைவிட்டு எண்ணிவிடலாம். ஞாயிறு விடுமுறை கூட அவள் தாமதமாக எழக் கூடாது. பத்மாவதி எழும் நேரத்துக்கு தேநீர் சக்ச் சுட இருக்க வேண்டும். இல்லை என்றால், வீட்டில் ஒரு சண்டை. அவருக்கு பயந்து என்று கூறாவிட்டாலும், ஞாயிற்று கிழமையாவது தன் கணவன் வீட்டில் நிம்மதியாக இருக்க வேண்டும் என விரைவாக எழுந்துவிடுவாள் பெண். இப்படி அவனுக்காக அவனுக்காக என்று பார்த்து, தனக்காக என்று அவள் யோசிக்க ஒன்றுமே இல்லையே! இவ்வளவுதானா தான் வாழ்ந்த வாழ்க்கை? தனக்கென பேச கூட நாதியில்லாது போய்விட்டதா என மனது விம்ம, அலுவலகத்துக்கு விடுப்பு கூறி படுத்துவிட்டாள்.

"என்னடி வேலைக்குப் போகாம படுத்துட்ட? நல்லா லீவை போட்டு சுகம் கண்டுட்ட... வேலை போச்சுன்னா, அப்புறம் வீட்டு கடனை யாருடி அடைப்பா? வாய் கிழிய பேசுனதானே? நான் கட்டுறேன் அத்தைன்னு!"

மேலும் மேலும் அவர் பேச, விழிகளிலிருந்து நீர் வழிந்தது பெண்ணுக்கு. எப்போதும் போல அவருக்கு பதிலளிக்காமல் அமைதியாக இருந்தாள்.

நேரம் மதியத்தை நெருங்க, எழுந்துசென்று மதிய உணவை சமைத்துவிட்டு மீண்டும் படுத்துக்கொண்டாள். அவள் விடுமுறை நாட்களில் வீட்டிலிருக்கும்போது மதியம் சமைக்க வேண்டும் என்பது எழுதப்படாத விதி.

காலையிலும் அவள் உண்ணவில்லை, மதியமும் உண்ணவில்லை. சாப்பிடு என்று கேட்க கூட ஆள் இல்லை என்று தோன்ற, கழிவிரக்கத்தில் மீண்டும் அழுகை வந்தது.

மாலை பிரதாப் பள்ளி முடிந்துவர, எழுந்து தேநீரை தயாரித்து அனைவருக்கும் கொடுத்தவள், குழந்தைக்கு சாப்பிட தின்பண்டங்களை கொடுத்துவிட்டு, எழுந்து குளித்து தயாரானாள். ராகவன் வருவதற்குள் இரவு உணவை சமைத்து முடித்திருந்தாள்.

ராகவன் உள்ளே நுழைந்ததும், "உன் பொண்டாட்டி இன்னைக்கு வேலைக்குப் போகலைடா. சும்மா ரூம்குள்ளே படுத்துக்கிட்டா. என்னென்னு கேட்டதுக்கு பதில் கூடப் பேசலை!" என்ற பத்மாவதின் குரலே அவனை வரவேற்றது.

அவன் அறைக்குள் நுழைய, வேதா அமைதியாக அமர்ந்திருந்தாள். உடையை மாற்றி வந்தவன், எதுவும் அவளிடம் கேட்கவில்லை. அவளாக அவனிடம் பேசினாள்.

"நான் என் அம்மா வீட்டுக்குப் போகணும். ஒரு ரெண்டு நாள் இருந்துட்டு வர்றேன்!" என வேதவல்லி கூறிவிட்டு அவன் முகத்தை பார்த்தாள்.

போகாதே என்று ஒரு வார்த்தை கூறமாட்டானா என எண்ணி அவள் பார்க்க, "சரி வா, நானே விட்டுட்டு வர்றேன்" என அவன் கிளம்ப, விழிகள் பளபளத்து அப்போதே விழுந்துவிடுவேன் என இமைகளில் தொங்கி நின்றது விழிநீர். அதை கடினப்பட்டு உள்ளிழுத்துக் கொண்டவள், அவனுடன் புறப்பட்டாள்.

"டேய்! நீ என்னடா அவ சொன்னதுக்கு எல்லாம் தலையாட்டிட்டு இருக்க? இதென்ன சத்திரமா? அவ இஷ்டத்துக்கு வர்றதுக்கும் போறதுக்கும். அவ மட்டும் போனா, அப்படியே அவங்க அம்மா வீட்ல இருந்துக்க சொல்லுடா!" பத்மாவதி கத்த ஆரம்பிக்க,

"ம்மா... கொஞ்சம் அமைதியாக இருங்க" என அவரிடம் ராகவன் குரலை உயர்த்த, அப்படியே அடங்கிவிட்டார் அவர்.

தனது இருச்சக்கர வாகனத்திலே வேதாவை அவள் வீட்டில் விட்டுவிட்டு, அவளது பெற்றோரிடம் சிறிது நேரம் பேசிவிட்டு வீட்டுக்கு கிளம்பிவிட்டான். அவன் சென்றதுதான் தாமதம், "என்னாச்சுடி வேதா? முகம் ஏன் ஒரு மாதிரி இருக்கு?" எனக் கேள்விகளால் அவளை குடைய ஆரம்பித்தார் தீபா.

"ம்ப்ச்... ம்மா, இங்க வந்தாலே நான் என் புருஷனோட சண்டை போட்டுதான் வரணுமா? சும்மா உன்னையும் அப்பாவையும் பார்க்கலாம்னு வந்தேன்" என்றவளின் குரல், அவளது உள்ளத்தை எடுத்துரைத்து.

ஆனால் தீபா அதற்கு மேல் அவளிடம் எதுவும் கேட்கவில்லை. கேட்டாலும் தன் மகள் பதில் கூற மாட்டாள்... அழுத்தக்காரி என அவர் அறிந்ததே. எது நடந்தாலும் கட்டிய கணவனை மட்டும் எங்குமே விட்டுக்கொடுத்தது இல்லை வேதவல்லி.

"சரி, சாப்டியா நீ? மூஞ்சியைப் பார்த்தாலே சாப்டாத மாதிரி இருக்கு. வா சாப்பிட" என தீபா அவளை அழைத்துச்சென்று சாப்பாட்டை ஊட்ட முயன்றார். திருமணத்துக்கு முன்பு, வீட்டிலிருக்கும்போது எல்லாம் அவர்தான் வேதாவுக்கு ஊட்டிவிடுவார். இல்லை என்றால் சாப்பிட மாட்டாள் பெண். ஒற்றை பெண் எனக் கேட்டது எல்லாவற்றையும் வாங்கிக்கொடுத்து செல்லமாக வளர்த்துவிட்டனர் அவள் பெற்றோர்.

அந்தப் பழக்கத்திலே அவர் ஊட்ட முனைய, கண்கள் கலங்கியது அவளுக்கு. சாப்பிட்டாயா எனக் கேட்க கூட அங்கு ஆளில்லை. ஆனால், இங்குதன் தாய் தன் முகத்தை பார்த்தே சாப்பிடவில்லை என கணித்துவிட்டார். இதழ்களில் விரக்தி புன்னகை ஒன்றை தவழ விட்டவள், உணவை உண்டு முடித்தாள்.

மறுநாள் வழக்கம் போல ஆறு மணிக்கு விழிப்பு வந்துவிட, ராகவன் என்ன செய்துகொண்டிருப்பான்? பிரதாப் பள்ளி கிளம்பிவிட்டானா என அவர்களைச் சுற்றியே எண்ணம் ஓடியது அவளுக்கு. இருந்தும் ராகவனுக்கு அழைக்கவே இல்லை.

  கதாநதி

ராகவன் அலுவலகத்துக்கு கிளம்பி வர, அப்போதுதான் தேநீரை அவன் முன்னே வைத்தார் பத்மாவதி. அமைதியாக அவன் எடுத்து பருக,

"பாட்டி, எனக்கு பசிக்குது. ஸ்கூலுக்கு டைமாச்சு... பூரி வேணும்!" பிரதாப், பாதி பள்ச் சீருடையை அணிந்தும் அணியாமலும், கையில் பையுடன் கேட்டான்.

"டேய்! இது என்ன ஓட்டலா? டெய்லி பூரி, தோசை, சப்பாத்தி போட்றதுக்கு. இட்லிதான் சுட முடியும். எனக்கே அடுப்படில நிக்க முடியலை. முட்டி வலிக்குது" என அவர் நாற்காலியில் அமர, ராகவன் பிரதாப்பை தூக்கிவந்து அவனுக்கு உடையை சரியாக அணிவித்து, அவனைப் பள்ளிக்கு தயார்செய்தான்.

அரை மணி நேரம் கடந்தும் பத்மாவதி இட்லி சுட்டுக்கொண்டிருக்க, பிரதாப் பள்ளி பேருந்து சென்றுவிட்டது.

"பாட்டி, ஸ்கூல் பஸ் போய்டுச்சு." பிரதாப் கத்த, "அட இருடா!" என இட்லியையும் சாம்பாரையும் உணவு மேஜையில் வைத்தார்.

"ஐ டோண்ட் லைக் சட்னி, ஐ வாண்ட் சாம்பார் பாட்டி!" பிரதாப் அடம்பிடிக்க, "சாம்பார் எல்லாம் இனிமேல் வைக்க முடியாதுடா. இஷ்டமிருந்தா சாப்பிடு, இல்லைன்னா போடா" என அதே இட்லியையே அவனுக்கு மதிய உணவுக்கும் டப்பாவில் அடைத்துவிட்டார், பொடியை வைத்து.

"பிரதாப், சுகர் வச்சு சாப்டு!" என இட்லியை அவனுக்கு ஊட்டிவிட்டு தானும் சாப்பிட்டு முடித்த ராகவன், அவனைப் பள்ளிக்கு அழைத்துச் சென்றான். தாமதமாக வந்ததால், வகுப்பாசிரியரை பார்க்கச் சொல்லி காத்திருக்க வைத்துவிட்டனர். அதனால், தாமதமாக ராகவன் அலுவலகம் செல்ல, அவனுடைய மேலதிகாரி காய்ச்சி எடுத்துவிட்டார்.

மாலை பள்ளி முடிந்து வீட்டுக்கு வந்த பிரதாப், தாமதமகச் சென்றதால், அன்று அவனுக்கு தண்டனை கிடைத்ததாகவும், மறுநாள் விரைவாக எழ வேண்டும் என பத்மாவதியிடம் கூற, ராகவன் முன்பு எதுவும் பேசமுடியாது தலையை மட்டும் அசைத்தவர், மறுநாள் விரைவாக எழுந்து சமைத்தார்.

இரண்டு நாட்கள் கடந்து இருக்கும், "டேய் ராகவா! நான் என்ன மெஷினா இல்லை மனுஷியா? எல்லா வேலையும் என்னால தனியா செய்ய முடியலை. முட்டி வேற வலிக்குது. உன் பொண்டாட்டியை முதல்ல கூட்டிட்டு வாடா!" எனப் படுத்துக்கொண்டார் பத்மாவதி.

கடையில் தான் வாங்கி வந்த உணவை பிரித்து பிரதாப்புக்கு ஊட்டிக்கொண்டிருந்த ராகவன், "என் பொண்டாட்டி மட்டும் என்ன மெஷினா? எட்டு வருஷமா வேலை பார்த்துட்டே, வீட்லயும் ஆக்கி போடணும்னு அவளுக்கு என்ன அவசியம்?"

அமைதியாகக் கேட்டவனை பார்த்து விழித்த பத்மாவதி, "அது... அவ இந்த வீட்டு மருமகடா. அதனால வீட்ல எல்லா வேலையும் செய்யணும்" என்றார் சற்று தடுமாறி.

"ஓ... வீட்டுக்கு உழைக்கணும் சரி. அவ எதுக்கு வேலைக்குப் போகணும். பேசாம அவளை வேலையை விட்டு நிப்பாட்டிடலாமா?"

"டேய்! வீட்டு லோனை அவதானே அடைக்கணும்!"

"அதான் ஏன் அடைக்கணும்னு கேட்குறேன். நான்தான் உங்க புள்ளை, நான்தான் அந்த லோனை அடைக்கணும். அவ எதுக்கு அடைக்கணும்? அவ எதுக்கு உழைச்சுக் கொட்டணும்?" அழுத்தமாக அவன் வினவ, பத்மாவதி என்ன சொல்வது எனத் தெரியாமல் தடுமாறினார்.

"பதில் இல்லைல உங்க கிட்ட? ஹம்ம்... அவசியமே இல்லாமல் இந்த வீட்டுக்காக உழைச்சு ஓடா தேஞ்சுட்டு இருக்கா அவ. அவளைப் புகழ்ந்து பேசலைனாலும் பரவாயில்லை, கரிச்சுக் கொட்டாமலாவது இருக்கலாம் இல்லை? அது கூட உங்களால முடியாதபோது, அவ ஏன் இங்க வரணும்? அவ அங்கையே கொஞ்சம் நாள் இருக்கட்டும். நீங்க வீட்டைப் பார்த்துக்கோங்க" அசராமல் பத்மாவதி தலையில் இடியை இறங்கினான்.

"டேய் ராகவா! அப்படி எல்லாம் சொல்லாதடா. உன் பொண்டாட்டியை நான் எதுவும் சொல்ல மாட்டேன். அவளை கூட்டிட்டு வாடா" என பத்மாவதி கெஞ்ச, "உங்களை நம்பமுடியாது!" என்றான் அவன்.

"உண்மையாடா!"

"இனிமே அவ எது சமைச்சாலும் அமைதியா சாப்டணும். இட்லி சுட்டா, அதான் சாப்பிடணும். தோசை கேட்க கூடாது. அவளைத் திட்ட கூடாது. சண்டே அவ லேட்டாதான் எழுவா. சீக்கிரம் எழு சொல்லக் கூடாது. இதுக்கு எல்லாம் ஓகேன்னா, அவளை நான் கூட்டிட்டு வரேன்!" ராகவன் கூற, வேறு வழியின்றி சம்மதித்தார் பத்மாவதி.

மறுநாள் மாலை ராகவன் வேதவல்லியை அழைக்க செல்ல, எதுவும் பேசாமல் அவனுடன் வந்துவிட்டாள் பெண். தாய் வீட்டில் நான்கு நாட்களுக்கு மேல் இருந்தால், அது கணவனைதான் பாதிக்கும் என எண்ணியவள், அமைதியாக அவனுடன் வந்துவிட்டாள்.

அவள் உள்ளே நுழைந்ததும், பத்மாவின் ஏச்சு பேச்சுகளை எதிர்பார்க்க, அவர் வாய் பசை போட்டது போல ஒட்டியிருந்தது. அவளைப் பார்த்து முறைத்தாலும், அவர் எதுவும் பேசவில்லை.

"ம்மா... வந்துட்டிங்களா?" என பிரதாப் அவளை ஓடிவந்து அணைத்துகொண்டான். அவனைத் தூக்கி முத்தமிட்டவள், தனது அறைக்குச் சென்று உடை மாற்றிவிட்டு, சமையலறைக்குள் புகுந்து தேநீரை தயாரித்து எடுத்துவந்து பத்மாவதிக்கும் அவர் கணவருக்கும் கொடுத்துவிட்டு, தனது அறைக்குச் சென்று ராகவனுக்கு கொடுத்தாள்.

தேநீரை எடுத்துகொள்ளாமல் அவளையே ராகவன் பார்க்க, "டீயை எடுத்துக்கோங்க!" என்று கூறியவளின் கையைப் பிடித்து இழுத்து தன்னருகே அமர்த்தியவன், அவளது உள்ளங்கையைப் பிடித்து உற்றுநோக்கினான்.

பின் அவளது முகத்தை உற்றுப்பார்த்தான். வேதா என்னவென்று அவனைப் பார்க்க, "தூங்காம உழைச்சு உழைச்சு கருவளையம் வந்துருந்துச்சு என் பொண்டாட்டிக்கு. அது சரியாகிடுச்சான்னு பார்த்தேன். இப்போ மறைஞ்சுடுச்சு" என அவளது இமைகளில் முத்தமிட்டவன், "வேலை செஞ்சு செஞ்சு கை எல்லாம் ஒரு மாதிரி இருந்துச்சு. அதான் இப்போ ஓகேவான்னு பார்த்தேன்" என இரண்டு உள்ளங்கையிலும் முத்தமிட்டவன், "சாரி வேதா!" என்றான்.

லேசாக புன்னகைத்தாள் பெண்.

"ஏன்னு கேட்க மாட்டியா?"

"தோணலை எனக்கு!"

"நான் சொல்றேன். வாரத்துல ஏழு நாள், மாசத்துல முப்பது நாள், வருஷத்துல முன்னூத்தி அறுபத்து அஞ்சுநாள் ஓடிட்டே இருக்கிற என் பொண்டாட்டிக்கு ஓய்வு கொடுக்கணும்னு தோணுச்சு. அதான், இங்கையே உன்னை லீவ் போட்டு இருக்க சொல்லி இருக்கலாம். பட், என்னைப் பெத்தவங்க சரியில்லை. அதான் உன் அம்மா வீட்டுக்குப் போகச் சொல்லாம்னு நினைச்சேன். நான் சொன்னா நீ போக மாட்ட. அதான், அம்மா பேசும்போது அமைதியா இருந்தேன். அப்புறம் நீயா உன் அம்மா வீட்டுக்குப் போன. எனக்காகவும் என் குடும்பத்துக்காகவும் உழைச்சு தேஞ்சுப்போன என் மனைவிக்கு ஓய்வு கொடுக்கணும்னு தோணுச்சு. அதான் கொடுத்தேன். சாரி மா!" எனக் கூறியவனின் உதட்டில் கையை வைத்தவள், தலையைப் புரிந்தது போல அசைத்தாள். அவன் இதழ்கள் மலர்ந்தது. இந்த புரிதல்தானே இத்தனை நாட்களாக அவர்களது வாழ்க்கையைக் காக்கும் அச்சாணி.

"சரிங்க, நான் போய் நைட்டு சமைக்கிறேன்!" என வேதா நகர, அவளது கையை விட்டான். வேதவல்லி அவளது இயல்பு வாழ்க்கைக்குள் நுழைந்தாள்.

— ∞ —

 கதாநதி

ஒரு ரூபாய் இட்லியும், துளி விஷமும்

– கா.சு.வேலாயுதன்

மறுபடியும் அந்த ஆயா உலகப் பிரபலம் ஆகிவிட்டிருந்தார். அவருக்கு ஒரு தனியார் நிறுவனம் மூணு செண்ட் நிலத்தை வாங்கி, ஐந்து லட்சம் ரூபாயில் ஒரு வீடு கட்டிக்கொடுத்திருந்தது. அரசியல்வாதி ஒருவர் அவருக்கு அந்தக் கட்டடத்தை திறப்பு விழா நடத்த ஸ்பான்சர் செய்திருந்தார். யூடியூப், சேட்டிலைட் சேனல்கள், பத்திரிகைகளுக்கு மறுபடியும் தீனியாகி இருந்தாள் பாட்டி.

இந்தக் காலத்தில் ஒரு ரூபாய்க்கு இட்லி யாராவது தரமுடியுமா? அதுவும் 90 வயதான மூதாட்டி, ஏழை எளியவர்களுக்கான சேவையாகவே 25 ஆண்டுகளாகச் செய்துவருகிறார் என்றால் சாதாரண விஷயமா?

உசிலம்பட்டியின் கடைகோடி கிராமம். அதுவும் ஏழை எளிய விளிம்புநிலை மக்கள் அதிகம் வசிக்கும் காலனிப் பகுதியில், ஒரு இட்லி ஒரு ரூபாய்க்கு மட்டுமல்ல, உளுந்து வடை இரண்டு ரூபாய்க்கும், தோசை இரண்டு ரூபாய்க்கும், மதியம் சாப்பாடு ஐந்து ரூபாய்க்கும் வாரி வழங்குகிறார் பாட்டி.

அதற்காகத்தான் அவரை ஊரே கொண்டாடிக் கொண்டிருந்தது. இப்பவும் நியூஜெர்சி மில்லர்ஸ்பர்க் நகரிலிருந்து, ஜேம்ஸ் ஆல்பர்ட் ஸ்டீவன்ஸன் வாட்ஸப் காலருக்கு வந்திருந்தார்.

"திரும்பவும் உங்க ஜனங்க பாட்டியைக் கொண்டாட ஆரம்பிச்சுட்டாங்களே... இந்த முறையாவது அவங்களுக்கு நம்ம அந்த ரிவார்டு கொடுத்துடலாம்னு பார்க்கிறோம்!" என்று பிசிறில்லாத ஆங்கிலத்தில் பேசினார்.

"கொஞ்சம் பொறுங்க ஸ்டீவன்ஸன்... திரும்பவும் போய்ப் பார்க்கிறேன். பாட்டி மாறியிருந்தால் நானே உங்களுக்கு அவரைப் பரிந்துரைக்கிறேன்!"

"உலகமே இதைக் கொண்டாடும்போது நீங்க மட்டும் இதை இப்படி வச்சுப் பார்க்கிறது ஆச்சரியமாயிருக்கு. எதுவாயிருந்தாலும் வெளிப்படையா சொல்லுங்க!"

"உமக்கு இப்போ என்ன அவசரம் ஸ்டீவன்சன்? எனக்கென்னவோ அந்தப் பாட்டி திருந்தியிருப்பார் என்று தோன்றவில்லை. வேணும்ன்னா உங்களுக்காகப் போய்ப் பார்க்கிறேன். ஆனால், நான் இந்த விஷயத்தை மட்டும் பாட்டியிடம் சொல்ல மாட்டேன்" என்றான் சுந்தரம்.

"கொஞ்சம் கவனமா பாருங்க சுந்தரம். நம்ம ஜூரிகளில் ஆறு பேர் ஓகே பண்ணிட்டாங்க. இந்தியாவில் உள்ளூரில் இருக்கிற லோக்கல் ரெப்ரசன்டேடிவ் நீங்க மட்டும்தான். நீங்க சொல்லாம இது செல்லாதுன்னு உங்களுக்கே தெரியும்!"

"அதை நான் தெரிந்தே இருக்கிறேன் ஸ்டீவன்சன்!"

"ஆகட்டும்... ரிசல்ட் எப்ப சொல்வீங்க?"

அப்பவும் விடவில்லை. வெள்ளைக்காரர்கள்... அதிலும் அமெரிக்கக்காரர்கள் இப்படித்தான், ஒரு விஷயத்தை எடுத்தால் முடித்தே ஆகவேண்டும்.

அதிலும் இந்த ரிவார்டு விஷயத்தில் ரொம்பவுமே அவர்களுக்கு அவசரம். உலக நாடுகளில் எந்தப் பகுதியில் யார் எந்த சேவை செய்தாலும், அவர்களுக்குத் தானே முதன்முதலாக ரிவார்டு கொடுத்திருக்கிறோம் என்ற பெருமையைத் தக்கவைத்துக்கொள்வதில் பெருமிதம் கொள்கிறவர்கள் அவர்கள்.

அப்படித்தான் இந்தியாவில், அதிலும் தமிழ்நாட்டில்... அபூர்வத்திலும் அபூர்வமான சங்கதிகள் எந்த மூலையில் நடந்தாலும் இவனையே நாடுவார்கள். அப்படியொன்றும் இவன் அவர்கள் குழுவில் உள்ளவர்கள் போல பில்லியனர், ட்ரில்லியனர்கள் அல்லர். சாதாரண கூலித் தொழிலாளி... சமூக சேவையாளன், எழுத்தாளன். சிறு சிறு கட்டுரைகள், கதைகள் பத்திரிகைகளில் எழுதிவருபவன். யாரிடமும் எந்த ஓர் யாசகத்துக்கும் செல்லாதவன்.

                                      கதாநதி

அப்படிப்பட்டவனை நியூஜெர்சியில் இருக்கும் 'ரோஸ் இஸ் த ரோஸ்' என்ற அமைப்பு கண்டுகொண்டது. அவ்வப்போது இந்த மாதிரி உதவிகளைக் கேட்டது. எந்த இடத்திலும் அந்த அமைப்பின் நற்செயலுக்கு குந்தகம் வராமல் அவர்கள் இட்ட பணியைச் செய்துகொடுத்திருக்கிறான்.

இப்பவும் அப்படித்தான்... அமெரிக்க மதிப்பில் 10,000 டாலர்கள் கொண்ட ரொக்கமும், விருதும் அபூர்வ சேவைக்காக இந்தப் பாட்டிக்குக் கொடுக்க விரும்புகிறார்கள். இரண்டு ஆண்டுகளுக்கு முன்பே நடந்த ஏற்பாடு இது. இவனால்தான் தடைபட்டது.

அப்போதும் கூட இவன் அப்படி இதை நினைக்கவில்லை. ஆர்வமாகத்தான் பாட்டியைக் கள ஆய்வு செய்யச் சென்றான். அப்போதும் இப்படித்தான் மீடியாக்கள் பாட்டியைப் பற்றி போட்டி போட்டுக்கொண்டு செய்தியை வெளியிட்டிருந்தன.

உசிலம்பட்டியிலிருந்து 10 மைல் தூரம் எருமையூரான் விலக்கு. அங்கேயிருந்து இரண்டு கிலோமீட்டர் ஒரு சைக்கிள் எடுத்துகொண்டுதான் போகவேண்டியிருந்தது. ஊருக்குள் 500 வீடுகளுக்கும் குறையாது. ஊருக்குக் கிழக்கே ஒதுக்குப்புறமான காலனியோரம்தான் பாட்டியின் உணவு விடுதி... சின்ன குட்டிச்சுவர்.

உள்ளே நுழைந்தால் ஓட்டுக்கூரை தாவாரம். நீளமாய் வடக்கும் தெற்குமாய் சிமெண்ட்டில் சின்னத் திண்டு. இவன் போகும்போது அந்த இரண்டு திண்டுகளிலும் வரிசைக்கு எட்டுப் பேர் சாப்பிட்டுக் கொண்டிருந்தார்கள்.

அப்போதே பக்கத்து ஊர்களுக்கும் பாட்டி ஃபேமஸ் ஆகியிருந்தார். 'டீவியில் பார்த்தேன். பேப்பரில் பார்த்தேன். இந்தக் காலத்தில் இப்படியொரு பாட்டி. எங்க ஊருக்கே பெருமை!' என்றெல்லாம் நிறைய சிலாகித்தார்கள். சுந்தரம் தன் வசம் கொண்டுபோன செல்போன் கேமராவில் எல்லாவற்றையும் பதிவுசெய்ய ஆரம்பித்தான். கூன் பாட்டி... வயசான தேகம். ஒடுங்கிய கன்னங்கள். முகத்தில் மட்டுமல்ல, உடம்பு முழுக்க ஆயிரமாயிரம் சுருக்கங்கள்.

விறகடுப்பு மூட்டி, பெரிய இட்லிப் பானையை வைத்துத்தான் சுடச் சுட இட்லி அவித்து, வந்தவர்களுக்கு சில்வர் தட்டில் அரச இலையோ, ஆல் இலையோ வைத்து பரிமாறிக்கொண்டிருந்தாள்.

"எப்படி பாட்டி உங்களால் இப்படி முடிகிறது?"

"இங்கே இருக்கறவங்க எல்லாம் ஏழை பாழைக. காட்டு வேலை, கட்டட வேலைக்குப் போவாங்க. ஒரு நாளைக்கு கூலி கிடைக்கும், கிடைக்காமலும் போகும். அவங்க காலையில போகும்போது என்னன்னு செய்வாங்க. ஊருக்குள்ளே இட்லிக் கடைக இருக்குதுதான். ஆனா, அங்கே ஒரு இட்லி அஞ்சு ரூவாய்க்கு விற்குது. இவங்களால வாங்க முடியுமா? பத்து வருஷத்துக்கு முன்னால வரைக்கும் ஒரு இட்லி அம்பது பைசாவுக்கு கொடுத்திட்டிருந்தேன். இருபது வருஷம் முன்னால வெறும் பத்து பைசாதான் எங்கிட்ட இட்லி. ரேசன் அரிசிதான்... கூட கொஞ்சம் நல்லரிசி கலக்குவேன். உளுந்து தோட்டங்காட்டுல கம்மி விலைக்கு வாங்குவேன். தக்காளி, வெங்காயம், மிளகாய் எல்லாம் எனக்குத் தெரிஞ்ச கடைக்காரங்ககிட்ட வாங்குவேன். விறகு வெளியே வாங்க மாட்டேன். வெளியே போனா முள்ளு வெறகு வெட்டிட்டு வந்து வச்சுக்குவேன். இப்படியெல்லாம் செஞ்சாத்தான் விலை கட்டுபடியாகும். ஒரு நாளைக்கு பத்து அடசல் இட்லி பொங்குவேன். எப்படியும் நூறு, எரநூறு எனக்குக் கிடைக்கும். ஒரு பையன், மூணு பொண்ணுக. புருஷன் முப்பது வருஷத்துக்கு முந்திய செத்துப் போயிட்டான். இதுகளையெல்லாம் கரை சேர்த்தி பேரன், பேத்திகள் கண்டாச்சு. பையன்தான் உருப்படியில்லாம போயிட்டான். மருமகள் கூலி நாழிக்கு வேலைக்குப் போறா. வீடு இதுதான்...!"

பாட்டி சொல்லச் சொல்ல சுந்தரம் வியப்பின் உச்சிக்கே போனான். "சரி பாட்டி, இதே இட்லிய ஒண்ணரை ரூபாய்க்கு ஏத்திக்கலாம்ல? இப்படி விறகுக்குப் பதில் கேஸ் சிலிண்டர் வாங்கிக்கலாம். பழைய ஓட்டுக்கூரைய மாத்திக்கலாம்!"

"நீ சொல்றது வாஸ்தவம்தானெப்பா. ஆனா, இங்கே எங்கிட்ட சாப்பிட வற்றவங்களுக்கு வாங்கற வசதி வேணும்லப்பா?

அவங்க இந்த ஒரு ரூபாய் இட்லிக்கே கடன் சொல்லீட்டுப் போற ஆளுக!" என்று கனிந்துருகினாள்.

ஆச்சர்யம்தான்... இவரே ஓர் ஏழை. அழுக்கும் கந்தலுமான துணியை கட்டியிருக்கிறார். இவரைச் சுத்தியிருக்கிற ஏழை, எளியவங்களுக்காக பாகாய் உருகுகிறார். எப்படியான கழிவிரக்கம்.

"சரி, இந்த வீடியோவுல எல்லாம் எடுத்துப் போட்டாங்களே பாட்டி. அதுல ஏதும் நடந்ததா?"

"ஓ... அதை முதன்முதலா எடுத்துப் போட்டது நம்மூர் பசங்கதான். சும்மா வந்து இங்கே உட்கார்ந்திருந்தாங்க. இட்லி சாப்பிட்டாங்க. என்னை அப்படி நில்லு, இப்படி நில்லு, அப்படிப் பேசுன்னு எதை எதையோ நீட்டிக் கேட்டாங்க. போட்டோ எடுக்கறாங்கன்னுதான் தெரிஞ்சுது. அப்புறம் பார்த்தா ஊர் உலகமெல்லாம் நான் பரவிட்டேன். இதுக்கு முன்னால வரைக்கும் அரசு இலை பறிச்சுட்டு வந்துதான் இட்லி கொடுத்துட்டு இருந்தேன். இப்ப டிவியில பார்த்துட்டுத்தான் ஒரு தம்பி நூறு சில்வர்தட்டு வாங்கிக் கொடுத்துட்டுப் போனாரு. அதுலதான் இப்ப இட்லி குடுக்கிறேன். அப்பறம் ரெண்டு மூணு பெரிய மனுஷங்க வந்தாங்க. உனக்கு என்ன பாட்டி வேணும்ன்னு கேட்டாங்க. எனக்கு எதுக்கு சாமி. நாலு இட்லி நீ உண்டுட்டுப் போன்னு சொன்னேன். உண்டதோட இல்லாம ஆளாளுக்கு ஐநூறு ரூபா எடுத்துக் கொடுத்தாங்க. செலவுக்கு வச்சுக்கன்னாங்க. யாருக்கோ போன் பண்ணினாங்க. இவ்வளவு பெரிய இட்லிச்சட்டி, சாம்பார், சட்னி அரைக்கறதுக்கு பாத்திரங்கள் எல்லாம் வேன்ல வந்து இறங்குச்சு. அது மட்டுமா? இன்னொருத்தர் வந்தாரு. 'ஏம் பாட்டி இன்னும் ஆட்டாங்கல்லுலயே அரைச்சு இட்லி சுடறியான்னு கேட்டுட்டு, மாவு மிஷினே கொண்டுவந்து எறக்கீட்டாரு... எம்மேலதான் எத்தனை பேருக்கு பாசம்?"

எல்லாமே வீடியோவில் பதிவாகிவிட்டது. பாட்டி அவித்த இட்லியைசுந்தரமும்ஒருதட்டில்வாங்கிசாப்பிட்டுப்பார்த்தான். வீட்டில் சாப்பிட்டால் நாலு இட்லியே அதிகம். இங்கே ஒரு டஜன் இட்லி வயிற்றுக்குள் போனதே தெரியவில்லை.

இட்லிக்குசட்னி, சாம்பார்எல்லாமேபாட்டியின்கைப்பக்குவம். 500 ரூபாயை எடுத்துக் கொடுத்தான். பாட்டி வாங்க மறுத்தார். வற்புறுத்தித் தந்த பிறகும், "சில்லறையில்லையே தம்பி" என்றார்.

"இல்லே பாட்டி, இந்த ஐநூறு ரூபாயும் உங்களுக்குத்தான்!" என்றபோது, "உன்னை மாதிரிதான் சாமி. வற்றவங்க எல்லாம் நூறு, இருநூறு, ஐநூறுன்னு கொடுத்துட்டுப் போறாங்க. எல்லாம் இந்த ஜனங்களுக்குத்தானே!" என்றபடி சுருக்குப் பையில் வாங்கிப் போட்டுக்கொண்டார்.

அதற்குள் பாட்டிக்கு உள்ளுருக்குள் உதவியாளர்கள் வந்துசேர்ந்திருந்தார்கள். அவர்கள் ஆளாளுக்குப் பாட்டியைப் பற்றி பேட்டி கொடுத்தார்கள். பாட்டி அடிக்கடி ஏழை, எளியவர்கள் என்று சொன்னவர்களும் மைக் முன்பு நின்று பேசினார்கள்.

"இந்த ஆயா மாதிரி நீங்க எங்கியுமே பார்க்க முடியாது. ஊருக்குள்ளே கடைகளில் எல்லாம் கடன் தர மாட்டாங்க. ரேட்டும் அதிகம். ஆயா நம்ம வந்தவுடனே சாப்பிடறியான்னு கேட்குமே ஒழிய, எந்த இடத்திலும் பணம் மட்டும் கேட்காது. நாங்களா கணக்குச் சொல்லி பழைய கடன் கொடுத்தாத்தான் வாங்கிக்கும்!" என்று உருக்கமாகச் சொன்னார்கள்.

அப்போதுதான் ஒன்றைக் கவனித்தான் சுந்தரம். அதாவது, அங்கே இருந்த திண்டிலும், ஒன்றிரண்டு நாற்காலி, பெஞ்சிலும் சிலர் அமர்ந்து சாப்பிட்டுக் கொண்டிருக்க... பாட்டி சொன்ன ஏழை எளியவர்கள் அங்கே ஓர் ஓரமாகத் தரையில் அமர்ந்து இட்லி சாப்பிட்டுக் கொண்டிருந்தார்கள். மற்றவர்கள் தட்டில் சாப்பிட்டு, அதில் இருந்த இலையை பக்கத்தில் உள்ள ஒரு பக்கெட்டில் போட்டுவிட்டு, சாப்பிட்ட தட்டை அங்கேயே வைத்துவிட்டு கை கழுவினார்கள்.

இந்த எளியவர்கள் மட்டும் தட்டில்லாமல் இலையிலேயே சாப்பிட்டு, எச்சிலையை வெளியே கொண்டுபோய் குப்பைத்தொட்டியில் போட்டுவிட்டு வந்தார்கள். வெளியே இருந்த உடைந்த சிமெண்ட் தொட்டியில் இருந்து தண்ணீர் பிளாஸ்டிக் டம்ளரில் அள்ளி கைகழுவினார்கள்.

ஏன் அப்படி, பலரும் அப்படியே செய்ய மனம் துணுக்குற்றது.

அதை எல்லாமே வீடியோ எடுத்துகொண்ட சுந்தரம், கடைசியாக பாட்டியிடம் கேட்டான்.

"ஏன் பாட்டி அவங்க எல்லாம் தரையில உட்கார்ந்து சாப்பிறாங்க? தட்டு இல்லாம இலையில சாப்பிட்டு அதையும் தானே எடுத்துப்போய் வெளியில போடறாங்க?"

அதைக் கேட்டதும் பாட்டி முகம் கொஞ்சம் அல்ல, நன்றாகவே மாறியது. சுந்தரத்தை நெருங்கி வந்தாள். "சாமி... அவங்க தண்ணி பொழங்காத சாதி சாமி. சரிசமமா ஒண்ணுமோட ஒண்ணா உட்கார வச்சு சாப்பிட வக்க முடியுமா?"

அவள் வார்த்தைகள் பொட்டில் அறைந்தது போலிருந்தது.

திரும்ப வரும்போதெல்லாம் இதே யோசனை. தர்மம், சேவை, கருணை எல்லாம் தாண்டி ஜாதியின் தீ நாக்கு... எப்படிப்பட்ட விருது. அத்தனை தகுதிகளும் இருந்தும் ஒரு துளி விஷத்தில் எப்படியான விருதை தவறவிடுகிறாள் பாட்டி? நிறைய கேள்விகள்.

'தாங்கள் அளிக்கும் விருதுக்கு துளியும் தகுதியில்லை பாட்டி!' ஒரே ஒரு வரிதான் எழுதினான்.

இரண்டு வருடங்கள் முன்பு நியூஜெர்சியிலிருந்து இந்த ஸ்டீவன்சன் மட்டுமல்ல, கூட இருந்த ஏழு ஜூரிகளும் பதறிக்கொண்டு லைனில் வந்தார்கள், வீடியோ கான்ஃபரன்சில் வந்தார்கள்.

"விருதுக்கு தகுதியில்லை சரி. அதற்கு என்ன காரணம்?" துருவித் துருவிக் கேட்டார்கள்.

இவன் சொல்லவில்லை. சொன்னால் விஷயம் பரவும். மீடியாக்கள் வெளிச்சம் போடும். பாட்டியின் வாழ்க்கையே சிக்கலுக்குள்ளாகும்.

இந்த வயசில் பிசிஆர், தீண்டாமைக் கொடுமை வழக்குகளை சந்திக்க நேரும். இந்த சமூகத்தில் புரையோடிப்போன

ஒரு விஷயத்துக்குப் பாட்டியின் பிழைப்பில் மண்ணைப் போடலாமா?

ரொம்ப ரகசியமாக ஸ்டீவன்சனிடம் மட்டும் சொன்னான். அவர் ரொம்பவுமே ஆடிப்போய் விட்டார். "நீ எடுத்த முடிவுதான் சரி!" என்றார்.

"இருந்தாலும் அந்தப் பாட்டியிடம் திரும்பப் போய் சொல்லுங்க. இப்படி எளிய ஜனங்ககிட்ட நடந்துக்கறது தப்பு. அதனால எல்லாருக்கும் சமமான இடம் கொடுங்க. அதுக்குப்புறம் உங்களுக்குப் பெரிய பரிசு காத்திட்டிருக்கு!"

"இல்லை ஸ்டீவன்சன். அப்படி செய்யறது தப்பு. முறையில்லை" என்றவன்,

"இருந்தாலும் ஒண்ணு செய்யறேன். இந்தப் பரிசைப் பத்தி சொல்லாமல், பாட்டியிடம் நியாயத்தை வலியுறுத்தி பார்க்கிறேன். ஒரு வருஷம் கழிச்சு திரும்பப் போய் பார்க்கிறேன். சூழ்நிலை மாறியிருந்தால் இதே விருதை அந்த வருஷம் கொடுக்கப் பாருங்க!"

இவன் கருத்து ஸ்டீவன்ஸனுக்கு ஏற்புடையதாக இருந்தது.

சுந்தரம்உடனேபோனான். பாட்டியிடம்சொன்னான். பாட்டியோ வெகுண்டாள்.

"என்னப்பா பேசற? எல்லாரும் ஒண்ணாயிர முடியுமா? அப்படியே நான் செஞ்சாலும் ஊருக்குள்ளே என்னை சேத்திக்குவாங்களா? ஜாதி ஜனங்க சும்மாயிருப்பாங்களா?"

அதற்கு மேல் பேச முடியவில்லை. ஆனால், பாட்டியின் செய்தி வந்துகொண்டே இருந்தது. ஆளாளுக்கு கேஸ் சிலிண்டர் வாங்கிக் கொடுத்தார்கள். அரிசி பருப்பு கொண்டுவந்து இறக்கினார்கள்.

தனியார் அமைப்புகளும், அரசும் கூடச் சில விருதுகளைப் பாட்டிக்குக்கொடுத்துகௌரவித்தார்கள். இப்போதுஒருதனியார் நிறுவனம் அவருக்குச் சொந்தமாக இடம் கொடுத்து, கட்டடமே கட்டிக்கொடுத்திருக்கிறது. அதுவும் மீடியாக்களில் செய்தியாகி இருக்கிறது. இப்போது பாட்டி அந்தக் கட்டடத்திலேயே

சமைக்கலாம். பரிமாறலாம். வாடிக்கையாளர்களுக்கு சேவை செய்யலாம்.

ஸ்டீவன்சன் கேட்டுக்கொண்டதற்குகினங்க பாட்டியின் இட்லிக் கடைக்கு மொபட் எடுத்துக்கொண்டு சென்றான்.

கூன் முதுகுப் பாட்டி முன்பைவிட பளிச்சென்று இருந்தாள். அழுக்கு சேலை இல்லை. விறகடுப்பு இல்லை. காரை பெயர்ந்து, மண் உதிர்ந்த திண்டுகளோ, ஓட்டுக்கூரையோ இல்லை. புத்தம் புது கட்டடத்தினுள் இரும்பு பெஞ்ச். சேர்கள். அதில் பகட்டாய் இருந்த சிலர் சாப்பிட்டுக் கொண்டிருந்தனர்.

ஓர் ஓரமாய் தரையில் எளியவர்கள் அமர்ந்து சாப்பிட்டுக் கொண்டிருந்தார்கள். இலை இல்லை. தட்டு இல்லை. எல்லோருக்கும் பேப்பர் பிளேட்டுகள். பெஞ்சில் அமர்ந்திருந்தவர்கள் சாப்பிட்ட பிளேட்டை அருகில் இருந்த கூடையில் போட்டு கை கழுவினார்கள்.

தரையில் அமர்ந்துச் சாப்பிட்ட எளியவர்களோ, வெளியே சாலைக்கு வெளியே சென்று குப்பைத் தொட்டியில் போட்டுவிட்டு வந்து, வெளியே உள்ள சிதிலமடைந்த சிமெண்ட் தொட்டியில் தண்ணீர் எடுத்து கை கழுவினார்கள். சுந்தரம் மீண்டும் ஸ்டீவன்சனுக்கு கடிதம் எழுதினான்.

"பாட்டிக்கு இன்னமும் நம் விருதுக்குத் தகுதி வரவில்லை!"

—◦—

செல்வம்

– பாகி லட்சுமணமூர்த்தி

உள்ளம் உருதய்யா
உள்ளம் உருதய்யா முருகா...
உன் அடி காண்கையிலே...

என்று அதிகாலையிலையே டி.எம்.எஸ் தன் தேன் குரலால் மக்கள் அனைவரையும் பக்தி பரவசத்தில் மூழ்கடித்துக் கொண்டிருந்தார்.

ஈரக் கூந்தலில் தண்ணீர் சொட்ட சொட்ட மனம் உருகி, அந்த முருப்பெருமான் சன்னதியில் கண்ணீர் வழிய வேண்டிக்கொண்டிருந்தாள் அனுபமா.

திருமணம் முடிந்து 7 வருடங்கள் உருண்டோடி, எட்டாம் வருடத்தில் அடியெடுத்து வைத்திருந்தனர் விஷ்வா- அனுபமா தம்பதியர்.

விஷ்வா ஒரு புகழ்பெற்ற கட்டுமான கம்பெனியில் உட்புற வடிவமைப்பு பிரிவில் வேலை செய்துவருகிறான். அனுபமா இல்லத்தரசியாக இருக்கிறாள். அதுவே அவளுக்கு பெரும் மனச் சுமையாகியிருந்தது.

வெளியிடக்களுக்கோ, நாள் கிழமை என்று உறவு முறை விசேஷங்களுக்கோ சென்று கிட்டதட்ட ஆறு வருடங்கள் ஆயிற்று. அவளுக்கும் ஆசைதான் இதுபோல் இடங்களுக்கு சென்று வர. ஆனால், அவளே மறந்திருக்கும் ஒன்றை அடிக்கடி அனைவரும் ஞாபகப்படுத்தி, ஒவ்வொருவரும் ஒவ்வொரு வகையில் அவள் மனதை நோகடிக்க, அவளுக்கு இருக்கும் ஒரே ஆறுதலான பாலமுருகனிடம் சென்று தன் மனக்குமுறலை கொட்டிக்கொண்டு இருந்தாள்.

"விடிஞ்சி எவ்வளவு நேரம் ஆச்சு. இன்னும் கோயிலுக்குப் போன மகாராணிய ஆளைக் காணும். என்னத்தான் உருண்டு புரண்டாலும் ஒட்டுறதுதானே ஒட்டும்" என்று முணுமுணுத்தப்படி வேலையைச் செய்துகொண்டிருந்தார் மாமியார் ரங்கம்.

மகனின் அரவம் கேட்கவும், அப்படியே பசைப்போட்டது போல வாய் ஒட்டிக்கொண்டு, அமைதியின் மறுவடிவாய் வேலைச் செய்ய ஆரம்பித்தவரிடம், "இன்னும் அனு வரலையாமா?" என்றபடி மகன் விஷ்வா அங்கு வந்தான்.

"ம்க்கூம்... போனா போன இடம், வந்தா வந்த இடம். கொஞ்சமாச்சும் புருசாங்காரன் வேலைக்கு போகணுமேன்னு மனசுல பயம் இருக்கா? விளங்காதவ..." என்று அவள் மேல் குறைகளை அடுக்க...

"ம்மா... ம்மா... போதும். உன்னை எதுவும் கேக்கல... நீ உடனே ஆரம்பிக்காத" என்று அறைக்குள் புகுந்துவிட்டான் விஷ்வா.

அவனுக்கு தெரியுமே இது எதில் போய் முடியும் என்று. தாயின் இரண்டாம் கல்யாண நச்சரிப்பும், மனைவியின் கவலைகளும் அவனை நாளுக்கு நாள் மூச்சு முட்ட வைக்கிறது.

மனைவியின் வருகையை அவளது மெல்லிய கொலுசொலி வைத்தே கண்டுகொண்டவன், பருக குளிரிந்த நீரை எடுத்துவந்து அவளிடம் கொடுத்தான். மனைவியின் மேல் கரைகடந்த பாசத்தையும் காதலையும் வைத்திருந்தான் விஷ்வா.

அதை புன்னகையுடன் வாங்கிக்கொண்டவள், "கிளம்பிட்டிங்களா?" என்றாள்.

"ம்... ஆமா அனு! இன்னைக்கு ஒரு வீட்டு இன்டிரியர் டிசைன் முடிச்சாகணும். சரி, நீ சீக்கிரம் சாப்பிடு. டைமுக்கு மாத்திரைய போடு. இப்படியே ஈர முடியோட இருக்காத. முதல்ல தலைய துடை" என்று துண்டை எடுத்து மனைவியிடம் கொடுத்தவன், சட்டையைச் சரிசெய்தபடியே தன் மதிய உணவு டப்பாவை வாங்கிக்கொண்டு, மனைவிக்கு ஒரு அவசர இதழொற்றலையும் வழங்கிவிட்டு, அலுவலகத்துக்குப் புறப்பட்டிருந்தான்.

எத்தனை மாத்திரை... எத்தனை மருந்து... எந்த பிரச்னையும் இல்லை என்று கூறினாலும், அவளிடத்தில் மாத்திரைக்கு மட்டும் பஞ்சமில்லாமல் இருந்தது. ஒவ்வெரு முறையும் நாள் தள்ளிச் செல்ல அவளுக்கு தோன்றும் சந்தோஷத்துக்கு அளவே இருக்காது. அதுவே ஒன்றுமில்லை என்று தெரிய வரும்போது, அதிலிருந்து தேறிவரவே இரண்டு வாரங்கள் ஆகும்.

ஏழு வருடங்கள் தவமாய் தவமிருக்கிறாள் ஒரு பிள்ளை செல்வம் வேண்டும் என்று. சரி, அது கிடைக்கும்போது கிடைக்கட்டும். ஆதரவற்ற இல்லத்தில் இருந்தாவது ஒரு செல்வத்தை தத்தெடுத்து வளர்க்கலாம் என்றால், மாமியாரின் வார்த்தைகள் அவளை ரணமாக்கி, எதுவுமே செய்யமுடியாத நிலமையில் இருக்கிறாள்.

மகன் செல்லும் வரை வாயைத் திறக்காத ரங்கம், அவன் தலை மறையவும், போனும் கையுமாக அமர்ந்துவிட்டார். தன் மருமகளை குறை சொல்லவும், அடுத்த வீட்டு மருமகள் பற்றி தெரிந்துகொள்ளவும் அவ்வளவு ஆர்வம்.

"ஆமா, அந்தப் பொண்ணுக்குக் கல்யாணமாகி மூணு மாசம்தானே ஆச்சு. இப்போ ரெண்டு மாசம் முழுகாம இருக்காளாமே..." என்றதும், எதிர்ப்புறம் என்ன கூறியதோ...

"நீ வேற... இங்க ஒண்ணுத்தையும் காணும். நான் வாங்கிவந்த வரம் அப்படி. முழுசா ஏழு வருசம் ஆகுது. அவ வயத்துல ஒரு புழு பூச்சிய காணும். அவன் அதுக்கு மேல... என்னமோ ஊர் உலகத்துல நடக்காத மாதிரி என் பொண்டாட்டிதான் எனக்கு எல்லாமே, இன்னொரு கல்யாணம்னு கட்டாயப்படுத்தாதன்னு பாட்டு பாடிக்கிட்டு திரியறான் பைத்தியக்காரன்" என்று மகனின் மேல் உள்ள மனதாங்களையும் கூறியது அந்த நல் உள்ளம்.

இதைக் கேட்டுக்கொண்டிருந்தவளுக்கோ அழுகையில் இதயம் விம்மியது. எத்தனை நாள்தான் இதைக் கேட்டும் கேட்காதது போல ஒதுங்கிப் போவது?

ஒரு முடிவோடு வெளியே வந்தவள், "இப்போ என்ன வேணும் உங்களுக்கு? என்னை அத்துவிட்டுட்டு வேற ஒருத்திய அவருக்குக் கட்டிவைக்கணும் அவ்வளவுதானே?" என்றாள் மூச்சு வாங்க.

போனில் பேசிக்கொண்டிருந்த ரங்கத்துக்கு அதிர்ச்சியில் போன் காதில் இருந்து நழுவியது. கேட்கட்டும் என்றுதான் ரங்கம் சத்தமாகப் பேசியது. ஆனால், அவரே எதிர்பாராதது இப்படியே முன்னால் நின்று பேசுவாள் என்பது.

சற்று நேரத்தில் ரங்கத்துக்கு முகமெல்லாம் வியர்த்துவிட்டது. இருந்தும், "ஆமா... நான் நினைச்சது எங்க நடக்குது... எப்போ என் புள்ளைக்கு நல்ல காலம் பொறக்குமோ" என்று காட்டமாய் கூறிவிட்டு, அறைக்குள் செல்ல முற்பட...

பழக்கூடையில் இருந்த கத்தியை எடுத்து கை நரம்பை அறுத்துக்கொண்டாள் அனுபாமா. "இப்போ பண்ணுங்க, உங்க புள்ளைக்குக் கல்யாணத்தை" என்று ஆத்திரத்துடன் கூறிவிட்டு, அவளது அறைக்குள் சென்றுவிட்டாள்.

உடல் எல்லாம் வியர்த்து மயக்கம்வராத குறைதான் ரங்கத்துக்கு. 'கடவுளே... அவன் வந்து கேட்டா என்ன பதிலை சொல்லுவேன்?' என்று பயத்தில் வெடவெடத்தாள்.

அக்கம்பக்கத்தில் இருப்பவர்களை உதவிக்கு அழைத்தவர், அடுத்த 15 நிமிடத்தில் மருத்துவமனையில் சேர்த்திருந்தார்.

"நீ எல்லாம் எப்படிம்மா ரெண்டு புள்ளைய பெத்த? உனக்கு கொஞ்சம் கூட மனிதாபிமானமே இல்லையாமா? குழந்தை மட்டும்தான் எங்க வாழ்க்கையா? இல்லாத ஒரு உயிருக்காக இருக்கிற என் பொண்ணாட்டியோட உயிரை வாங்க உனக்கு எப்படிம்மா மனசு வந்துச்சி? நீ எவ்வளவு பேசி இருக்க... இதுவரை ஒரு வார்த்தை என்கிட்ட சொல்லி இருப்பாளா? நான் தப்பு பண்ணிட்டேன்... தப்பு பண்ணிட்டேன்" என்று குமுறிய விஷ்வா...

"யமுனாவை கல்யாணம் பண்ணி அனுப்பின உடனே நானும் தனிகுடித்தனம் போய் இருக்கனும். என்னை பெத்த அம்மாவாச்சே, நானும் போய்ட்டா யாரும் இல்லையேன்னு இருந்தா, என்னையே ஆனாதையாக்க பாக்குறியேம்மா. அவ இல்லைன்னா நான் உயிரோட இருப்பேன்னு நினைக்கிறியா... சத்தியமா இல்லே. அவ போன அடுத்த நிமிஷமே நானும் போயிடுவேன்" என்று மகன் பேசியதில் உடைந்திருந்தார் ரங்கம்.

இன்னும் அவரை உருக்குலைக்க வைக்க, மகள் யமுனா மருத்துவமனைக்குள் வந்தாள். தன் ஐந்து மாதக் கருவை சுமந்தபடி வந்த தங்கையை முதலில் ஆச்சர்யமாகப் பார்த்தவன், பிறகு கோபமாக அன்னையைப் பார்த்தான்.

"இதுக்குத்தான் யமுனா வீட்டுக்குப் போகலாம்ன்னு சொன்னா, ஒவ்வொரு காரணமும் சொல்லி தடுத்தியாமா?" என்றான் விஷ்வா.

"என்ன அண்ணா... என்ன சொல்ற?" என்றாள் யமுனா அவர்கள் பேசிக்கொள்வது புரியாது.

"நீயும் அவங்க சொல்ற மாதிரியே நடந்துக்கிட்டல்ல. ச்சே... உங்களையெல்லாம் நம்பி" என்று தலையில் அடித்துக்கொண்டான்.

"அண்ணா... நீ என்ன சொல்ல வர்ற?" என்றாள் கெஞ்சலாக.

"எல்லாம் உன் அம்மாவையே கேளு, அவங்க சொல்லுவாங்க" என்றிட, ரங்கம் அழுதபடி நின்றிருந்தார்.

"நீயாவது சொல்லும்மா" என்று தாயை உலுக்கினாள் யமுனா.

"அவங்க சொல்ல மாட்டாங்க யமுனா. ஏன்னா, மொத்தமும் இன்னைக்கு தெரிஞ்சிடுச்சில்ல. அதிர்ச்சியில சிலையாகி இருப்பாங்க. இரு... நானே சொல்றேன். நீ எத்தனை மாசம்?" என்றான் வயிற்றைப் பார்த்தவாறு.

இப்போது அவளுக்குப் பயத்தில் வார்த்தை தந்தி அடித்தது. அனுவை மருத்துவமனையில் சேர்த்திருக்கிறார்கள் என்று கேள்விப்பட்டுதான் வந்தாள். ஆனால், அவசரத்தில் தான் உண்டாகி இருப்பது அவர்களுக்குத் தெரியாது என்பதை பதற்றத்தில் மறந்து தொலைத்துவிட்டவள், "ஐந்து மாதம்" என்றாள் நடுக்கத்துடன்.

"என்கிட்டயோ இல்ல அனுகிட்டயோ ஒரு வார்த்தை கூட நீ கர்ப்பமா இருக்கறத சொல்லவே இல்லையே" என்றான் அழுத்தமாக.

"அண்ணா... அது வந்து..."

"என்ன யமுனா அது வந்து? உனக்கு கல்யாணம் பண்ணிவைக்க நாங்க ரெண்டு பேரும் தேவை. உன் வேலை முடிஞ்சதும் நாங்க தேவையில்லை இல்லையா?" என்றான் ஆதங்கமாக.

"நீ உண்டாகி இருந்தா நாங்க கண்ணை வைச்சிடுவோமா? இல்லை உன் குழந்தையை கேட்க போறோமா?" என்று வேதனையாக கூறியவன்...

"என் முன்னாடி நிக்காதீங்க... போங்க! என்னாலேயே இதை ஏத்துக்க முடியல. அவ நிச்சயம் தாங்கமாட்டா. ஏதாவது ஆகிடும்... போயிடுங்க. போகும்போது இவங்களையும் கூட்டிட்டு போ. நான் மாச மாசம் பணம் கொடுக்குறேன். அம்மாவை பாத்துக்க. என்னால அவளை விடமுடியாது" என்றான் எங்கோ பார்வையைப் பதித்து.

"அண்ணா... தப்புதான் அண்ணா. நான் உங்க ரெண்டு பேரையும் தப்பா நினைச்சி சொல்லாம இருக்கலண்ணா. உங்களுக்கு கஷ்டமா இருக்கும்னு அம்மா சொன்னாதாலதான் மறைச்சேன். என்னை மன்னிச்சிடு அண்ணா... சாரி அண்ணா" என்றாள் அவனின் கரங்களைப் பற்றி தேம்பியபடி.

"சரி யமுனா பரவாயில்லை... நீ போ, நான் அனுவ பார்க்கப் போறேன்" என்றான் உடைந்த கரகரப்பான குரலில்.

உடன்பிறந்த தங்கையும், பெற்று வளர்த்த தாயும் செய்ததை அவனால் ஏற்றுக்கொள்ள முடியவில்லை. மனம் இறுகிப் போயிருந்தது.

"அனுபாமாவோட அட்டென்டர் யாருங்க?"

"நான்தான் நர்ஸ்."

"உங்கள டாக்டர் கூப்பிடுறாங்க சார்."

மருத்துவரின் அறைக்குள் நுழைந்தவனுக்கு கை கால் எல்லாம் நடுங்கியது.

"வாங்க மிஸ்டர் விஷ்வா... உட்காருங்க" என்று இருக்கையைக் காட்டியவர், "அவங்களுக்கு ஹெவி பிளட் லாஸ்... எப்படி

இந்த மாதிரி ஒரு ஆக்ஸிடன்ட் நடந்தது? அவங்க இந்த மாதிரி நேரத்துல ஜாக்கிரதையா இருக்க வேண்டாமா? ரெண்டு மூணு நாள் ஹாஸ்பிட்டலையே இருக்கட்டும். அப்புறம் புல் பெட் ரெஸ்ட் எடுக்கணும். 42 நாள்தான் ஆகுது" என்றார்.

அவனுக்கு ஒன்றுமே புரியவில்லை. "எதுக்கு டாக்டர்... என்ன ஆச்சி அவளுக்கு?" என்றான் நேரிடையாகவே.

"உங்களுக்கு விஷயம் தெரிய வாய்ப்பில்லைதான். இது 42 நாள் என்பதால அவ்வளவா சிம்டம்ஸ் தெரிஞ்சி இருக்காது. ஓகே... கங்க்ராட்ஸ் மிஸ்டர் விஷ்வா... நீங்க அப்பாவாக போறீங்க" என்றார் மருத்துவர்.

அதன்பிறகு மருத்துவர் கூறிய எதுவுமே அவன் செவிகளை தீண்டவில்லை.

உலமே தட்டாமலை சுற்றியது அவனுக்கு. அந்த மருத்துவரே கடவுள் ரூபத்தில் தெரிந்தார். உடனே அனுவை பார்க்க வேண்டும் என்று உள்ளம் துடித்தது. அவன் கால்கள் அடுத்த ஐந்து நிமிடத்தில் அனுபாமாவின் அறைவாசலை அடைந்திருந்தது.

மெல்ல கண்களைத் திறந்தவளின் எதிரே கண்களில் நீரோடும், உதட்டில் உறைந்த புன்னகையோடும் மனைவியையே பார்த்திருந்தான் விஷ்வா.

"என்னங்க" என்றாள் ஈனஸ்வரத்தில்.

"பேசாதடி... என்னைவிட்டு நீயும் நம்ம புள்ளையும் போகப் பார்த்தீங்களே... பேசாதடி" என்று அழுதவனின் வார்த்தைகளை கிரகிக்க முடியாமல் திணறியவளுக்குக் கண்களில் துளிர்த்த நீர்த் துளிகள் காதோரம் உருண்டு ஓடியது.

தன் வயிற்றில் கரங்கள் செல்லவே அவளுக்கு நடுங்கியது... "என்னங்க..." என்றாள் அழுகையோடு.

"இனி எதுக்காவும் அழுக்கூடாதுடா. நீ அழுதது எல்லாம் போதும்" என்று அவளை தன் நெஞ்சோடு அணைத்துக்கொண்டான் விஷ்வா.

எல்லோருக்கும் பிள்ளைச் செல்வம் என்பது ஒரு வரம். அது கிடைக்கும்போது கிடைக்கட்டுமே... சிலருக்கு சீக்கிரம் கிடைக்கும்; சிலருக்கு தாமதமாகும். அது இல்லை என்றாலும், அது அவர்களுடைய விஷயம். அதுபற்றி அவர்களே கவலைப்படாதபோது, சுற்றி இருக்கும் நாம் எதற்கு கவலைபட்டு அவர்கள் மனதை ரணமாக்கணும்!

பருத்திக்கோட்டை

– லதாசரவணன்

ரத்தவாடை

பாறையின் உஷ்ணத்தைப் பொருட்படுத்தாமல், அது அவளை மென்மையாய் புசித்துக் கொண்டிருந்தது. பிணக்குவியல்களுக்கு நடுவில் அவள் கிடந்தாள். ஆங்காங்கே அவளுடலைச் சுற்றி மிஞ்சியிருந்த மெல்லிய சல்லாத் துணி. அவளின் நாசித்துவாரத்தில் சுதந்திரமாய் கண்ணாமூச்சி விளையாடிய 'ஈ' ஒன்று. நாற்பதைத் தாண்டி நாற்பத்தியொன்றாய் அவன் இருகைகளிலும் சங்கலியால் தன்னைப் பிணைத்துக் கொண்டிருந்தானா அல்லது பிணைத்து வைக்கப்பட்டிருந்தானா என்று தெரியவில்லை.

"விஜயா...?" அவளின் குரல்.

ரத்தவாடை மிதந்துவந்த பிணங்களின் வீச்சம், நாசியைத் தீண்டி ஒருமுறை அவன் உடல் சிலிர்த்தது. "ம்...!" என்ற முனகல் ஒலியில் வலி மிஞ்சியிருந்தது. அவளின் பிம்பத்தை விழிகளில் நிரப்பிக்கொள்ள, வீங்கிய இமையின் கண்களை மலர்த்திடப் போராடினாள். நேற்றைய இரவுப்பொழுதின் எச்சமாய் உயிரற்ற உடல்கள்... அதில் அவளில்லை!

சுர்ரென்று உடலெங்கும் மின்சாரம் பாய்ந்ததைப் போன்றதொரு வலி. இடது கையின் வெட்டப்பட்ட கட்டைவிரலின் பள்ளத்தை தன் கூர் அலகால் கொத்தியது, ஒரு சிறு கழுகு. வெகு பிரயாத்தனப்பட்டு அதை தட்டிவிட்டான்.

எஞ்சிய நெஞ்சின் ஓரத்தில் ஒட்டிக்கொண்டிருந்த வைராக்கியமோ, வீரியமோ, இயலாமையோ எதன் பொருட்டோ திறந்த கண்களில் விழுந்த காட்சி, பொன்னி

தன் மேனியைக் கொத்தித் தின்னும் கழுகளை விரட்டிடத் தோன்றாமல் மல்லாந்திருந்ததுதான்!

இருவருக்கும் உண்டான இடைவெளியை நிரப்பியிருந்தது, குவியல் குவியலாய் பிணங்கள். வீசிய காற்றில் அவளின் பெண்மையை மறைக்க நைந்த மஸ்லீன் துணியொன்று போராடியபடி இருக்க, "அம்மா!" என்று ஆக்ரோஷமாய்க் கத்தினான் விஜயன்.

அந்த சப்தம் கேட்டு மேற்கொண்டு ஓடிவந்த காவலர்களில் ஒருவன், கையிலிருந்த ஈட்டியின் பின்புறத்தால் விஜயனின் மார்பில் அழுத்த... அந்த அழுத்தம் விஜயனுக்கு 'ஷப்னம்'- யை நினைவூட்டியது. அவளும் அவளின் மென்கரங்களால் இப்படித்தான் அவனின் குறும்பினைத் தடுக்க அழுத்துவாள்.

டாக்கா மஸ்லீன்

1698 ஆம் வருடம்... கிழக்கிந்திய கம்பெனி இந்தியாவின் வளங்களைச் சூறையாடிக் கொண்டிருந்த காலம். இந்தியப் பெண்ணின் வளங்களை அழித்தே தீருவேன் என்று கங்கணம் கட்டிக்கொண்டு, தனக்கு ஆதரவாக நிலப்பிரப்புகளையும் குறுநில மன்னர்களையும் பணமோ, பொருளோ, போகமோ என தன் வசப்படுத்திக் கொண்டிருந்தான் ராபர்ட் கிளைவ்.

வங்காளத்தின் டாக்காவின் கடற்கரையோரப் பகுதிகளில் இதையேதும் அறியாத ஒரு கூட்டம். தாங்கள் விளைவித்த பருத்தியினை தரம் பிரித்து, அலையின் தாலாட்டோடு படகுகளில் வேடிக்கை கதை பேசி நூல் பிரித்துக் கொண்டிருந்தார்கள். கரையில் பிரித்திருந்த நூலையெல்லாம் உலர்த்தி பந்துகளைப்போல முடிச்சிட்டு, அடுத்த நெசவுக்கு ஆயத்தமாக்கிக் கொண்டிருந்தாள், முதல் பத்தியில் நாம் பார்த்தபோது வானத்தை அண்ணாந்து பார்த்தபடியே உயிர் துறந்திருந்த பொன்னி.

"ஏ... பொன்னி! சீக்கிரம் அந்த நூற்கூடையை விஜயன்கிட்டே கொடுத்திட்டு வா. நெய்ய நூலில்லைன்னு தக்கிலியைவிட்டு இறங்கிடப்போறான். நாளைக்குள்ளே கப்பல்லே சேக்கணும்."

பொன்னியைக் கிட்டத்தட்ட தள்ளாத குறையாக கூடை நிறைய பருத்தி நூலைச் சேகரித்து அனுப்புகிறார் விஜயனின் தந்தை.

"ஏன்... அதை நீரே சொல்ல வேண்டியதுதானே? மாமோய் வீட்டுக்கு போய் நாளு இரண்டாச்சு தெரியுமில்லை. பெத்த பிள்ளைக்கிட்டே அப்படியென்ன ரோசம்? இப்படி எலியும் பூனையுமாவே அடிச்சிட்டு கிடங்க!"

சலிப்புடன் கூடையை இடுப்பில் சுமந்தபடி விஜயனின் வீட்டை நோக்கி நகர்கிறாள் பொன்னி.

உள்ளே நுழையும்போதே கருவாட்டுக் குழம்பும், உளுந்தங்களியின் வாசமும் நெஞ்சை அள்ளியது. தக்கலிக்குப் பக்கத்தில் நூற்கூடையை வைக்கிறாள். விஜயனின் பிம்பம் அவள் மனதில் பதிகிறது. கூடையை இறக்கி வைக்கும்போது அவசரமாக நெகிழ்ந்த தாவணியைச் சீர்செய்கிறாள். அலையலையாய் புரளும் கேசத்தை கலைக்க வேண்டும் போன்ற உத்வேகம், வலது கை கட்டைவிரலின் நீளமான நகத்தில் உள்ள சிறு துளையில் திரித்துக் கிடந்த பஞ்சினை அவன் மேலும் கீழுமாக வருடும்போது, இறுகித் திரண்ட அவன் புஜங்கள் அவளை இம்சித்தன. அத்தீண்டலை தன் இடையில் செய்யும் குறும்பென நினைத்து சிலிர்த்தவள்...

"மாமா தரச்சொன்னாங்க" என்றாள் மெல்லிய குரலில்.

விழிகளைத் திருப்பாமலேயே, "ம்...!" என்று ஒற்றை வார்த்தையில் பேசிவிட்டு காரியமே கண்ணானான்.

பொன்னி முகத்தை நொடித்தபடியே, "பொம்பிளை நான் பின்னாடி சுத்தறதா போச்சு. எல்லாம் என் நேரம்" அந்த ஒற்றையறையில் சிறு தடுப்பில் மறைந்திருந்த அடுக்களையை நோக்கி நகர்ந்தாள். அடுப்பின் தணலை விசிறிவிட்டுக்கொண்டிருந்த சிவகாமி, பொன்னியைப் பார்த்து சிரித்தாள்.

"உனக்கு அடுப்பு கரி பூசுது... எனக்கு உன் பிள்ளை பூசுறான்."

"கட்டிக்கிப்ப போறவனை என்ன மரியாதையில்லாம பேசுறே."

"நினைப்புதான் உனக்கும் எனக்கும். அங்கே எதுவும் உறைக்கலை. எப்படியத்தே இந்த இரண்டு ஆம்பிளைங்களையும் சமாளிக்கிறே? மறைக்காம சொல்லு, நானென்ன அத்தனை அவலட்சணமாவா இருக்கேன்?"

"விடுடி... அவன் ஏதோ கோபத்தில் இருக்கான்."

"மாமா வரட்டும், இன்னைக்கு ரெண்டுலே ஒண்ணு கேட்டுப்புடறேன், உன் பிள்ளை மனசிலே என்னதான் இருக்குன்னு."

விஜயன் நினைத்துகொண்டான். 'என் மனதில் இருப்பதை சொன்னால் நீ தாங்கமாட்டாய் பொன்னி.'

"என்னையேம்மா உங்க சண்டையிலே இழுக்கறே?" கணவரின் குரல் கேட்டதும் தண்ணீரும் மேல்துண்டும் கொண்டுவந்து தந்த மனைவியிடம், 'அவன் சாப்பிட்டானா?' என்று கண்களாலேயே கேட்க, இல்லையென தலையசைத்தாள்.

அவரின் கண்கள் தக்கலியின் அருகில் கட்டி வைக்கப்பட்டிருந்த புடவையின் மேல் விழுந்திருந்தது. வெள்ளி சரிகையோடிய புடவைகள் மகாராணிக்கும் இளவரசிக்கும் பரிசளிக்க காத்திருந்தது. அத்துடன் நான்கு நாட்களுக்குள் கிட்டத்தட்ட பத்துக்கும் மேலான புடவைகள்.

அவருக்குத் தெரியாதா இதே தக்கலியில் அமர்ந்திருந்தவர்தானே! இத்தனை நெய்ய வேண்டும் என்றால், அவன் சிறிது நேரம் கூட ஓய்வு எடுத்திருக்க மாட்டானே! இரண்டு நாட்களாகவே அவர் பருத்தி வெடித்திருக்கிறது என்ற சாக்கினைச் சொல்லி வீட்டுப் பக்கம் வரத் தவிர்த்திருந்தாரே!

மகனின் வலியை உணர்ந்தபோது அவருக்கும் வலித்தது. ஒரு பெருமூச்சு எழுந்தது. பிடிவாதத்தில் அவரையே கொண்டிருக்கிறான். மகனிடம் பேசுவதைப் போல சாக்கிட்டு, பொன்னியிடம் சொல்கிறார்.

"துரை யாரு மேல கோவிச்சிகிட்டு இப்படி மணிக்கணக்கா தக்கலியில் உட்கார்ந்துகிட்டு கிடக்கிறாரு?"

"உம்ம மேலதான்."

"ஏன் பொன்னி, எனக்கு எம்பிள்ளையை நல்ல பொழைப்பு பொழைக்க வைக்க ஆசையில்லாம கிடக்கு? ஆனா, இவனோட குணத்துக்கு ராணுவம் சரிப்பட்டு வராது. இப்போ உட்கட்சிப் பூச நிறைய கிடக்கு. கழுத்தை நெறிக்கிற அளவு கடனை வாங்கிப்புட்டேன். நெசவு நூல், பருத்தி பிரிக்கிறது, உலத்துறது, நூலாக்கிறதுன்னு அத்தனைக்கு கூலி கொடுத்து, பழியா தக்கலியில் கிடந்தாத்தான் நாலு காசு பாக்க முடியும். அசலை அடைக்க முடியும். அதுவரையில் கை கொடுக்கலாமில்லையா!"

"அதுக்கு இன்னமும் எத்தனை நாளாகும் மாமா?"

"ஒரு வழி கிடைச்சிருக்கு. அதைப் பத்தி பேசத்தான் நான் வீட்டுக்கே வந்தேன். நவாபு கோட்டையிலே ராணியும் இளவரசியும் வந்திருக்காங்க. போனமுறை இப்படி வந்தப்போ நம்ம தயாரிச்ச மஸ்லீன் புடவையை ராணிக்கும், தலைப்பாகையை ராஜாவுக்கும் பரிசா கொடுத்தேன். அதேமாதிரி கோட்டைக்குள்ளேயே வந்து அவங்க விருப்பப்படி நெய்து தரணுமாம். அதுக்காக நம்மையும் சேர்த்து ஐம்பது, அறுபது குடும்பங்களைக் கோட்டைக்கு கூப்பிட்டு இருக்காங்க. நெய்யும் துணிக்கு தனி கூலியாம். அதை விடுத்து மாத வரும்படியும் வரும்னு நவாபோட தளபதி வந்து சொல்லிட்டுப் போனாங்க. அதனால..."

"அதனால... நம்ம எல்லாரையும் கொண்டுபோய் அடகு வைக்கப்போறீங்களா அப்பா?" என்று வாய் திறந்தான் விஜயன். கம்பீரமான உருவம் களைத்திருந்த போதிலும், முகத்தில் ஒளியொன்று திகழ்ந்தது.

"இப்படி எல்லாத்துக்கும் கோபப்படறதாலதான் எனக்கு பயமே வருது. நவாப்வோட அரண்மனைக்கு போறதாலா என்ன நஷ்டம் நமக்கு? இதோ உன்னையே சுத்திக்கிட்டு காலத்தை தள்ளுறாளே இந்தப் பொண்ணு... அவளை காலாகாலத்திலே உன் கையிலே பிடிச்சிக்கொடுக்க காத்திருக்கற இவளோட அப்பன் கூட கைநாட்டு போட்டுட்டான்!"

விஜயன் விசுக்கென்று நிமிர்ந்தான். "அப்போ நீங்க?"

"நல்ல வாய்ப்பு எப்படி விடமுடியும்."

"நவாப்வோட இந்தக் காரியத்துக்குப் பின்னாடி நிறைய சூழ்ச்சி இருக்கு. அது உங்களுக்குத் தெரியலை. தப்பான முடிவெடுத்து எல்லாரையும் கொண்டுபோய் பிரச்னைக்கு உள்ளாக்கப் போறீங்க. இந்தப் பாவம் நம்மை சும்மா விடாதுப்பா."

"ஏதும் தெரியாம பேசாதேடா!"

"எனக்கா ஏதும் தெரியலை? நவாப்வோட அரண்மனை இப்போ பிரிட்டிஷ் கவர்மெண்டோட கோட்டையா மாறிக்கிட்டு வருது. நம்ம நெசவினாலே அவங்க கொள்ளை லாபம் அடையறாங்க. வலி முழுக்க நம்ம மக்களோடது. ஆனா, வருமானம் அவங்களுக்கு. நம்ம பருத்தியைத் தரம் குறைந்ததுன்னு வெளியே பரப்பறாங்க. கிளைவ் இப்போ இரண்டு நெசவு இயந்திரங்களை இறக்கியிருக்கான். அவனோட உடைகளை இங்கே நம்மீது திணிக்கிறதுதான் திட்டம். கப்பல் கப்பலாக நம்ம வளங்கள் சுரண்டப்படுவதை எப்போதுதான் நீங்க எல்லாம் புரிஞ்சிக்கப் போறீங்க.

நீங்க கைநீட்டி பணம் வாங்கினதால, அதிகப்படியா உற்பத்தி பெருகுது. இது அவங்களுக்கு லாபம். அந்த அளவுக்கு நமக்கு மூலப்பொருளான பருத்தி விளையுதா? அதையேன் யோசிக்கலை யாரும்.

இப்போநாம நவாபின் ஆளுகைக்குக் கீழே போயிட்டா, அவங்க என்ன சொல்றாங்களோ... யாருக்கு புடவையைக் கொடுக்கச் சொல்றாங்களோ அவங்களுக்குத்தான் கொடுக்கணும். முற்றிலும் நம்மை அழிக்க அவங்க மேற்கொள்ற சதியிது. அதுக்கு பேராசை பிடிச்ச நவாபும் உடந்தை.

நாம இப்போ சுதந்திரமா இருக்கோம். ஏற்கனவே பணத்தை வாங்கிட்டு நிறைய பத்திரங்களில் கையெழுத்து போட்டு இருக்காங்க. ஒரு தலைமைங்கிறது மக்களை நல்வழிப்படுத்துறது சுதந்திரமா இயங்கவிடறது. மாறாக அடிமைத்தனத்துக்குக் கூட்டிட்டுப் போறதில்லை!" என்றான் விஜயன்.

"இந்தா சிவகாமி... நான் என்ன செய்தாலும் குறை சொல்வேன்னு பிடிவாதமா நின்னா எப்படி? அவன் வரவேண்டாம், நான்

போறேன். பெத்த பாவத்துக்கும் கட்டின பாவத்துக்கும் என் கடனை நானே அடைச்சிக்கிறேன்"

மாறன் ஒரு சிறு பையில் தன் உடைமைகளை அடக்கிக்கொண்டு வெளியேறினார்.

"தார்க்கேஸ்வரி... என் குடும்பத்தை காப்பாத்தும்மா!" அம்மாவின் கண்களில் கண்ணீர். 'ஏன் இப்படிச் செய்யறே?' என்று குற்றப் பார்வையை அவன் மேல் வீசியபடி பொன்னி.

"ச்சே...!"என்று கோபமாக மேக்னா ஆற்றங்கரையின் மடி தேடி நடந்தான் விஜயன்.

கிளைவ் சூழ்ச்சி

ராபர்ட் கிளைவ் உறிஞ்சிய பானத்தின் சுவையை, கண்களை மூடி ரசித்தபடியே கற்பனையில் ஆழ்ந்தான். கிழக்கிந்தியக் கம்பெனி தன் செயலுக்கு மெச்சி வெற்றிக் கூட்டம் ஏற்படுத்தி, "வெல்டன் கிளைவ்! ரொம்ப அட்டாசமாக பிரிட்டனின் மான்செஸ்டர் டி-73 ரக பருத்தியை வாழ்வித்துவிட்டாய் இந்தியாவில்!" என்று நிறைய கைத்தட்டல்களுடன் கோல்ட் பேட்ஜ் குத்தப்பட, பெருமிதத்தில் அவன் உடல் நடுங்கியது.

நவாப், கிளைவை உலுக்கினான். "என்னாச்சு கிளைவ்?"

"நத்திங்" எரிச்சல் மண்டிய பார்வையுடன், "நல்ல கனவை கெடுத்தாயே?"

"கனவா... என்ன கனவு?"

"வாழ்வின் அடிநாதம் வரையில் ருசிக்க கனவுகள் அவசியம் பகதூர். இந்தப் பிரதேசம் முழுமையும் ஒளரங்சீப்பின் கட்டுப்பாட்டிலிருந்து உன் பக்கம் கொண்டு வரவேண்டும் என்று நீ எப்படி கனவு காண்கிறாயோ, நானும் அப்படித்தான். என் நாட்டின் பொருளாதாரத்தை அதிகரிக்கப் போகிறேன்."

"இங்கேயா? என்ன இருக்கிறது இந்த இடத்தில்?"

"என்ன இல்லை பகதூர்? இருக்கும் இடத்தின் பெருமை தெரியாத நீ ஏன் ஆட்சிக்கு அலைகிறாய்?" சற்று காட்டமாகவே கேட்டான் கிளைவ்.

'ஏலமும் மிளகும், தேயிலையும் கனிமங்களும், டாக்காவுக்குப் பெருமை சேர்க்கும் மஸ்லீனும் இதற்கு மேல் என்ன எதிர்பார்க்கிறான் இந்த முட்டாள்?' என்று மனதில் நினைத்துக்கொண்டாலும், அதை வெளியில் சொல்லவில்லை கிளைவ். இப்படிப்பட்டவர்களின் சகவாசம் இருந்தால்தானே அவன் நினைத்தை செய்யமுடியும்.

மதுவை சரித்துக்கொண்டவன், மெல்ல வலைவிரித்தான். "இன்னும் மிச்சம் மேக்னாவின் ஆற்றுப்படுகைக்குள் குடிசையில் புதைந்திருக்கும் அந்த வங்காள நெசவாளிகளை என்ன செய்யப் போகிறாய் பகதூர்?" என்று குயுக்தியாய் கேட்டான்.

"கிளைவ்... அவையெல்லாம் செம்மறி ஆட்டுக் கூட்டங்கள் போல. இவர்களின் தலைவன் போல கொக்கரித்தவனின் நிலையையத்தான் நேற்று நீ பார்த்தாயே. குற்றுயிரும் கொலையுயிருமாய் தன்னைச் சேர்ந்தவர்களைக் காப்பாற்ற திராணியற்று பாதி உடலை கழுகின் வயிற்றுக்குள் சொருகியிருப்பான். என்னை எதிர்த்தவர்களை அத்தனை சுலபத்தில் நான் விட்டுவிடுவதில்லை. எரிவதைப் பிடுங்கிவிட்டேன், இனி நெருப்பு தானாய் அடங்கிவிடும்!" - பகதூர் சிரித்தான். அவன் சிரிப்பு விகாரமாக இருந்தது.

இப்போது சிரித்துக்கொண்டிருக்கும் இவனின் வெறியாட்டத்துக்கு லால்பார்க் கோட்டையின் பின்புறப் பாறையின் மீது கிடக்கும் உடல்களே சாட்சியல்லவா!

"பிரிட்டன் உன் தேவையைப் பூர்த்திசெய்யும் பகதூர். நீ உண்மையாய் நடந்துகொண்டால்."

"எப்படி? முகலாயக் கப்பல்களைக் கொள்ளையடித்து எங்கள் மன்னர் ஒளரங்கசீப்பின் முன்னால் மண்டியிட்டு கிடந்தீர்களே அப்படியா! கிளைவ் புரிந்துகொள்... சமயோசிதமாக நான்தான் உன்னையும் உன் கம்பெனியையும் காப்பாற்றிக் கொண்டிருக்கிறேன். எனக்கு இந்த டாக்காநகரம் சொந்தமாகவே அதற்கு தகுந்த படையுதவி செய்வதாகவே நம் ஒப்பந்தம்!"

"எனக்கு நீ நினைவுப்படுத்த அவசியம் இல்லை. எப்போதும் மூர்க்கமாக போரிட்டுக் கொண்டிருப்பதை விட, சில

இடங்களில் விவேகமாக வளைந்து கொடுப்பது சாலச்சிறந்தது. அப்படிப்பட்ட ஒரு நிகழ்வுதான் எங்கள் தூதர்கள் மண்டியிட்டது.”

கிளைவின் பேச்சில் இப்போது பூரிகங்கா ஆற்றங்கரையில் இருக்கும் பொருட்களை ஏற்றிய கப்பல், பிரிட்டனுக்கு எவ்வித சிக்கலும் இன்றி போகவேண்டும் என்பதாகவே இருந்தது. அதற்காக பகதூரிடம் சற்று இறங்கியே பேசிக்கொண்டிருந்தான்.

கர்வமான இவர்களை அழிக்க போர்த் தந்திரங்களை விடவும், ராஜ தந்திரங்களே சிறந்தது என்று கிளைவுக்குத் தெரிந்ததால்தானே பாம்பே, சூரத் போன்ற வணிக தளங்களின் கவர்னர்கள் அந்த நாட்டு நவாபு மற்றும் மன்னர்களிடம் நட்பு பாராட்டுவது. இவர்களின் பேராசை தீயைத் தூண்டியபடியே குளிர்காய கிழக்கிந்திய கம்பெனி விரும்பியது.

ஏற்றுமதியின் மொத்த மதிப்புக்கு அரசின் மூன்றரை சதவிகித வரியைத் தாண்டி ஒரு பக்கம் டச்சுக்காரர்கள், போர்த்துக்கீசியர்கள் இவர்களிடமும் தங்கள் வர்த்தகத்தை பங்கு போட வேண்டியுள்ளதே என்று குமைந்தது. மும்பையின் முற்றுகையை முறியடிக்க வேண்டி ஒளரங்கசீப்பின் அரசவையில் மண்டியிட்ட கோபம் கனன்றுக் கொண்டிருந்த அவர்களின் மனதில் இந்த அவமானம் பிரிட்டனுக்குத் தெரியக்கூடாது என்பதற்காக கிளைவ் மேற்கொண்ட முயற்சிகள்தான் எத்தனை?

“மேக்னாவின் ஆற்றங்கரைக்கு செல்லுங்கள். நெசவாளிகள் வாங்கிய பணத்தை உடனே ஒப்படைக்க வேண்டும். அல்லது எதிர்பார்த்தபடி அதிகளவு துணிகளை நெய்ய வேண்டும் என்று கட்டளையிடுங்கள். யாரும் உறங்கக் கூடாது உண்ணக் கூடாது, தக்கலியின் சப்தம் நான்கு புறமும் கேட்டுக்கொண்டே இருக்க வேண்டும்.

மறுப்பவர்களுக்கு அடியும் உதையும் பரிசாகட்டும். இறந்தவர்களை கரையில் பருத்தியை உலர்த்தி கொண்டிருந்தபோது பெரும் அலை வந்து அடித்துப் போனது என்று குறிப்பெழுதி அரசவைக்கு அனுப்புங்கள். முக்கியமாக அவர்களின் விரல்களை... அதுவும் கட்டைவிரல்களை

வெட்டிவிடுங்கள்!" என்று உத்தரவு பிறப்பித்தான். வீரர்கள் அவனை வணங்கி நகர்ந்தனர்.

"என்ன பார்க்கிறே கிளைவ்? ஏற்கனவே டாக்காவின் பகுதிகளில் உங்கள் ரக டி-73யை விதைத்தாகி விட்டது. எப்போது உன் இயந்திரங்களை இங்கே கொண்டு வரப்போகிறாய்? என் வரையில் செய்யவேண்டிய எல்லாம் முடிந்தது" - பகதூர் கொக்கரித்தான்.

"ம்...   விரைவில்!   அதற்கான   வேலைகள் நடந்துகொண்டிருக்கிறது. பகதூர் உன் மகள் எங்கே?"

"இதே இடத்துக்கு நேர் கீழே உள்ள பாதாள சிறைச்சாலையில்!" சிவந்திருந்த அவன் முகம் ரத்தமாக மாறியிருந்தது. 'வாப்பா' என்று அழுத அப்பெண்ணின் முகம் நினைவுக்கு வந்தது.

காதற்கிளிகள்

மாலை மங்கிய நேரம்... கரையோரப் படகுகளில் பருத்தியை நூலாய் பிரித்துக் கொண்டிருந்த கூட்டம் மெல்ல கரையேறியது. அதில் சிலர் விஜயனை அடையாளம் கண்டு சிரித்து, தம் தம் இருப்பிடம் தேடும் பறவையைப் போல பறந்தனர். அருகில் இருந்த பாறையின் மேல் தன் வலிமையான உடலைக் கிடத்தினான் விஜயன்.

"எப்போது வந்தீர்கள்?" என்று காதருகே கேட்ட குரலில் கலைந்தான். ஷப்னம் நின்றிருந்தாள். மிக அருகில் அவளின் சுகந்தத்தை உணர்ந்தவாறு, நெஞ்சில் கிடத்திக் கொண்டான். மெல்லிய சிணுங்கல் அவளிடம். விலகாமல் வாகாக இன்னும் சாய்ந்தபடியே அந்த இதமான கதகதப்பு அவளுக்கும் வேண்டியிருக்கிறது என்பதை உணர்த்தினாள் விஜயனுக்கு.

ஷப்னத்தின் உதடுகளின் உத்தடங்கள், கொதிக்கும் அவன் மனதை சாந்தப்படுத்தின. இருவரின் மூச்சுக்காற்றில் கடற்கரையே உஷ்ணமாகியது.

சில தினங்களுக்கு முன்பு தோழிகளுடன் விளையாட வந்தபோது, கடலலைகள் அவளை இழுத்துச் செல்ல,

அப்போதும் இவனின் அணைப்பில்தான் மூர்ச்சையற்றுக் கிடந்தாள். இப்போதும் அதே நிலையில்தான் கிடக்கிறாள்.

"விஜயன், நான் நாளை மைசூர் செல்கிறேன்!" காதுகளில் அவளின் குரல் உரசியது.

"ஏன்?"

"எனது தந்தையின் உத்தரவு மறுக்க முடியுமா? இரு தினங்களில் வந்துவிடுவேன்!"

"என்னால் உன் பிரிவினைத் தாங்கமுடியாது ஷப்னம். இம்மட்டில் இந்த மாலை வேளைகளுக்கென எத்தனை காத்திருக்கிறேன் தெரியுமா! பல நேரங்களில் தக்கலியின் ஓசை கூட நீ சிரிப்பதைப் போலத்தான் இருக்கிறது. மஸ்லீனின் மிருது தன்மையும் வழுவழுப்பும் இதோ இந்தப் பட்டு வயிற்றின் குழைவைப் போல..."

விஜயனின் கரங்களைத் தட்டிவிட்டவள், சற்று நேரம் யோசனையில் ஆழ்ந்தாள்.

'சிறு பிரிவுதனை தாங்க இயலாத இவர், நான் நாடாளும் நவாபின் மகள் என்று அறிந்தால்...'

நினைப்பே பயமூட்டியது. அதில் அவள் உடல் நடுங்க, தென்றலை வாழ்த்தியபடியே அவளை இறுக அணைத்தான் விஜயன். இந்த நெருக்கத்தை ஊக்குவிப்பதைப் போல, மழையும் இருளும் போட்டி போட்டுக்கொண்டு அவர்களுக்கு மாலை சூடட, அருகில் பருத்தியினைச் சேகரிக்கும் ஒரு குடிலுக்குள் நுழைந்தனர். நனைந்த அவளின் உடலை அவனின் பார்வைகளும் நனைக்க, எதை பேச வந்தாளோ அதை மறந்து, அவனின் அணைப்புக்குள் அடங்கிப் போனாள் ஷப்னம்.

உயிர்ப் பறவை பிரிந்தது

காதைத் துளைக்கும் பெரும் ஓலம் எங்கும் கேட்டது. தன் உயிர்ப் பறவை தன்னைவிட்டுப் பிரிந்துகொண்டிருப்பதை உணர்ந்தான் விஜயன். "ஷப்னம்" மந்திரம் போல அவளின்

பெயரை உச்சரித்துக் கொண்டிருந்தான். அன்றைய கருப்பு தினம் மீண்டும் மனதுக்குள் காட்சியாய்!

பகதூரின் வருகைக்கு கட்டியம் கூறப்பட, அளவுக்கதிகமாக வளைந்து மதிப்புக் கொடுக்கும் தந்தையையும் மற்ற நெசவாளர்களையும் வெறுப்புடன் பார்த்தான் விஜயன். பகதூருக்கு வெகு அருகில் கிளைவ் அமர்ந்திருந்தான். நவாப் கண்ணைசைவில் புடவைகள் பார்வைக்கு பிரிக்கப்பட்டன.

"அற்புதம் நெசவாளர்களே... உங்கள் கலைநயம் கண்ணைக் கவர்கிறது" நெகிழ்வின்றி வந்தது பகதூரின் குரல்.

வெள்ளி சரிகையோடிய புடவையை எடுத்தார் மாறன். "இது மகாராணியாருக்கு எங்கள் காணிக்கை. என் மகன் விஜயன்..."

நிமிர்ந்து நின்றிருந்த அவனை, வணக்கம் சொல்ல கைப்பற்றிய தந்தையின் கையைத் தட்டிவிட்டு மீண்டும் நிமிர்வுடன் நின்றான் அவன்.

"ம்...!" அருகில் நின்றிருந்த வீரன் ஒருவன் பகதூரின் காதருகில் முணுமுணுத்தான்.

"என் அதிகாரத்துக்கு போர்க்கொடித் தூக்கும் சில புரட்சிக் கூட்டத்தில் உன் மகனும் ஒருவன் இல்லையா?"

மாறனுக்கு துணுக்குற்றது.

"தன் எதிரியை இங்கே மிருகங்கள் கூட வாழவிடுவதில்லை!"

"அரசே!"

"பொறு! எத்தனை கலைநயமிக்க ஆடையை நெய்திருக்கிறான். இவனைப் பாராட்ட வேண்டாமா!"

"உங்கள் பாராட்டுக்கள் எங்களுக்குத் தேவையில்லை. உழைப்பிற்கேற்ற ஊதியம் தந்தால் போதும். எங்கள் நெசவுக் குடும்பங்களை வாழவிட்டால் போதும். அந்நியனுக்கு துணை போகாமல் இருந்தால் போதும்!"

விஜயனின் தீரமான பேச்சில் அவை சற்று நேரம் அமைதியானது. பகதூர் அவனை அருகில் அழைத்தான்.

"மகாராணி... இளவரசியை அழைத்து வா! இந்த நெசவாளன் நெய்த சேலையை அவளிடமே கொடுக்கட்டும்" என்று இகழ்ச்சியாய் சிரித்தான்.

வெள்ளித் தட்டு ஒன்றில் மஸ்லீன் இழையால் ஆன புடவை மினுமினுத்தது. இந்த ஒரு புடவையைச் சிறு மோதிரத்துக்குள் நுழைத்துவிடலாம் போன்று அத்தனை கனமற்று கண்களைப் பறித்தது.

உண்மையில் இந்தியாவின் வளங்களில் ஒன்று மஸ்லீன். அசைக்க முடியாதது என்று கிளைவ் சிலாகித்தான். இளவரசியின் வருகையை ஆவலோடு அவை எதிர்பார்த்துக் கொண்டிருக்க, அங்கே தோன்றியவளைக் கண்டதும், விஜயனின் இதயம் ஒருமுறை எம்பி குதித்தது. பகதூரின் கோபத்தின் விளைவினை அவள் உடற்காயங்கள் அப்பட்டமாக காட்டிட, "ஓஹோ..." என்ற ஒலி எல்லாப் பக்கமும் எழுந்தது.

பகதூர் ஷப்னத்தை நெருங்கி, அவளின் புஜத்தில் தன் கத்தியைப் பாய்ச்சிட, வலி பொறுக்க முடியாமல் அலறினாள் ஷப்னம்.

விஜயனின் கால்கள் அவளை நோக்கி நகர எத்தனிப்பதற்குள், சட்டென்று சிறை பிடிக்கப்பட்டான்... திமிறினான்.

பகதூர் அவனை நெருங்கி வந்து, "என்ன தைரியம் உனக்கு, என் மகளுடன் சல்லாபிக்க" என்று கத்தியை ஓங்கினான்.

"அவர்களும்   விருப்பப்பட்டிருக்கலாம்"   -   பொன்னி முன்வந்தாள். "இருவரின் உணர்வுகளையும் பார்க்கும்போதே ஒருவரையொருவர் நேசிக்கிறார்கள் என்று அப்பட்டமாக தெரிகிறதே! தண்டனை ஏழைகளுக்கு மட்டும்தானா?"

"அட... உங்கள் அனைவருக்கும் பேசவும் தெரிந்திருக்கிறதே!"

"நாங்கள் ஊமைகள் அல்லவே!"

பகதூர் விஜயனின் பக்கம் திரும்பினான். அவனின் வலக்கையை பற்றினான். "இந்தக் கரங்கள் வலிமை மிகுந்தவை. அதனால்தான் நீ ராவணுவத்தில் சேர வேண்டும் என்று நினைத்தாயா?"

கட்டைவிரலின் நகத்தைப் பற்றினான். "ரக ரகமாய் நெய்த விரல் அல்லவா?" நிமிடத்துக்குள் பகதூரின் கத்தி, விஜயனை விரலைப் பதம் பார்த்தது. அவர்களின் கூட்டத்தை மற்றவர்கள் சுற்றி வளைத்தனர். அடுத்த நிமிடங்கள் முழுவதையும் வாள்கள் பேச எடுத்துக்கொண்டன.

விஜயன் கண்களைத் திறந்தபோது... ரத்தவாடை சுமந்த காற்றில், நாற்பது பிணங்களுக்கு நடுவில், மனிதக் கழுகுகள் சுவைத்த பொன்னியின் உடல் கிடத்தப்பட்டு இருக்க, அதைச் சுற்றிலும் பிணந்திண்ணிகள் வட்டமிட்டு கொண்டிருந்தன. விஜயன் தன் இறுதியாத்திரையை துவங்கிவிட்டிருந்தான். பிரயாத்தனப்பட்டு தன் சட்டையின் மேற்புறம் மறைத்து வைத்திருந்த சிறு பெட்டியைத் திறந்து, அதில் அடைக்கப்பட்டிருந்த மஸ்லீன் இழையால் ஆன ஆடையை பொன்னியின் மேல் வீசியெறிந்தான். தன்னால் ஆன மட்டும் அந்த மெல்லியத் துணி, பொன்னியின் மிச்சத்தை மறைத்தது.

மேக்னா ஆறு தன் அலைகள் மூலம் கரையை நனைத்துக் கொண்டிருந்தது.

❦

உறவுகள் தொடர்கதை

– ரமேஷ் ரங்கநாதன்

அன்றொரு நாள்...

ஆடிக்காற்று எங்கேயோ பெய்யும் மழையின் ஈரத்தை சுமந்து சிலுசிலுவென காரின் ஜன்னல் வழியே புகுந்து வெளியேறியது. ஈரோடு-கொடுமுடி சாலையின் இருபக்கமும் தென்னை மரங்களும் நெல் வயல்களும் தெரி, இடது பக்கத்தில் 'மலையம்பாளையம்' என்றது மாநில நெடுஞ்சாலையின் மஞ்சள் நிற போர்டு.

"சிவா, ஜன்னலை ஏத்தி ஏஸியை போட்டுரு. அப்படியே ஏதாவது பாட்டைப் போடேன்" என்றாள் அருகில் அமர்ந்திருந்த நந்தினி. சிவா பட்டனைத் தட்ட, 'ஜனனி ஜனனி... ஜகம் நீ அகம் நீ' என்று ஆரம்பித்தார் இளையராஜா. பதறி மறுபடி பட்டனைத் தட்ட, 'இளமை எனும் பூங்காற்று' என்று பாலசுப்ரமணியம் தொடர, "அதுவும் நல்ல பாட்டுத்தான் சிவகுமார்" என்று புன்னகைத்தாள் நந்தினி.

எதிர்வினையாக ஆக்ஸலரேட்டரை மிதிக்க, சீறியது ஸ்விஃப்ட். "நீ சித்தப்பாவை நினைத்து டிஸ்டர்ப்டா இருக்க. கொஞ்சம் மெல்லவே போ. கால் மணி நேரத்தில் போய்டலாம்" என்றாள்.

இன்று அதிகாலை சித்தி கைபேசியில் அழைத்து, "முத்து சித்தப்பா வயிற்றுவலியால் ஒரு வாரம் கஷ்டப்பட்டார். ஒன்றும் பெரிதாக இருக்காது என்று நினைத்து அசட்டையாக இருந்தோம். நேற்று ஈரோடு மருத்துவமனையில் அட்மிட் செய்தோம். குடல் புற்றுநோய் என்று கண்டுபிடிக்கப்பட்டது. அறுவை சிகிச்சை செய்யமுடியாத முற்றிய நிலை. வீட்டுக்கே கூட்டிப் போய்விடுங்கள் என்று சொல்லிவிட்டார்கள்" என்று அழுதார்.

உடனடியாக அப்பா அம்மாவை ஒரு டாக்ஸியில் அனுப்பிவிட்டு, தங்கள் வேலைகளைச் சீர்செய்துவிட்டு கோவையிலிருந்து கிளம்பினார்கள்.

அதற்கும் முன்பு...

ஈரோடு கொடுமுடி சாலையில் ஊஞ்சலூரின் பூவரச மரங்கள் பூக்கள் சிந்தும் சிறிய ரயில் நிலையத்தில் சிவா, திருச்சி செல்லும் பாஸஞ்சரில் வரப்போகும் ஜனனிக்காக காத்திருந்தான். கோவையில் பிடெக். இரண்டாவது வருடம் படிப்பு. அவன் அப்பா குடும்பத்தில் நான்கு சகோதரர்கள் மற்றும் ஒரு சகோதரி. சிவாவின் கடைசி சித்தப்பா 'தம்பி' என்று அழைக்கப்படும் முத்துக்குமார், ஊஞ்சலூரில் பூர்விக நிலத்தில் விவசாயம் பார்த்துக்கொண்டிருந்தார். அவருக்குக் குழந்தைகள் இல்லையாதலால் சகோதர, சகோதரி குழந்தைகளைக் கோடை விடுமுறைக்கு வருடா வருடம் வரவைத்துவிடுவார். மூட்டை மூட்டையாய் இளநீர், நுங்கு, வாழை, மாம்பழங்கள் என்று கொண்டுவந்து குவித்துவிடுவார்.

நெல் வயல், மாந்தோப்பு, பெரிய கிணறு, காவிரி என்று பகல் முழுவதும் அலுக்காமல் திரிவார்கள். தொட்டால்சிணுங்கி செடி தனக்குள்ளே சுருங்குவதும், ஓணான் மரம் ஏறியதும் மஞ்சளிலிருந்து நிறம் மாறி ஆரஞ்சாகி பழுப்பாவதும், மாட்டின் மடியிலிருந்து புதிதாக கறந்த பால் கொதிக்கும் சூட்டில் இருப்பதும் நகரவாசிகளான அவர்களுக்கு சலிக்காத ஆச்சரியங்கள்.

ஜனனி மும்பையில் வசிக்கும் அவன் அத்தை பெண். கல்லூரி முதல் வருடம் படிக்கிறாள். அவள் மேல் தனக்கு ஓர் ஈர்ப்பு இருந்ததை சமீபத்தில்தான் உணர்ந்தான் சிவா. அதுவரை விளையாட்டுத் தோழியாக மட்டுமே கண்ட அவளை போன விடுமுறையில் பார்த்தபோது, அவளின் சுடர்விடும் அழகும் புத்திக்கூர்மையும், வாசித்தல், சினிமா என அனைத்திலும் தேர்ந்த ரசனையும் புதிதாகப் பார்ப்பது போலிருந்தது. இந்த ஒரு வருடம் அவள் நினைவாகவே இருந்தது அவனுக்கே புதிய அனுபவம். தமிழ் சினிமாவின் காதல் பாடல்கள் எல்லாம் அவனைப் பாதித்தன. அவளுக்கும் தன்மேல்

ஈர்ப்பு இருக்கிறதுபோல்தான் போன வருட விடுமுறையில் தோன்றியது. இந்த விடுமுறையில் தெரிந்துகொண்டு விடவேண்டியதுதான். முடியவில்லையெனில், நேரடியாக கேட்டுவிடுவது என்ற முடிவில் இருந்தான்.

பாஸஞ்சரில் வந்திறங்கிய ஜனனி, அவனைப் பார்த்து மலர்ந்து சிரித்து, "ஹாய் சிவா, எப்டியிருக்க?" என்றபோது, அவனது ஹார்மோன்கள் ஓவர்டைம் செய்ய ஆரம்பித்தன.

சிரிப்பு, காதல், கொஞ்சல் என்று மின்னல் வேகத்தில் உணர்ச்சிகள் மாறும் அவள் கண்கள், அவனை இனிமையாக சித்ரவதை செய்தன. அடுத்த சில நாட்கள் எல்லாமே தங்கமுலாம் பூசப்பட்டு ஒருவித ஸ்லோமோஷனில் சென்றதுபோல உணர்ந்தான்.

சித்ரா பௌர்ணமி அன்று அனைவரும் காவிரி மணலில் அமர்ந்து நிலாச் சோறு சாப்பிட்டபின், பெரியவர் சிறியவர் எனப் பிரிந்து அரட்டை அடிக்க ஆரம்பித்தனர். பாட்டுக்குப் பாட்டு விளையாட்டில், அவள் இவனை ஓரக்கண்ணால் பார்த்து மெல்லிய இனிய குரலில், 'ஸ்னேகிதனே ஸ்னேகிதனே ரகசிய ஸ்னேகிதனே' என்று பாடியபோது, அவனுக்கு மூச்சு முட்டியது.

சிறிது நேரம் கழித்து வீட்டுக்குத் திரும்பிவரும் வழியில் சற்று பின்தங்கி இவனுடன் நடந்து, "அந்தப் பாட்டை உனக்கு மட்டும் உன் காதில் பாட வேண்டும் என்று ஆசை" என்றபோது, அவன் மூளையில் ஏற்பட்ட மின்புயலை விவரிக்க முடியும் என்று தோன்றவில்லை.

அவள் அருகாமையும் அவளிடமிருந்து மெலிதாக வீசிய நறுமணமும், அந்த கணத்தை நிரந்தரமாக வாழக்கூடாதா என்ற ஏக்கத்தை ஏற்படுத்தியது.

அடுத்த நாள்... வீட்டில் ஒரு விசேஷ பூஜை ஏற்பாடு செய்யப்பட்டிருந்தது. குடும்பத்தில் மூத்தவரான அவன் தந்தைக்கு முறையான மரியாதை அளிக்கப்படவில்லை என்று அவர் கோபமாகி, வாக்குவாதங்கள் ஒரு கட்டத்தில் தடித்து அவர் அவமானப்படுத்தப்பட்டதாகக் கருதி, "இனிமே இந்த வீட்டில் கால் வைக்கமாட்டேன். எந்த விஷயத்துக்கும் என்னைக் கூப்பிடாதீர்கள்" என்று வெளியேற, அவன் அத்தை பிருந்தா,

"நாமளும் இப்பவே புறப்பட்டுடலாம், ஜனனி ரெடியாகு" என்று செல்ல, சடாரென்று அவர்களின் பிரத்யேக உலகம் சின்னாபின்னமானது.

செய்வதறியாமல் காவிரிக் கரையில் சென்று அமர்ந்தான். தண்ணீர் குறைந்த காவிரி சலசலப்பின்றி அமைதியாக ஓடியது. காலடிச் சத்தம் முதலிலும், அவள் பிரத்யேக மணம் அவள் அருகில் வந்தமர்ந்த பின்னும் வந்தது.

"என்னடா சிவா, எப்படி இந்த மாதிரி ஆச்சு? நல்லாதான் பேசிக்கிட்ருந்தாங்க?"

"ஜானு... இது திடீர்னு நடந்ததில்ல. எங்களை தவிர நீங்க எல்லாரும் பொருளாதார ரீதியா மேல போய்ட்டீங்க. நாங்க இன்னும் லோயர் மிடில் கிளாஸ்தான். நமக்குள்ள வந்துட்ட பொருளாதார வித்தியாசம் உள்ளுக்குள்ள இருந்தது. இப்ப வெளிய வர ஆரம்பிச்சதால இந்த பிரச்னை தவிர்க்க முடியாதது."

"ஐயோ! இப்ப என்னடா பண்றது? கொஞ்ச நாள்ல சரியாயிடுமா?"

"இல்ல... நாளாக நாளாக பிளவு அதிகமாகும்."

ஜனனி அமைதியானாள். பெரிய கரிய கண்கள் மன வேதனையைக் கண்ணாடி போல பிரதிபலித்தது. தன் கையை அவன் கையில் கோத்துக்கொண்டாள். சூடாக இரண்டு சொட்டுக் கண்ணீர் அவன் கையில் விழுந்தது.

அவள் முகத்தைத் தன்புறம் திருப்பி, அவளின் கடல் போன்ற விழிகளை நேராகப் பார்த்து, "ஜானு... என்கிட்ட யார் அன்பு காட்டினாலும் என் மனசு கரைஞ்சு போயிடும். அதேபோல அன்பு காட்டினவங்க புறக்கணிச்சா ரொம்ப உடைஞ்சு போய்டுவேன். உன்ன ரொம்ப காதலிக்கறேன். உன்கூட சந்தோஷமா இருப்பேன். உன்னையும் சந்தோஷமா வச்சுக்க முடியும்னு நம்பறேன்" என்றான்.

ஜனனி கண்ணீருடன் சிரித்து, "ச்சோ ச்சுவீட்! ஐ லவ் யூ டூ. நான் சுயமா சிந்திக்கிற சுதந்திரமான பெண். நாம முதல்ல

படிச்சு முடிச்சு சொந்த கால்ல நிப்போம். அப்புறம் யார் என்ன சொல்றாங்க பாக்கலாம்" என்று எழுந்தாள்.

திரும்பிப்போக முற்பட்டவள் சடாரென்று திரும்பி, அவன் முகத்தை அவள் கைகளில் தாங்கி, அவன் உதடுகளில் தன் இதழ்களைப் பதித்துவிட்டு ஓடினாள். அவன் கன்னத்திலிருந்த அவள் கண்ணீரும் அவன் உதடுகளில் அவள் இதழ்களின் ஈரமும் காற்றில் கரையும் வரை அவள் போன திசை பார்த்து நின்றிருந்தான் சிவா.

அந்த சம்பவத்துக்குப் பின் அவளைத் தொடர்புகொள்வது கடினமாகஇருந்தது.அவள்கல்லூரிமுகவரிக்குஅவன்அனுப்பிய கடிதங்கள் அவளை அடைந்ததா என்று தெரியாமல் தவித்தான். அவள் வீட்டு தொலைபேசியில் அழைத்தபோதெல்லாம், அத்தையோ மாமாவோ எடுத்தனர். குடும்ப விசேஷங்களுக்கு வருவதை அத்தை குடும்பம் தவிர்த்ததால், அவளை பற்றிய தகவல்கள் குறைய ஆரம்பித்தன. மத்திய வர்க்கம் படிக்கும் குழந்தைகளிடம் கைபேசி கொடுக்க ஆரம்பித்திருக்காத காலமாதலால் தொடர்புகொள்ள வேறு வழி கிடைக்கவில்லை. நாளடைவில் ஒரு சின்ன தயக்கம் வந்து ஒட்டிக்கொண்டது. அவளாவது தொடர்புகொள்ளலாம் இல்லையா என்று மனக்குரங்கு பழியை அவள் மேல் போட்டது. ஊஞ்சலூருக்கு வந்தால், எதைப் பார்த்தாலும் அவள் நினைவுகளைக் கிளறிவிட, அங்கு செல்வதையே தவிர்த்தான். மனதை அவளிடமிருந்து படிப்பில் திருப்பினான்.

பிடெக். முடித்து எம்டெக். சேர்ந்தான். ஒரு நாள் இரவு அம்மா போகிறபோக்கில் ஜனனி மேல்படிப்புக்கு இங்கிலாந்து போய் ஆறு மாதம் ஆச்சாம் என்று சொல்ல, அன்றிரவு அழுது தீர்த்தான்.

எம்டெக். முடித்து கோவையில் ஒரு பெரிய ஆடை உற்பத்தி நிறுவனத்தில் சேர்ந்தான். நாட்கள் ஓடின... அவ்வப்போது சினிமா பாடல்களும், போகும் இடங்களும் அவள் நினைவைக் கொண்டுவந்தன. இன்னொரு நாள், "ஜனனிக்கும் அவ கூடப் படிச்ச பையனுக்கும் கல்யாணம் ஆயிடுச்சின்னு கேள்விப்பட்டேன்" என்று அம்மாகூற, 'அப்படியா' என்று பதில் சொல்லிக் கடந்தாலும், மனது அவளுடன் இருந்த நாட்களை அசை போட்டது.

பிறிதொரு நாள் அவன் அப்பா நந்தினியின் புகைப்படத்தை இணையத்தில் காட்டி, "வெளிநாட்ல படிச்சுட்டு இங்கேயே கோவையில் வங்கி அதிகாரியா இருக்கா. உன் போட்டோ அனுப்பிச்சாச்சு. அவங்களுக்கு ஓகேவாம்" என்றபோது தலையாட்டி வைக்க திருமணம் நடந்தது.

மூணாறு தேனிலவில் முதல் நாள் மாலை அனைத்தையும் நந்தினியிடம் கொட்டித் தீர்த்தான். அவள், "இட்ஸ் ஆல்ரைட் சிவா... நம்மள்ல பெரும்பாலானவங்க ஏதோ ஒரு காலக்கட்டத்தில் யாரையோ ரொம்பப் பிடிச்சுப்போய் அவங்ககூட வாழ்க்கை அமைஞ்சா நல்லாருக்கும்னு விரும்புவோம். எல்லாருக்கும் அப்படி அமையறதில்ல. அப்படி அமைஞ்சவங்க எல்லாரும் வாழ்க்கை பூரா சந்தோஷமா இருப்பாங்கன்னும் சொல்ல முடியாது. சந்தோஷமான வாழ்க்கைக்கு 'மூவ் ஆன்' அதாவது... கடந்துசெல்வது ரொம்ப முக்கியம். ஒருத்தரை ஒருத்தர் புரிஞ்சுக்கிட்டு, முழுசா நம்பி, விட்டுக்கொடுத்து போறதுதான் திருமண வாழ்க்கையில சந்தோஷத்துக்கு முக்கியம்னு நினைக்கிறேன். பழசையெல்லாம் மறந்துட்டு எனக்காக நீ வாழ ஆசைப்படறே. ஐ லவ் யூ ஸோ மச்" என்று அவனை அணைத்துக்கொண்டாள்.

அவரவர் வேலையில் பரபரப்பாக இருந்தாலும், அவர்களுக்காக பிரத்யேகமான இனிய தருணங்களை ஏற்படுத்திக்கொண்டார்கள். இருப்பினும், பழைய நினைவுகள் அவன் மனதில் உறுத்திக்கொண்டே இருப்பதை நந்தினி பலமுறை உணர்ந்தாள்.

மறுபடி அன்று...

ஊஞ்சலூரை அடைந்தார்கள். ஜனனியும் வந்திருப்பதை கவனித்தான். இரண்டு மணி நேரத்தில் எல்லாம் முடிந்துவிட்டது. சித்தப்பாவை காவிரிக்கரையில் எரித்தபோது, சிவாவை யாராலும் சமாதானப்படுத்த முடியவில்லை. மனதில் அடக்கி வைத்திருந்த எத்தனையோ உணர்ச்சிகளுக்கு வடிகாலாய் அந்த அழுகை இருந்ததை உணர்ந்தான். காவிரியில் தலைமுழுகி வீட்டுக்கு வந்து சாப்பிட்ட பின், அப்பாவும் அத்தையும் ஓரமாகத் திண்ணையில் அமர்ந்து பேசிக்கொண்டிருந்ததைப்

பார்த்தான். ஜனனி அவனிடம் வந்து, "உன்கிட்ட கொஞ்சம் தனியா பேசணும்" என்றாள்.

காவிரிக்கரை... சற்று நேரம் சுழித்தோடும் ஆற்றைப் பார்த்துகொண்டிருந்துவிட்டு பெருமூச்சுவிட்டு "வாழ்க்கை எப்படி எப்படியோ மாறிடுச்சில்ல ஜானு? உனக்கு நான் துரோகம் பண்ணிட்டேனோன்னு ஒரு குற்ற உணர்ச்சி என் மனசுல இருந்துகிட்டே இருக்கு. ஒரு பொண்ண விரும்பி, வாக்கு குடுத்துட்டு பின்வாங்குவது துரோகம். நான் உன்னைத் தேடி வந்திருக்கணும். நாம பிரிஞ்சது எப்படி நடந்ததுன்னு எனக்கு இன்னும் கூடப் புரியலை. சந்தோஷமா இருக்கும்போது சிலசமயம் குற்ற உணர்ச்சி உறுத்துது... நீ எப்படி இருக்க?"

"சிவா... எங்க வீட்ல அப்பா அம்மா ரெண்டு பேரும் எப்பவுமே பிஸினஸ்ல பிஸி. பேசக்கூட ஆள் இல்லாமல் சின்ன வயசில ரொம்ப தனியா ஃபீல் பண்ணுவேன். அதனாலயே ஊஞ்சலூருக்கு லீவுக்கு நாம எல்லாரும் வற்றதை ரொம்ப எதிர்பார்ப்பேன். யோசிச்சு பார்த்தா நமக்குள்ள இருந்தது என்ன? அப்பா அம்மா நேரிடையா காட்டாத அன்புக்காக ஏங்குன ரெண்டு ஜீவன்களின் பரஸ்பர ஈர்ப்பு. போன தலைமுறைல எந்த பெற்றோர்தான் வெளிப்படையா அன்பை காட்டினாங்க? அந்த ரெண்டுங்கெட்டான் வயசுல வந்த கவர்ச்சியை நாம காதல்னு நினைச்சிட்டிருந்தோம். அந்த வயசுக்கு அந்த மாதிரி உணர்வுகள் இயல்பானதுதான். அன்னிக்கு சண்டைக்கு அப்புறம் ஊருக்கு போய்ட்டோம். பிறகு ஒரு நாள் எங்கப்பா எங்கிட்ட எல்லாக் குடும்ப விஷயத்தையும் முதல்முறையா சொன்னார். உங்கப்பாதான் தாத்தா இறந்ததற்கு அப்புறம் மூத்த பையனா நம்ம குடும்பத்துக்கு எல்லாம் செஞ்சு குடும்பத்தையே தூக்கி நிறுத்தினாராம். எங்க அப்பா அம்மா கல்யாணம் கூட உங்கப்பா எடுத்து செய்யலன்னா நடந்திருக்காது. எங்கப்பா சின்ன சின்ன பிஸினஸ் பண்ணிகிட்டு, பெரிய அளவில வர முயற்சி பண்ணப்ப, உங்கப்பா அவர் வச்சிருந்த நிலத்தை வித்து பணம் கொடுத்தாராம். அன்னிக்கு அவர் உதவலன்னா நாம இன்னிக்கு இந்த நிலைமையில இருக்க மாட்டோம். அவர்கிட்ட போய் ஒன்றும் இல்லாத விஷயத்துக்கு உன் அம்மா சண்டை போட்டுகிட்டு வந்துட்டாள். எனக்கு இதை

எப்படி சரிபண்றதுன்னே தெரியலைம்மான்னு சொன்னார். அப்புறமா நான் உங்கப்பாவுக்கு போன் பண்ணி பேசினேன். எங்கம்மா சார்பில நான் மன்னிப்பு கேட்டேன். மனுஷன் உருகிப் போயிட்டார். நீ படிச்சு, முன்னேறி பெரிய ஆளா ஆகணும்கறது மட்டுமே அவரோட ஆசையா இருந்தது. சமீப காலமா நீ படிப்பில் அவ்வளவா ஆர்வம் காட்டுவதில்லை. ஏதோ ஒன்று உன் கவனத்தை திசை திருப்புது. அது என்ன என்று தெரியவில்லை என்று வருத்தப்பட்டார். எனக்கு உடனே புரிந்துவிட்டது.

என் அப்பாவிடம் நாம் இருவரும் ஒருவரை ஒருவர் விரும்புவதை சொன்னேன். அவரோட யோசனைப்படி நானும் எங்கப்பாவும் ஒரு நாள் நீ காலேஜ் டூர் போயிருந்தப்ப கோயமுத்தூர் வந்தோம். உங்கப்பா அம்மாவோட எங்கப்பா வெளிப்படையா பேசினார். அவங்க கலந்து பேசி முதலில் நாம் இருவரும் படித்து முடிக்க வேண்டும் என்றும், படிப்பு முடிந்ததற்கு அப்புறமும் நாம ரெண்டு பேரும் அதே மனநிலைல இருந்தா கல்யாணம் பத்தி பேசலாம்னு முடிவு செஞ்சாங்க. எனக்கும் அதுதான் சரி என்று தோன்றியது. அப்ப இதையெல்லாம் உன்கிட்ட சொல்லி புரியவைக்க முடியுமா என்று எனக்கு சந்தேகமா இருந்தது. என்ன ஆகுது பார்ப்போம்னு அதுக்கப்புறம் உன்னை தொடர்புகொள்றதை நானே கொஞ்சம் கொஞ்சமா குறைச்சுகிட்டேன்.

நாளாக நாளாக மெச்சூரிட்டி வந்ததால நம்ம ரிலேஷன்ஷிப்பைத் தாண்டி என்னால போக முடிஞ்சது. அப்பப்ப உங்கப்பாவிடம் தொடர்புகொண்டு பேசுவேன். நீயும் சமாளிச்சுக்கிட்டு போயிட்டிருக்கன்னு தெரிஞ்சுக்கிட்டேன். கேம்பிரிட்ஜ்ல பி.ஜி. பண்ணும்போது அரவிந்தை சந்திச்சேன். ஒத்துப்போய் பிடிச்சிருந்ததால கல்யாணம் பண்ணிக்கிட்டோம். உனக்கு பொண்ணு பாத்து கல்யாணம் பண்ணி வெச்சா எல்லாத்தையும் மறந்துருவேன்னு உங்கப்பாகிட்ட போன் பண்ணி வற்புறுத்தி சொன்னேன். நீயும் கல்யாணத்துக்கு ஒத்துகிட்டதை கேட்க ரொம்ப சந்தோஷமா இருந்தது. உன் கல்யாணத்துக்கே வந்திருப்பேன். தேவையில்லாத குழப்பங்கள் வந்துடுமோன்னு தவிர்த்துவிட்டேன்.

எது எப்படியோ என்னோட இளமைக் கால நினைவுகள்ல பெரும்பாலான இனிமையான தருணங்கள் எல்லாமே உன்னோட சம்பந்தப்பட்டுதான் இருக்கு. இன்னிக்கும் எனக்கு உன்னை ரொம்ப பிடிக்கும். நல்ல நண்பர்களா நாம இருக்க மாட்டோமான்னு ஏங்கறேன். இட்ஸ் எ கேர்ள் திங். என்னிக்காவது உன்கிட்ட எல்லாத்தையும் வெளிப்படையா பேசிடணும்னு சந்தர்ப்பத்துக்காக காத்துகிட்டு இருந்தேன். இப்பதான் நேரம் கனிஞ்சது. நீ சந்தோஷமா இருக்கணும். அதான் எனக்கு வேணும்” என்றாள் ஜனனி.

“அடப்பாவி... நாலு பேர் சேர்ந்து இவ்வளவு நாளா என்ன சக்கையா ஏமாத்தினிங்களா?”

“என்ன கொறஞ்சு போயிட்டடா கண்ணா? உன்னை மாதிரி அப்பாவியை ஏமாத்த நாலு பேர் அதிகம். மூவ் ஆன்... பழைச நினைச்சு கடந்த காலத்திலேயே நின்னுகிட்டிருக்காமல் கடந்துபோய் உன் வாழ்க்கைய சந்தோஷமா வாழு. நந்தினி ரொம்ப நல்ல பொண்ணு... புத்திசாலி. போ ராஜா, யூ காட் எ ப்யூட்டிஃபுல் லைஃப் அஹெட்” என்றாள்.

ஒரு நிமிடம் அவளையே பார்த்துவிட்டு, “தேங்க்ஸ் ஜானு... இப்பதான் என் மனசு லேசாச்சு. நாம நல்ல நண்பர்களா இருப்போம். கீப் இன் டச், பை” என்று கிளம்பினான்.

திரும்பிப் பார்க்க காவிரியில் புதுவெள்ளம் சுழித்து நுரை பொங்க குப்பைகளையும் அடித்துக்கொண்டு ஓடிக்கொண்டிருந்தது.

காரியத்துக்கு திரும்பி வருவதாக சொல்லிவிட்டு கிளம்பி காரை அணுகியபோது நந்தினி, “என்ன... எல்லாம் பேசி ஒரு முடிவுக்கு வந்தாச்சா? நல்லது. தட்ஸ் ஹெள மெச்சூர்ட் பீப்புள் டீல் வித் தேர் பாஸ்ட் இஷ்யூஸ்” என்றாள்.

காரை ரிவர்ஸ் எடுத்து கிளப்பி ஆடியோவைத் தட்ட ‘உறவுகள் தொடர்கதை, உணர்வுகள் சிறுகதை, ஒரு கதை இன்று முடியலாம். முடிவிலும் ஒன்று தொடரலாம், இனியெல்லாம் சுகமே...’ என்று இனிமையாக காதில் விழுந்தார் யேசுதாஸ்.

 கதாநதி

நந்தினி 'வாட்டேடைமிங்!' எனும்போது அவள்கைபேசிஒலித்து எடுத்துப் பார்த்தாள். 'நீ சஜஸ்ட் செய்தபடி எல்லாவற்றையும் பேசிவிட்டேன். இப்ப எல்லாம் சரியாகி இருக்கும் என நினைக்கிறேன். ஆல் தி பெஸ்ட்' என்றொரு குறுஞ்செய்தி 'ஜோ கேம்பிரிட்ஜ்' என்ற பெயரிலிருந்து வந்திருந்தது.

'குட் ஃபார் ஆல். தேங்க்ஸ். இனி நான் பார்த்துகொள்கிறேன். வில் கால்... டேக் கேர்... பை' என்று பதில் அனுப்பிய கையோடு, அனைத்து குறுஞ்செய்திகளையும் அழிக்கும் பட்டனைத் தட்டிவிட்டு அவனைப் பார்த்து புன்னகைத்து, கைபேசியை தன் கைப்பையில் வைத்தாள் நந்தினி. அவன்புறம் சாய்ந்து காதில், "நமது பயணத்தை தொடங்கலாமா என் அருமை கணவா" என்றாள். அவள் உபயோகிக்கும் ஹ்யூகோ பாஸ் பெர்ஃப்யூமின் நறுமணம் அவனைச் சூழ்வதாக முதன்முறையாக உணர்ந்தான். அவளைப் புதிதாகப் பார்ப்பது போல பார்க்க, "என்ன பாக்கற சிவகுமாரா? ரோட்டைப் பாத்து ஓட்டு. வீட்டுக்கு போனதுக்கப்புறம் நான் உன் காதில் பாடறேன் கச்சேரி" என்றாள்.

"எல்லாம் எங்கேயோ முன்னாலயே கேட்ட மாதிரி இருக்கே" என்று தலையை ஆட்டிக்கொண்டு ஆக்ஸிலேட்டரை மிதித்தான்.

காற்றைக் கிழித்துக்கொண்டு கார் விரைய, பின்னால் ஊஞ்சலூரின் புழுதி எழுந்து அடங்கியது.

❖

பட்டாம்பூச்சி

– ச.ஸ்வர்ணா

ஒரு சனிக்கிழமை முற்பகல் நேரம்... மொபைல் போனை எடுத்து வாட்ஸப் மெசேஜ்களை பார்க்க கையில் காபி கோப்பையுடன் அமர்கிறேன்.

ஐபேட் வைத்துக்கொண்டு மகள் ஹோம்வொர்க் செய்துகொண்டிருக்கிறாள். ஸ்கிரீன் பார்த்தால் கண்களுக்கு நல்லது இல்லை எனஐபேட், மொபைல் தராமலிருந்த நாட்களை எண்ணி சிரித்துக்கொள்கிறேன். இப்போது எல்லோருக்குமான உலகமும் கைகளுக்குள்ளேயே வந்துவிட்டது. எல்லோருக்குமான தனித் தனி சிறு உலகம். இவ்வுலகுக்குள் செல்ல தடைகள் விதிக்க முடிவதில்லை. பிள்ளைகள் எங்கெல்லாம் சஞ்சரிக்கிறார்கள் என கண்காணிப்பதொன்றே வழியென மாற்றியிருக்கிறது காலம்.

யோசனையில் இருந்து வெளிவந்து வாட்ஸப்புக்குள் போகிறேன். கல்லூரி க்ரூப்பில் தோழிகள் ஏதேதோ பேசியிருக்கிறார்கள். தலையும் புரியாமல் வாலும் புரியாமல் எதைப் பற்றி பேசியிருக்கிறார்கள் என பார்க்கத் தோன்றாமல் வெளியில் வந்து அடுத்த மெசேஜைப் பார்க்கிறேன். ட்ரென்ட்ஸ் விளம்பரம். முன்பெல்லாம் எஸ்எம்எஸ்ஸில் வரும் விளம்பரங்கள் இப்போது வாட்ஸப் வரை வந்துவிட்டது.

ஸ்க்ரோல் செய்து அடுத்த மெசேஜைப் பார்த்த எனக்கு சிறிது அதிர்ச்சி. புதிய எண்ணாக இருந்தது. புகைப்படம் இல்லை, பெயரும் இல்லை. ஒன்பதாம் வகுப்பு படிக்கும் என் மகளுக்கு வந்திருந்த மெசேஜ் அது. மொபைலின் திரையையே வெறித்துக்கொண்டு அமர்ந்திருக்கிறேன், பலவித எண்ண அலைகள் மேலோங்கி எழுவதை தடுக்க முடியாமல். அந்த

ஒரு மெசேஜ் என்னைக் காலத்தின் பின்னோக்கி இழுத்துச் செல்கிறது.

அன்றும் ஒரு சனிக்கிழமையே... நானும் தங்கையும் தொலைக்காட்சி பார்த்துக்கொண்டிருந்தோம். அம்மா சமையலறையில் இருந்தாள். அப்பாவும் பக்கத்து வீட்டு மாமாவும் கேட்டின் அருகே நின்று பேசிக்கொண்டிருப்பது உள்ளே கேட்டது.

அம்மா எங்கள் இருவரையும் திட்டிக்கொண்டே சமையல் செய்துகொண்டிருந்தாள்.

"ப்ளஸ் ஒன் போயிட்டா படிக்காம இருக்கணும்ன்னு இல்ல... ப்ளஸ்டூவுக்கான போர்சன் எல்லாம் எடுத்து, என்ன இருக்குனு பார்த்து படிக்கலாம். இப்படி டிவி முன்னவே இருந்தா மார்க் எங்க இருந்து வரும்? எப்படி நல்ல காலேஜ்ல சீட் கிடைக்கும்?

சின்னது இருக்கு பாரு, எப்பவும் டிவிதான். லீவ் விட்டா போதும், டிவியே கதின்னு இருக்க வேண்டியது. எல்லாம் கொஞ்ச நாள்தான். நீ டென்த் போயிட்டா, கேபிள்ல கட் பண்ண சொல்றேன் இரு."

"கொஞ்ச நேரத்துல படிக்க போறேன்மா."

"அவ போறப்ப, நானும் போறேன்மா."

புதிதாக ஒரு பேச்சுக்குரல் கேட்கவும், யாரென பார்க்க ஸ்க்ரீனை விலக்கிக்கொண்டு வாசலுக்கு போகிறேன். போஸ்ட்மேன் அங்கிள் அப்பாவிடம் ஏதோ பேசிக்கொண்டிருந்தார். அவர்களுக்கு அப்பால் சற்று தூரத்தில், எதிரிலிருக்கும் காலி மனையில் பசங்க கிரிக்கெட் விளையாடிக் கொண்டிருந்தார்கள்.

இந்தப் பசங்க மட்டும் ஜாலியா விளையாடறாங்க என நினைத்துக்கொண்டேன். நம்மால் நினைத்தாலும் இப்படி விளையாட முடியுமா என ஏக்க பெருமூச்சு விட்டுக்கொண்டே பார்வையை வேறு பக்கம் திருப்புகிறேன். அங்கே சிறுவர் சிறுமியர்கள் தட்டானும் பட்டாம்பூச்சியையும் பிடிக்க ஆயத்தமாவதை நின்று வேடிக்கை பார்க்கலானேன். தொலைக்காட்சியில் மூழ்கியிருந்த தங்கை, என்னைக்

காணாமல் தேடிக்கொண்டு வந்து என்னுடன் சேர்ந்துகொண்டாள். போஸ்ட்மேன் அங்கிள், பக்கத்து வீட்டு மாமா இருவரும் சென்றுவிட, அப்பாவும் வீட்டுக்குள்ளே சென்றுவிட்டார்.

தும்பை செடியைக் கொத்தாக கையில் வைத்துகொண்டு பட்டாம்பூச்சியின் பின்னே ஒரு பட்டாளம் போகத் தயாராகிறது. தும்பை செடி கொத்தை ஓங்கி அடித்தால் பூச்சி இறந்துவிடும். மெல்ல அடித்தால், இலைகளுக்குள் ஊடுருவி பறந்துவிடும். ஓங்கியும் இல்லாமல் மெதுவாகவும் இல்லாமல், சரியான வேகத்தில் அடித்தால்தான் செடிகளுக்கு அடியில் அகப்படும்.

ஒவ்வொரு செடியாய் பறித்து, கொத்தாக மாற்றிக்கொண்டிருந்தான் ஒரு சிறுவன். தும்பை பூக்களை ஒவ்வொன்றாக கோர்த்து முறுக்கு செய்துகொண்டிருந்தாள் ஒரு சிறுமி. அவளைச் சுற்றி அவளை வேடிக்கைபார்த்தவாறு சிறுமியர் கூட்டம். இன்னொருபுறம் தட்டான் பிடிக்கும் பட்டாளம். இவ்வளவு அமைதியாய் எந்த பட்டாளமும் தயாராகுமா என தெரியவில்லை. சிறு சத்தமோ, அசைவோ தெரிந்தால் கூட பட்டாம்பூச்சிகள் பறந்துவிடும். பட்டாம்பூச்சி பட்டாளத்தின் தலைவனிடம் பேச்சு கொடுத்தேன்.

"டேய் அசோக்…"

"என்னக்கா?"

"அந்தக் கருப்பு வெள்ளை சிகப்பு பட்டாம்பூச்சி பிடிச்சா எனக்கு தர்றியா?"

"எதுக்கு? நீ மறுபடியும் பறக்கவிடவா… அந்த பட்டாம்பூச்சி பிடிக்கிறது ரொம்ப கஷ்டம். நாங்க கஷ்டப்பட்டு பிடிச்சு குடுத்தா, நீ ஈசியா பறக்க விட்டுடற. நான் தரமாட்டேன் போக்கா."

"டேய் ப்ளீஸ்டா… பிடிச்சு தரேன்னு போன தடவை சத்தியம் எல்லாம் செஞ்சு குடுத்த, மறந்துடாத."

"சரி, பிடிச்சு தந்து தொலைக்கிறேன். அப்போ அந்த அக்கா கையில இருக்க சாக்லேட்ட தரச் சொல்லு. அப்போதான் பட்டாம்பூச்சி."

"சரிடா, தரச் சொல்றேன்."

"நான் ஏண்டி அவனுக்கு சாக்லேட் குடுக்கனும்?"

"உள்ள இருக்க என் சாக்லேட்ட நீ எடுத்துக்கோடி. இத அவன்கிட்ட குடு."

"ஹ்ம்ம்ம்... ஓகே. பேச்சு மாறக் கூடாது."

"மாட்டேன்."

சாக்லேட் உடன்படிக்கைக்கு பின், பட்டாம்பூச்சி தேடும் படலம் தொடங்கியது. அவ்வளவு எளிதாக கிடைக்காது அந்தக் கருப்பு வெள்ளை சிகப்பு பட்டாம்பூச்சி. சாக்லேட் அச்சிறுவர்களை குதூகலமாக இயங்க வைத்தது. கண்களில் அகப்பட்டாலும், கைகளில் அகப்படாமல் பறந்துவிடும். விரல்களினூடே லாவகமாகப் பறக்கும் வித்தையைக் கற்று வைத்திருந்தது.

மெதுவாக ஊர்ந்து செல்வது போல சென்று அடிக்கிறான். படபடவென செடிகளுக்கு இடையில் பறந்து சென்றுவிடுகிறது. ஆரவாரிக்கும் சிறுவர்களை அமைதியுறச் செய்து, அது புதிதாய் அமர்ந்திருக்கும் செடியை நோக்கி முன்னேறுகிறான். இந்த முறையும் தப்பித்துவிட்டது.

ஆறேழு முறை முயன்று பிடித்தேவிட்டான் அசோக். இதற்கிடையில் சிறுவர்கள் சிலர் பிரௌன் நிறத்தில் மஞ்சள் பொட்டுகள் உள்ள பட்டாம்பூச்சிகள் சிலவற்றை பிடித்திருந்தாரகள். அவர்களுக்குள் ஒரே ஆரவாரம்.

எனக்கு பிடித்தமான அந்த பட்டாம்பூச்சியைக் கைகளில் வாங்க ஆர்வமாய் இருக்கையில் அம்மாவின் குரல் ஓங்கி கேட்டது. என் பெயரைச் சொல்லித்தான் அழைக்கிறாள். கோபமாக இருக்கிறது அவளது குரல். அவளது குரலே என்னைப் பதற்றமடைய வைக்கிறது.

'என்ன செய்தோம்? ஏதாவது தவறு செய்துவிட்டோமா? மறைத்த டெஸ்ட் மார்க் பற்றி தெரிந்துவிட்டதோ? கண்ணாடி டப்பாவை உடைத்து யாருக்கும் தெரியாமல் மேல் அலமாரியில் வைத்ததை பார்த்துவிட்டாளோ? பூப்பறித்தபோது பூவுடன் மொட்டையும் சேர்த்து பறித்து தெரிந்துவிட்டதோ? தினமும

பால்காரர் பாலூற்றியதும் பால் செம்பிலிருந்து சிறிது பால் குடிப்பது தெரிந்துவிட்டதோ?'

மின்னல் வேகத்தில் யோசனைகள் தாக்கியபடி தயங்கிக்கொண்டே அம்மாவின் முன் நின்ற எனக்கு வேறு அதிர்ச்சி காத்திருந்தது.

"யாருடி இவன்?"

"யாரும்மா?"

அப்பாவின் கைகளில் ஒரு இன்லேண்ட் லெட்டர்.

"நீ சொல்லாமதான் அவன் லெட்டர் போட்ருக்கானா? அவ்ளோ தைரியமா வீட்டுக்கே லெட்டர் போடறான்னா, நீ சொல்லாமலா போட்ருப்பான்?"

"என்ன பேசிட்டு இருக்கீங்கன்னே புரியலம்மா."

"கூடக் கூடப் பேசறப்பவே தெரியும், இது மாதிரி ஏதாச்சும் பன்னுவனு. ஏங்க நீங்களே அந்த கருமாந்திரத்த அவ கிட்ட காட்டுங்க."

லெட்டரை நீட்டிய அப்பாவிடமிருந்து வாங்கி படிக்க ஆரம்பித்தேன்.

ப்ரியமானவளுக்கு,

எப்படி இருக்கிறாய்? உன்னைப் பார்க்காமல் எனக்கு நாட்கள் நகருவதேயில்லை. தனியே இருக்கையில் நாம் சந்தித்த தருணங்களை நினைத்துக்கொள்கிறேன். எனக்கு பிடித்தவாறே உன் தலையில் ரோஜா சூடிக்கொள்ள ஆரம்பித்ததில் மகிழ்ச்சியாய் இருக்கிறேன்.

எப்பவும் போல ஆஞ்சநேயர் கோயிலுக்குப் போவதாய் பொய் சொல்லிவிட்டு என்னைப் பார்க்க வரும் நேரத்துக்காகக் காத்திருக்கிறேன். எனக்கு பிடித்த பச்சை நிற ஆடை அணிந்து வா.

காதலுடன் காத்திருக்கும்

நான்

கைகள் நடுங்க லெட்டரை பிடித்திருந்தேன். கண்கள் தானாக கசிய ஆரம்பித்தது.

"அம்மா... இது யாருன்னே தெரியல. யாருக்கோ வந்ததாக இருக்கும். எனக்கு நிஜமா தெரியலம்மா."

"ஒவ்வொரு சனிக்கிழமையும் கோயிலுக்கு போறேன்னு சொல்லிட்டுப் போறது அவன பார்க்கிறதுக்குதானா? இந்தப் பொண்ணு என்ன என்ன செய்ய காத்திருக்காளோ... ஊரு முன்னாடி நம்ம மானத்த வாங்காம விடமாட்டா போலிருக்கே. சொந்தக்காரங்களுக்கு எல்லாம் தெரிந்தா நம்மள பத்தி என்ன எல்லாம் பேசுவாங்களோ..."

பெருங்குரலுக்கு நடுவில் அவள் விசும்ப தொடங்கியிருந்தாள். சத்தம் கேட்டு எட்டிப்பார்த்த தங்கையை விரட்டிவிட்டார் அப்பா. அழுதுகொண்டே நான் சொல்லியது இருவர் செவிகளிலும் விழுந்ததா என்று கூடத் தெரியவில்லை.

"அம்மா சத்தியமா எனக்கு தெரியாது. அப்பா நீங்களாச்சும் கேளுங்க, எனக்கு நிஜமாவே தெரியலப்பா."

"செய்றதையும் செஞ்சுட்டு பொய் வேற பேசுறியா நீ"

"அம்மாவும் பொண்ணும் கொஞ்ச நேரம் பேசாம இருங்க."

அப்பாவின் அதட்டலில் அமைதியானாள் அம்மா. என் கண்களிலிருந்து வரும் கண்ணீரை என்னாலே நிறுத்த முடியயவில்லை.

"நீயே இப்படி கத்தி பக்கத்து வீட்டுக்கெல்லாம் தெரியற மாதிரி செய்யப் போறியா? ஏற்கனவே பொண்ணுக்கு லெட்டர் எல்லாம் வருதுனு அந்த ராமன் கேட்டுட்டு போறான். நீ கத்தி ஆர்ப்பாட்டம் பண்றதுக்கு, நீயே லெட்டர போயி அவங்க வீட்ல காட்டிட்டு வந்துடு."

அப்பாவின் கர்ஜனையில் மொத்தமாக அமைதியானாள் அம்மா. இவள் இப்படி செய்திருக்க மாட்டாள் என நீங்களாச்சும் சொல்லுங்க அப்பா என மனதில் நினைத்துக்கொண்டிருந்தேன். ஆனால்,

"உன் ரூமுக்கு போ."

அதற்குப் பிறகு வீட்டில் யாரும் அந்த லெட்டரை பற்றி பேசவில்லை. ஒருவிதமான இறுக்கமான சூழ்நிலையிலேயே நாட்கள் நகர்ந்தது. சற்றே இயல்பு நிலைக்குத் திரும்ப மூன்று மாதங்களுக்கு மேல் ஆகிவிட்டது. அச்சமயங்களில் என் வேண்டுதல் எல்லாம் இன்னொரு லெட்டர் வராமல் இருக்க வேண்டும் என்பதே.

திரும்பிய இயல்பும் புது இயல்பாய் இருந்தது. கோயிலுக்குச் செல்ல தடை, தனியே வெளிய செல்ல தடை, டியூஷனுக்கு ஆட்டோ அமர்த்தப்பட்டது. சைக்கிளை எடுக்க தடை, தோழிகளைல் பார்க்கப் போவதற்கு தடை. அம்மாவின் சந்தேகப் பார்வை என் மீது அடிக்கடி விழ ஆரம்பித்தது. ப்ளஸ் டூ முடிக்கும் வரையில் தடைகள் நீக்கபடவேயில்லை. அதன்பின் தடைகள் நீக்க வேண்டும் என்ற எண்ணமே இல்லாமல் போனது.

மொபைல் ரிங் அடித்து, நினைவுகளிலிருந்து என்னை நிஜத்துக்கு அழைத்து வந்தது. கணவரின் எண்.

"ஹலோ... வந்த வேலை முடிய லேட் ஆகும் போலத் தெரியுது."

"லஞ்சுக்கு வந்துடறேன்னு சொன்னீங்க."

"ஆமா... முடிஞ்சும்ணு நினைச்சேன்; இன்னும் முடியல. பாக்கலாம். ஈவினிங் அம்முவ மால் கூட்டிட்டுப் போறேன்னு சொல்லிடு."

"ம் சரி... நீங்க மறக்காம சாப்டுங்க."

போனை வைத்துவிட்டு நிமிர்ந்தால், மகள் இன்னும் ஐபேடுடன் இருக்கிறாள். ஹோம்வொர்க் முடித்துவிட்டு ஏதோ ப்ரௌஸ் செய்துகொண்டிருந்தாள்.

"அம்மு..."

"......"

"அம்மூ..."

"வாட் மம்மி?"

கதாநதி

"மம்மினு கூப்டாதனு எத்தனை தடவ சொல்றது?"

"சரி, கூறுங்கள் ராஜமாதா அவர்களே. எதற்காக என்னை அழைத்தீர்கள்?"

"நக்கல்டி உனக்கு. இத பாரு."

அவள் கைகளில் மொபைலை குடுத்தேன். மெசேஜை படிக்க ஆரம்பித்தாள்.

டியர் அம்மு,

உன்ன மீட் பண்ணது ரொம்ப ஹேப்பியா இருக்கு. உன்ன அம்முனு கூப்டலாம்னு சொன்னதும் அவ்ளோ ஹேப்பியா இருக்கு. எங்க என்னை அவாய்ட் பண்ணிடுவியோனு பயந்துட்டே இருந்தேன். தேங்க்ஸ். நீ அப்படி பண்ணல.

ப்ளான்படி இன்னிக்கு 'ஜபேகோ'ல மீட் பண்றோம்தானே?

வில் பி வெய்டிங்

மெசஜை படித்தவள் அதிரச் சிரிக்கிறாள்.

"உங்க நம்பர்னு கூடத் தெரியாம, இப்படி ஒரு மெசஜ் அனுப்பியிருக்கான்னா, ஒண்ணு அவன் லூசா இருக்கணும். இல்ல என் பேர டேமேஜ் செய்யணும்னு யாரோ பண்ணியிருக்கணும். அதும் இல்லனா ஃப்ரெண்ட்ஸ் யாரச்சும் ப்ராங்க் பண்ணுவாங்கள இருக்கும்."

"ஹ்ம்... உனக்கு யாருனு தெரியலையா?"

"தெரியலையே... ஏம்மா அப்படியே மீட் பண்ண போனாலும் உங்ககிட்ட சொல்லாமலா போகப் போறேன்?"

"அது சரி... உன் அப்பா வர லேட் ஆகுமாம். நீ என்ன சாப்படறே? ஆர்டர்தான் செய்யப் போறேன்."

"வாவ்... சூப்பர். எனக்கு சிக்கன் பிரியாணி. சைட் டிஷ் எனிதிங் ஓகே. நெட்ஃப்ளிக்ஸ்ல ஏதாச்சும் படம் போடறேன், பாக்கலாமா?"

"ஹ்ம்... போடு."

டிவியை ஆன் செய்யும் மகளையே பார்க்கிறேன். குழந்தையாயும் இல்லாமல், குமரியாயும் இல்லாமல் சிறகடிக்கும் பட்டாம்பூச்சியாய் இருக்கிறாள். யாரோ தெரிந்தோ தெரியாமலோ செய்த தவறுக்காக அவளது சிறகை வெட்டுவதில் நியாமில்லை. என் கைகளுக்குள் இருக்கும் பட்டாம்பூச்சி இவள். பட்டாம்பூச்சிகளைப் பறக்கவிட்டு அழகு பார்ப்பதில்தானே மகிழ்ச்சி.

—◦—

அந்தகாரம்

– ஸ்ரீ

"ஒரு நாள் என்பதன் தொடக்கம், பகலில் தொடங்கி இரவில் முடிவதைப் போலவே, ஒவ்வொரு மனிதனின் ஆன்மாவும் இரண்டும் கலந்த நிலைகொண்டே உலவுகிறது.

ஒளிவீசும் பக்கங்கள் உலகத்துக்கே புலப்படும் வகையாய் இருக்க, அவரவர் ஆன்மா மட்டுமே அறிந்த அதன் அந்தகாரப் பக்கத்தை அத்தனை எளிதில் யாரும் யாருக்கும் வெளிப்படுத்த விரும்புவதில்லை.''

கடந்த வாரத்தில் யூடியூபில் வெளிவந்து, பலரின் பாராட்டைப் பெற்றிருந்த தனது நேர்காணலை ஆயிரமாவது முறையாய் பார்த்துகொண்டிருந்தவளின் உதட்டோரத்தில் ஒரு இளநகை குடிக்கொண்டிருந்தது.

வாசல் அழைப்பு மணி கேட்ட சத்தத்தில் கைப்பேசியை அணைத்துவிட்டு, தன் ஊன்றுகோலை எடுத்துக்கொண்டு, வாசலை நோக்கி பொறுமையாய் நடக்க ஆரம்பித்தாள்.

வந்திருப்பது யார் என்பதை ஊகித்திருந்தவள், நிதானமாய் கதவைத் திறக்க, பணிப்பெண் சரோஜா காய்கறிப் பையோடு நின்றிருந்தாள்.

"சாரிக்கா... கொஞ்சம் லேட் ஆகிப்போச்சு.''

"...''

"காலையில ஆறு மணிதான் ஆகுதுனு பேரு. மார்கெட்டுல என்னா கூட்டம் தெரியுமாக்கா... ஷப்பா... ஒரே பேஜாரா போச்சுக்கா.''

"...''

"உங்களை மாதிரி அமேதியா ஒரு நாளாவது வாழ்க்கையில் இருந்துட்டேன், எனக்கு நானே விருது கொடுத்துகிடுவேன்... ஆமா."

"சமையல்கட்டுல மேடை மேல காபி வைச்சுருக்கேன் போய்ச் சாப்பிடு போ."

"யக்கா... எத்தினி தடவைதான் சொல்றது, நான் வந்து போட்டுத்தரேன்னு. இதையெல்லாம் பண்ணணுமா நீங்க?"

"ஷ்ஷ்ஷ்! கத்தாம போய்ச்சாப்பிடு போ. நான் தூங்கப்போறேன்" என்றவள், சரோஜாவின் பதிலுக்குக் காத்திராமல், அவள் அறைக்குச் சென்று கதவைத் தாழிட்டுக்கொண்டாள்.

இது வழமைதான் எனும் விதத்தில் சரோஜாவும் எதுவும் பேசாது தனது வேலையைக் கவனிக்கச் சென்றாள்.

அவள் கடந்த ஆறு மாதமாய் இங்கு வேலை செய்கிறாள். அந்த வீட்டில் அவள் இன்னொரு எஜமானி என்றே கூறலாம். அவளுக்கு அத்தனை சுதந்திரம் உண்டு. அதே நேரம், அவள் அதை தவறாகப் பயன்படுத்த என்றும் நினைத்ததில்லை.

ஒரே ஒரு ஆள்தான் என்பதால், வேலையும் ஒன்றும் பெரிய அளவில் இருக்காது. காலை வருபவள் சமையல் முடித்து, வீட்டு வேலைகளையும் முடித்து, மதியமாய் கிளம்பிச் சென்றால், மீண்டும் மறுநாள் வந்தால் போதுமானது.

முதலாளி ஒரு எழுத்தாளர், சமூக சேவகி என்பது வரை அவளுக்குத் தெரியும். மற்றபடி எந்தவித தனிப்பட்ட விவரங்களையும் சரோஜாவுக்கு தெரியப்படுத்தியதில்லை.

இப்படியாய் பல நினைவுகளை அசைப்போட்ட வண்ணம் வேலையைக் கவனிக்கத் தொடங்கியிருந்த நேரம், அழைப்பு மணி ஓசை எழும்ப, புடவை முந்தானையில் கையைத் துடைத்தவாறே கவனிக்கச் சென்றாள் சரோஜா.

"கார்குழலி?"

"எங்க முதலாளியம்மாதான்... நீங்க?"

"கொரியர் வந்திருக்குங்க. இங்க கையெழுத்து போடுங்க."

"இத்தனை காலையிலேயே இந்த அக்காக்கு மட்டும் எந்த கொரியர் கம்பெனிதான் கிடைக்குமோ!" என்றெண்ணியவாறே பார்சலைப் பெற்றுக்கொண்டவள், உள்ளே முதலாளியின் அறை வாசலில் இருந்த மேசை மீது வைத்துவிட்டு, கதவைத் தட்டிவிட்டு, தன் வேலையைக் கவனிக்கச் சென்றுவிட்டாள்.

அந்த அறையை அவள் இதுவரையிலும் பார்த்ததில்லை. சுத்தம் செய்வதற்குக் கூட அவளுக்கு அங்கு அனுமதி கிடையாது. முதலில் எல்லாம் கேட்டுப் பார்த்தவள், ஒரு கட்டத்தில் எப்படியும் நடக்கப்போவதில்லை என்றுணர்ந்து அப்படியே விட்டுவிட்டாள்.

மதிய உணவு நேரத்தில் தனது அறையைவிட்டு வெளியே வந்த கார்குழலி, கதவைப் பூட்டிவிட்டு வந்து, உணவருந்த அமர்ந்தாள்.

"இன்னைக்கு உங்களுக்குப் பிடிச்ச காரக்குழம்புதான் வைச்சுருக்கேன்."

"நான் எப்போ சொன்னேன் எனக்கு பிடிக்கும்னு?"

"அதெல்லாம் வாயைத் திறந்து சொன்னாதான் ஆச்சா? ஆக்கி போடுற எனக்குத் தெரியாதா, உங்களுக்கு எது விருப்பம் எது விருப்பமில்லைனு. இரண்டு வாய் அதிகமா சாப்பிடுவீங்க. அதை வைச்சுதான் சொல்றேன்."

"..."

இருவரின் கவனமும் அதுவாய் தொலைக்காட்சியை நோக்கிச் செல்ல, அதில் ஒளிப்பரப்பாகிய செய்தியைக் கண்டு சரோஜாவின் விழி விரிந்தது.

"சென்னையை அடுத்த செங்கல்பட்டில் தன் உறவினரின் மகளுக்கு பாலியல் தொல்லை கொடுத்து வந்த 35 வயது நபர் நேற்று இரவு ஊருக்கு வெளியில் உடல் முழுவதும் கீறப்பட்ட நிலையில் சடலமாகக் கண்டெடுக்கப்பட்டுள்ளார்.

கொலையாளி யார்? என்ன நோக்கத்துக்காக இந்த கொடூரச் செயல் நடைபெற்றுள்ளது என்பதை போலீஸார் விசாரித்து வருகின்றனர்.

அதுமட்டுமில்லாமல் 20 நாட்களுக்கு முன்னும், கடந்த சில மாதங்களிலும், சென்னை, காஞ்சிபுரம், செங்கல்பட்டு சுற்றுவட்டாரப் பகுதிகளில் இதேபோன்ற நிலையில் சடலங்கள் கண்டெடுக்கப்பட்டது குறிப்பிடத்தக்கது.”

“யக்கா... பார்த்தீங்களா இது அந்த கழிசடையேதான். போன வாரந்தானே உங்ககிட்ட கூட புலம்பிகினு கிடந்தேன். 12-13 வயசு புள்ள மா அது. அதை பார்த்தா இவனுங்களுக்கு எல்லாம் எப்படி தப்பா நினைக்க தோணுதோ தெரியல. எல்லாம் இந்தக் குடிதான் பாதி காரணம். கழுத்து முட்ட குடிச்சுகினு ஆத்தாவுக்கும் அக்காவுக்கும் கூட வித்தியாசம் தெரியாம அலையுவானுங்க போல. கடவுளா பார்த்துதான் இந்த தண்டனையைக் கொடுத்துருக்காரு.

என்ன வேணாலும் சொல்லுங்க... அரசன் அன்று கொல்வான்; தெய்வம் நின்று கொல்லும்னு பெரியவுக சொன்னது ஒரு காலமும் பொய்யா போகவே போகாது க்கா.”

“ம்ம்... குடிச்சுட்டு தகராறுல எவனாவது கொன்னுருப்பான். இதுக்கு உங்க கடவுளுக்கு பாராட்டா?”

“ஏன் க்கா இப்படியெல்லாம் பேசுறீங்க. நமக்கு மிஞ்சின ஒரு சக்தி இல்லனு நினைக்குறீகளா?”

“நான் எதுவும் நினைக்கல. ஒருவேளை உன் நம்பிக்கை உண்மையா இருந்தா, தப்பெல்லாம் நடக்குறதுக்கு முன்னாடி அதை தடுத்தா நல்லாயிருக்குமா இல்லையா!”

“உங்ககிட்ட பேசி என்னால ஜெயிக்க முடியுமா! ஆளைவிடுங்க. அடிக்கடி இந்த மாதிரி செய்தியெல்லாம் பார்க்கும்போது, மனசுக்கு சந்தோசமா இருக்கு.” என்றபடி தன் வேலையைக் கவனிக்கச் சென்றாள் சரோஜா.

* * *

அதே நேரம், செங்கல்பட்டு மாவட்ட காவல்துறை அதிகாரிகளின் பேச்சுவார்த்தைக் கூட்டம் தொடங்கியிருந்தது.

"என்னையா நடக்குது. இதோட இரண்டு மாசத்துல மூணு கொலை. ஒரு ஆதாரமோ தடயமோ ஒண்ணும் இல்ல. ஆனா, அந்தக் காயத்தை எல்லாம் பார்த்தாலே தெரியுது கொலை பண்ணிணவன் ஒரே ஆளுதான்னு. ஆனா, செத்துப்போன மூணு பேருக்கும் ஒரு சம்பந்தமும் இல்ல. பத்தாததுக்கு இந்த பத்திரிகைகாரனுங்க வேற உயிரை எடுக்குறானுங்க. அதுல யூடியூப்காரன், சீரியல் கில்லரின் கைவரிசையானு போட்டு மக்களைக் குழப்பிகிட்டு இருக்கான்."

"சார், ஒருவேளை உண்மையாவே அப்படியிருந்தா?"

"யாருய்யா அது… சக்திவேல் நீயா? இங்க பாரு… உண்மை என்னனு தெரியாதவரை நாமளா அப்படியா இருக்குமோ, இப்படியா இருக்குமோனு மூச்சுவிட்டா கூடப் போதும், இவனுங்க ஈயை பேன் ஆக்கி, பேனை பெருமாளாக்கிருவானுங்க. டிபார்ட்மெண்ட்க்கு புதுசு வேற. கொஞ்சம் அடக்கி வாசிய்யா… என்ன புரியுதா?"

"எஸ் சார்."

"ம்ம்… யோவ் கிருபா, நீங்க முழுமூச்சா இந்த கேஸைப் பத்தி விசாரி. கூட இந்த சின்னப் பசங்களையும் சேர்த்துக்கோங்க. ஆர்வக்கோளாறுல எதையாவது கண்டுபிடிச்சாலும் பிடிப்பாங்க" என்று அவர் கூறிய விதத்தில், அங்கு அனைவரும் சிரிக்க, சக்திவேலும் இன்னும் இருவரும் சங்கடமாய் உணர்ந்தனர்.

மீட்டிங் முடிந்தபின் வெளியே இருந்த டீக்கடைக்கு வந்த மூவரும் கடுப்பாய் அமர்ந்திருக்க, சக்திவேல்தான் பேச்சைத் தொடங்கினான்.

"டேய்… நீங்களே யோசிச்சு பாருங்க. கொலை பண்ண பர்ட்டன் ஒண்ணு போதும். இதையெல்லாம் பண்ணுது ஒரே ஆளுதான்னு நிருபிக்க. ஆனா, இவங்க ஏன்டா புரிஞ்சுக்க மாட்றாங்க!"

"ம்ம்... அப்படியெல்லாம் யோசிச்சுட்டாதான் எல்லா கேஸும் சால்வ் ஆகிடுமே. போடா... சில நேரத்துல ரொம்ப கடுப்பா இருக்கு, ஏன்டா இந்த வேலைக்கு வந்தோம்னு. சல்யூட் அடிக்கவும் எடுபிடி வேலை பார்க்காவுமா நாம வந்துருக்கோம்."

"சரி விடு மச்சி... போகப் போக நம்ம திறமையெல்லாம் இந்த உலகம் புரிஞ்சுக்கும். அதைவிடு... நீ வற்றியா நாம போய் அந்த ஊருக்குள்ள ஏதாவது தகவல் கிடைக்குதானு பார்ப்போம்."

"நீ கொலைகாரனையே பிடிச்சுட்டு வந்துகொடுத்தாலும் இவனுங்க நம்ப மாட்டானுங்க. இதுக்காக நம்ம நேரத்தை வீணடிக்கணுமா சொல்லு."

"எல்லாமே ஒரு அனுபவம்தான்டா. வா போலாம்" என்றபடி கொலை நடந்த இடத்துக்குச் செல்லத் தயாராகினர்.

அது ஒரு கிராமத்துக்குள் நுழையும் எல்லை பகுதி. இருபுறமும் கருவேலஞ்செடிகள் நிறைந்திருக்க, அரை கிலோமீட்டருக்கு ஒரு தெருவிளக்கு இருந்தது. இறந்தவனின் உடற்கூராய்வில் அவன் குடித்திருந்தது குறிப்பிடப்பட்டிருந்தது. அதைவைத்து பார்க்கும்போது, அந்த நேரத்தில் அவன் வழக்கமாய் மதுபானக் கடைக்குச் செல்பவனாய் நிச்சயம் இருக்க வேண்டும்.

அதிகம் ஆள்நடமாட்டம் இல்லாத பகுதி ஆதலால், கொலைகாரனுக்கு எந்தவித இடையூறும் இருந்திருக்க நிச்சயம் வாய்ப்பில்லை. அவனும் குடிபோதையில் இருந்திருக்க, தன் ஆத்திரம் தீரும் மட்டும் அறுத்துவிட்டுச் சென்றிருக்கிறான்.

அத்தனையிலும் குழப்பத்துக்குட்பட்ட விஷயம் ஒன்றுதான். போலீஸார் சந்தேகிக்கும் மூன்று கொலைகளிலுமே கொலைக்கான ஆயுதங்களில் ஒன்று என்ன என்பதை யாராலும் கண்டறிய முடியவில்லை.

கத்தி, பிளேடு, கத்திரிகோல் இப்படி எதனுடனும் ஒத்துப்போகாத ஒரு சிறு காயம் அவர்களது உடம்பில் இருந்தது. ஒருவருக்கு மார்பில், ஒருவருக்கு கழுத்தில், இன்னொரு கொலையில் கை நரம்பில்.

"ஏன்டா சக்தி, நம்ம நேரத்தை வீணடிச்சுட்டு இருக்கோம்னு தோணுது. இங்க எல்லாம் சிசிடிவியும் கிடையாது. வேற எந்த ஒரு தடயமும் இல்ல. தலையும் புரியாம வாலும் புரியாம நின்னுட்டு இருக்கோம்."

"கரெக்ட்தான். ஆனா, எனக்கு என்னமோ இந்த கேஸ் சாதாரணமா இருக்கும்னு தோணல."

"இப்போ எல்லாம் எவனுக்கு எதுக்கு எப்போ கொலை பண்ணனும்னு தோணும்னே தெரியலடா. இதுல யாரைனு விசாரிக்கச் சொல்ற?"

"புலம்பாமவாடா... ஊருக்குள்ள போய் பேச்சுக் கொடுப்போம்." என்றவர்கள், கொலையுண்ட ஆளின் வீடு இருக்கும் தெருவுக்குள் செல்ல, பரபரப்பு சற்றும் அடங்காமல்தான் இருந்தது.

"என்ன ஐயா நேத்து செத்துப்போனாரே... அந்த ஆளு எப்படி?"

"என்னத்த சொல்ல, கொஞ்ச நாளுக்கு முன்னாடி வந்து கேட்டுருந்தீகனா, நல்லவன்னுதான் சொல்லிருப்போம். ஆனா, அந்த பயல் ஒரு சின்ன புள்ளைகிட்டல தப்பா நடந்துருக்கான். ஒரு வகையில இந்த முடிவு அவனுக்கு தேவைதான்னு சொல்ல தோணுது. ஆனா, அவன் பொண்டாட்டி புள்ளைய பார்த்தா பாவமா இருக்கு."

"அந்த புள்ளை வீடும் இங்கதானா?"

"ஐயா நீங்க போலீஸ்தான். அதுக்காக அந்த புள்ளைய இதுல இழுக்காதீக. அதுக்கு தனி பஞ்சாயத்து வச்சு முடிச்சு விட்டாச்சு. இதுக்கு அந்த பச்சைப் புள்ளைய ஏன் இழுக்குறீக!"

"சரி ஐயா, சும்மாதான் கேட்டோம் விடுங்க..." என்று அங்கிருந்து நகர்ந்திருந்தான்.

காவல் நிலையத்துக்கு வந்த சக்திவேல், மற்ற இரு கொலைகளின் கோப்புகளையும் ஆராய்ந்து பார்க்க, அவர்களின் மீதும் பாலியல் சம்பந்தப்பட்ட வழக்குகள் இருந்தன.

அதுவும் சிறு வயது குழந்தைகளிடம் அத்துமீறி இருப்பது கண்டு, சக்திவேலின் சந்தேகம் வலுப்பெற்றது.

கொலைகாரனின் குறி இப்படிப்பட்டவர்கள்தான் எனில், இதுபோன்று வேறு வழக்குகள் இருக்கிறதா என்று பார்த்தால், வந்ததில் பாதிக்கு மேல் பாலியல் தொல்லை பற்றிய வழக்குகள்தான்.

இதில் யார் அடுத்த குறி என்பதை எப்படி கண்டுபிடிப்பது என்ற யோசனையோடு நின்றிருந்தவனின் கைப்பேசி அழைக்க, அதை வெளியில் எடுத்தவன், கார்குழலி என்ற பெயரைப் பார்த்து புன்னகையோடு அழைப்பை ஏற்றான்.

"குழலி... எப்படியிருக்க?"

"ம்ம்... வேலைக்கு சேர்ந்து 20 நாளுக்கும் மேல ஆச்சு. ஒரு போன் கூடப் பண்ணல. இப்போ நானா கால் பண்ண அப்பறம் பாசத்தை பாரு!"

"அதெல்லாம் ஒண்ணுமில்ல குழலி. இங்க செட் ஆகவே நேரம் சரியா இருக்கு. என்ன ஆனாலும் இன்னைக்கு ராத்திரி உன் வீட்டுலதான் சாப்பாடு சரியா?"

"ம்ம்... சரி அட்ரெஸ் அனுப்புறேன் வந்துரு."

மாலை வேலை முடிந்தவுடன் கடைக்குச் சென்று பழங்கள், இனிப்புகள் வாங்கிக்கொண்டு கார்குழலியைச் சந்திக்கச் சென்றான்.

கதவைத் திறந்தவள் கையில் ஊன்றுகோலோடு நின்றிருந்ததைக் கண்டு பதறியவனாய்,

"ஹே... என்னாச்சு குழலி?"

"பெருசா எல்லாம் ஒண்ணுமில்லடா... கால் ப்ராக்சர். இப்போ பரவால்ல, வா உள்ளே. அப்பறம் போலீஸ் சார் ஒரு வழியா எங்க வீட்டுக்கு வந்துட்டீங்க."

"ஏன் இப்படியெல்லாம் பேசுற குழலி. இந்த சென்னைல எனக்கு தெரிஞ்ச ஒரே ஆளு நீ மட்டும்தான். காலேஜ் படிக்கும்போது இருந்து என்னைத் தெரியும் உனக்கு. அப்பறமும் இப்படி பேசுறியே!"

"சரி சரி, உடனே ஆரம்பிக்காத. வந்து உட்காரு. என்ன சாப்பிடுற?"

"என்ன இருக்கோ குடு. வீடு ரொம்ப நல்லாயிருக்கு குழலி. தனியா இருக்க கஷ்டமாயில்லையா?"

"அப்பா அம்மா போனப்பறம் தனிமைதானேடா எல்லாமே எனக்கு. அதனால பெருசா ஒண்ணும் தெரியல. சரி நான் போய் உனக்கு சாப்பிட ஏதாவது எடுத்துட்டு வரேன்." என்றவள் சமையலறைக்குச் சென்றாள்.

வைத்திருந்த பால் கெட்டுப் போயிருக்க. புதிதாக பாலை எடுத்து காய்ச்ச ஆரம்பித்திருந்தாள். சில நொடிகள் தன் வேலையைக் கவனித்திருந்தவளுக்கு சட்டென ஒரு விஷயம் நினைவுக்கு வர, அதற்குள் அவளது அறையின் கதவில் கை வைத்து அழுத்தியிருந்தான் சக்திவேல்.

அவசமாய் அருகில் வந்தவள், "அது என்னோட பர்சனல் ரூம் சக்தி. பெருசா ஒண்ணுமில்ல... கொஞ்சம் குப்பையா இருக்கு. நீ வா, இங்க வந்து உட்காரு."

"..."

"என்ன சக்தி அப்படி பாக்குற?"

"ஸ்டிக் இல்லாமயே நடக்க முடியுதா குழலி?" என்றவனின் பார்வை லேசாய் திறந்திருந்த அறைக்குள் படர, பல பல செய்திதாள்கள் அறை மொத்தமும் கொட்டிக் கிடந்தன.

"அது... அது சில நேரம் நடப்பேன் சக்தி. நீ வா."

"என்கிட்ட எதையாவது மறைக்குறியா குழலி?"

எந்தவித படபடப்பும் இல்லாமல் சிறு புன்னகையோடு கதவை அழுத்திப் பூட்டியவள், அவனின் கண்களை ஏறிட்டவாறு,

"இருள் எப்போதுமே எல்லாத்தையும் நம்ம பார்வையிலிருந்து மறைச்சு வைச்சுடும். கண்ணு தெரிஞ்சவன் கூட இருட்டுல இரண்டு நிமிசம் குருடாதான் இருக்கணும். அதே மாதிரிதான் நம்மோட இருண்ட பக்கத்தையும் எல்லார்கிட்டே இருந்தும்

மறைச்சு வைக்கணும் சக்தி. திறந்த புத்தகமா வாழ்ந்தா பிரச்னைதான் அதிகம் வரும்." என்றவள், சமையலறைக்குச் சென்றுவிட, சக்திவேலுக்கோ ஒன்றும் புரியவில்லை.

அதன்பின் சிறிது நேரம் பேசிவிட்டு, அவன் அங்கிருந்து கிளம்ப, குழலியின் கைப்பேசி ஒலித்தது.

"சொல்லு..."

"போலீஸ் விசாரிச்சுருக்காங்க. அந்த பொண்ணையும் பார்க்கணும்னு கேட்டாங்களாம். ஊர் பெரியவங்க தடுத்துட்டாங்க"

"ம்ம்..."

"எப்படி இப்படி பயமே இல்லாம இருக்க நீ?"

"எப்பவுமே நம்ம ஊர்ல, ஆம்பளைகளை மயக்குறது, அரைகுறையா டிரஸ் பண்ணினா அது ஆம்பளைங்க கவனத்தை தன் மேல பதிய வைக்குறது இதுக்கெல்லாம் மட்டும்தான் பொம்பளைங்க மேல பழியும் பாவமும் சொல்லுவாங்க. கொலை, சைக்கோ, சீரியல் கில்லிங்னா கொலைகாரனைத்தான் தேடுவாங்க. அது கொலைகாரியா இருக்குமோனு அவங்க சந்தேகிக்கவே ரொம்ப காலம் ஆகும். ஏன்னா நமெக்கெல்லாம் கொலை பண்ணுறதுக்கு காரணமே கிடையாது. அப்படியே கிடைச்சாலும் பொம்பளை பிள்ளையா அடங்கி ஒடுங்கி கம்முனுதான் இருக்கணும்."

"இருந்தாலும் இதெல்லாம் தப்பில்லையா?"

"சரினு நான் எப்போ சொன்னேன்? ஆனால், அந்த தப்புதான் எனக்கு என்னோட கடந்த காலத்தை மறக்குறதுக்கு மருந்தா இருக்கு. ஒவ்வொருத்தனை கொல்லும்போதும் என்கிட்ட அத்துமீறினவனோட முகம்தான் எனக்கு தெரியுது."

"குழலி..."

"என்னையெல்லாம் புழுவாகக் கூட மதிக்காத சமூகம் இது. பயப்படாத என்னை அவங்க நெருங்குறதுக்குள்ள இன்னும் எத்தனை களை பிடுங்க முடியுமோ நான் பண்ணிடுவேன்."

கதாநதி

"எல்லாக் கொலையிலும் ஒரு மார்க் விட்டு வர்றியே அது தேவைதானா?"

"நீ சின்ன வயசில் பழமொழி எல்லாம் படிச்சதில்லையா?"

"???"

"Pen is mightier than Sword!"

⸻◦⸻

வரமே சாபமாய்

– ஜனனி நவீன்

"**என்**ன புவனா, ரெண்டு நாளா லீவ் போலிருக்கு?" என்று கேட்ட சூப்பர்வைசரிடம்...

"ஆமாங்க சார்... அதான் சொல்லி இருந்தேனே குழந்தைக்குக் கொஞ்சம் உடம்பு சரியில்ல... காய்ச்சல். அழுதுட்டே இருந்தான், அதான் வரமுடியல" என்றாள் வரவேட்டில் கையொப்பம் வைத்துகொண்டே.

தொடர்ந்து, "கொஞ்சம் அட்வான்ஸ் பணம் வேணும் சார். குழந்தைக்கு வைத்திய செலவுக்கு கொடுத்துட்டேன். இந்த வார செலவுக்கு கொஞ்சம் காசு வேணும்" என்றாள் தயக்கமாக.

அவளை உருத்து விழித்த சூப்பர்வைசர், "ஏற்கனவே மானேஜர், உன் மேல ரொம்ப கோபத்தில இருக்கார். இதுல அட்வான்ஸ் வேற வேணுமா?" என்றார்.

"சார்... என்... என் மேலையா?" என்றாள் தயங்கியபடி.

"பின்ன உங்க மேலதான். பிரசவத்துக்கு முழு சம்பளத்தோட லீவ்ல போனீங்க. பிரசவம் ஆகி மூணு மாசம் கழிச்சும் லீவ் எக்ஸ்டெண்ட் பண்ணிஇருந்தீங்க. ஒருவழியாலெல்லாம் முடிஞ்சு, போன வாரம்தான் வந்துசேர்ந்தீங்க. இப்போ மறுபடியும் லீவ்... நேத்து மானேஜர் கத்திட்டு இருந்தார்" என்றார் சூப்பர்வைசர் குணா.

"பிரசவத்தன்னைக்குக் கூட வேலைக்கு வந்தேன் சார். மெட்டர்னிட்டி லீவ் முடிஞ்சு சம்பளம் இல்லாமல்தான் லீவ் எடுத்தேன். குழந்தையைப் பார்த்துக்க அப்பா அம்மான்னு யாரும் இல்லையே சார். வேலையும் முக்கியம்... நான் என்ன செய்ய?" என்றபோது புவனாவுக்குத் தொண்டை அடைத்தது.

பிறந்ததுமே தாயை இழந்த அவளை, திருமண வயது வந்ததும் தயாளனுக்குத் திருமணம் செய்துவைத்துவிட்டு சில மாதங்களிலேயே, அவளது தந்தையும் இறந்துபோனார். சொந்தம் என்று சொல்லிக்கொள்ள உறவினர்கள் இருந்தும், ஆத்திர அவசரத்துக்கு ஒன்றிரண்டு நாள் உதவி செய்தாலும், அவளை அழைத்துவைத்து பிரசவம் பார்க்கும் அளவு நெருங்கிய சொந்தங்கள் இல்லை.

தயாளன் நல்லவன்தான். ஆனால், பெருகிவரும் விலைவாசியில், அவன் ஒருவனின் வருமானம் அவர்களின் ஜீவனத்துக்குப் போதவில்லை. அவள் குழந்தையைச் சுமந்துகொண்டிருந்த வேளையில், சாலையை கடக்கும்போது ஏற்பட்ட விபத்தில், தயாளனுக்கு காலில் எலும்பு முறிவு ஏற்பட்டது. அறுவைசிகிச்சை, மருத்துவ செலவு என்று கணக்கு வழக்கில்லாமல் பணம் கரைந்தது. ஏழாம் மாதம் எடுக்க இருந்த விடுப்பு எடுக்க முடியாமல், கடைசி நாள் வரை ஓயாமல் வேலை செய்திருந்தாள். இருந்தும் குழந்தை தலை திரும்பவில்லை என்று அறுவைசிகிச்சை மூலம்தான் குழந்தையை வெளியே எடுத்தனர். அதற்கும் செலவு.

கடன் மேல் கடன் வாங்கி, இப்போது கணவன் மனைவி இருவரும் வேலைக்கு சென்றால்தான் வட்டியாவது கட்ட இயலும் என்ற நிலை. ஆறு மாத குழந்தையை எங்கு விட்டுச்செல்ல என்று தவித்தபோதுதான், அடுத்த வீட்டுப் பெண்மணி குழந்தையை தான் பார்த்துகொள்வதாகவும், அதற்கு மாதா மாதம் நியாயமான ஒரு தொகை கொடுக்குமாறும் கூறினாள்.

அது நல்ல யோசனையாக இருந்தது. அன்றிலிருந்து தனது ஆறு மாதக் குழந்தையை அப்பெண்ணிடம் விட்டுவிட்டு வேலைக்கு வரத் தொடங்கினாள். அவளது நேரம் குழந்தைக்கு இரண்டு நாட்களாக காய்ச்சல். மீண்டும் இரண்டு நாட்கள் வேலையில் விடுப்பு எடுக்கும்படி ஆயிற்று.

'சூப்பர்வைசரே இப்படி குத்தலாகக் கேள்வி கேட்கும்போது, மானேஜர் என்ன சொல்லக் கூடுமோ?' என்று அவள் அச்சம்கொண்டாள்.

அவள் பயந்தது போலவே, "வேலைக்கு வர இஷ்டம் இருந்தா வாங்க, இல்ல நாங்க வேற ஆளை எடுத்துக்கறோம். சும்மா எங்க நேரத்தை வீணாக்க வேண்டியது. எக்ஸ்போர்ட் ஆர்டர் இன்னும் ரெண்டு வாரத்தில் அனுப்பி ஆகணும். உங்க ஒரு ஆளுக்கு மட்டும் சலுகை கொடுக்க முடியாது. சும்மா சும்மா லீவ் எடுக்கறது, வேலை நேரத்தில் சீட்ல இல்லாமல் இருக்கறதுன்னு உங்க மேல ஏகப்பட்ட கம்ப்ளைண்ட். ஒழுங்கா இருக்கறதா இருந்தா இருங்க, இல்ல வேலையை விட்டு நின்னுக்கோங்க" என்றார் கடுமையாக.

ஏச்சுக்களும் பேச்சுக்களும் வாங்கிக்கொண்டு, கலங்கிய கண்களை மற்றவர் முன்பு காட்டிக்கொள்ளாமல் இருக்க பாடுபட்டவாறு, மலை போல குவிந்து கிடந்த துணியைத் தைக்க தொடங்கினாள்.

இரண்டு மணி நேரத்துக்குப் பிறகு மேற்பார்வையிட மேலாளர் வந்தபோது, புவனாவின் இருக்கையில் அவள் இல்லாததை கண்டு, "எங்க போனாங்க இவங்க?" என்றார் கடுப்புடன்.

"அது அவங்க பாத்ரூம் போய் இருக்காங்க சார்" என்றாள், அருகே தைத்துக்கொண்டிருந்த ஒருத்தி.

ஐந்து நிமிடங்கள் கடந்து ஓட்டமும் நடையுமாக வந்த புவனாவை, தீவிழி விழித்துக்கொண்டு நின்றார் மேலாளர்.

"ஒண்ணு வேலைக்கே வர்றது இல்லை... வந்தாலும் சீட்ல இருந்து வேலை பாக்குறது இல்லை. நீங்க எல்லாம் சீவி சிங்காரிச்சு வேலைக்கு வரலைன்னு யார் அழுதா? சம்பளம் வாங்கும்போது மட்டும் இனிக்குதோ? வேலையில் ஒரு மண்ணும் இல்லை" என்று பேசப் பேச, கண்களைத் தாண்டி இம்முறை கண்ணீர் வெளியே சிதறியது.

"ஏதாவது சொன்னால் முதலைக் கண்ணீர் விடவேண்டியது. இனிமே சீட்ல இல்லாமல் இருந்தா பாதி நாள் சம்பளத்தை பிடிச்சுட சொல்லிடுவேன்" என்று கத்திவிட்டுச் சென்றார்.

மதியம் ஒருமுறை உணவு இடைவேளைக்குச் சென்று வந்தபின், இருந்த இடத்தைவிட்டு எழ முடியாமல் வேலை நெட்டித் தள்ளியது.

இயற்கை உபாதையில் கூசிக் குறுகிக்கொண்டு இருந்தாள். சுற்றி உள்ள சில வக்கிர கண்களின் பார்வையில் மேலும் கூசிக் குறுக, அதற்கும் மேல் முடியாது என்று அவள் எழுந்த வேளை, மீண்டும் மேலாளர் அந்தப் பக்கமாக வந்தார்.

செய்வது அறியாமல் மீண்டும் அமர்ந்து வேலை செய்துகொண்டிருந்தவளுக்கு இயற்கையின் வரமே சாபமாக தோன்றியது.

சற்றுத் தள்ளி அவளையே கவனித்துக்கொண்டிருந்த, அவர்களின் அலுவலக பியூன் அர்த்தநாரிக்கு, அவள் முள்ளின் மீது அமர்ந்திருப்பது போல ஒரு தோற்றம். ஆயினும் காரணம் புரியாமல், அதற்கு ஒன்றும் செய்யமுடியாத கையறு நிலையில் வருத்தத்துடன் அமர்ந்திருந்தாள்.

சில நிமிடங்கள் சென்று மேலாளர் இல்லை என்று நினைத்து இடத்தை விட்டு எழுந்தபோது, "என்ன... எங்க கிளம்பிட்டிங்க மேடம்? இன்னிக்கு தைக்க வேண்டிய துணி எல்லாம் தைச்சு முடிஞ்சதா? ஒரு துணி குறைஞ்சாலும், இன்னிக்கு பாதி சம்பளம்தான்" என்ற குரல் பின்னால் இருந்து கேட்டது.

திடுக்கிட்டவள், முந்தானையால் முகத்தை துடைத்துகொண்டே திரும்பி, "அது தண்ணி... தண்ணி குடிக்க போறேன் சார்" என்று கூறி, அங்கு வைத்திருந்த பெரிய பானையின் முன் சென்று நின்றவள், ஒரே ஒரு வாய் நீரை குடித்துவிட்டு இரண்டு குவளை நீரை புடவைக்கு மேலாக தனது தனங்களில் ஊற்றிக்கொண்டாள்.

அப்போதுதான் அர்த்தநாரிக்கும் கூட, அவளது உபாதை புரிந்தது. சட்டென்று சுற்றியும் பார்த்தபோது சில கழுகு கண்கள் பார்வையைத் திருப்பிக்கொண்டது புரிந்தது.

சட்டென்று எழுந்து வந்தவள், "இன்னா சார்... இன்னிக்கு வேலைதானே? அந்தப் பொண்ணு முடிச்சு கொடுத்துன்னுதான் கிளம்பும். ஒரு பத்து நிமிசம் சீட்ல இல்லாங்காட்டி, வேலை ஒன்னும் கெட்டுப் பூடாது. நீங்க எல்லாம் அக்கா, தங்கச்சி கூடப் பொறக்கல? அங்கதானே பால் குடிச்சு வளந்தீங்க? பொங்கி வழிஞ்சா உத்து உத்து பாப்பிங்களோ?" என்று மேலாளரிடம்

தொடங்கி, சக ஆண் பணியாளர்களிடம் கத்திவிட்டு, "நீ வா தாயி" என்று அழைத்துச் சென்றாள்.

வழியில், "உனக்குதான் வேலைக்கு வரோணும்னு கட்டாயம் இருக்கே! புள்ளைக்கு ஆறு மாசம் ஆனங்காட்டி, டாக்டராண்ட போய் பால் நிக்க, எதுங்கானும் மருந்து, மாத்திரை இருக்கான்னு கேக்க வேண்டியதுதானே?" என்றாள்.

"இந்த உலகத்திலயே நூறு சதவிகிதம் கலப்படம் இல்லாத ஒண்ணுன்னா, அது தாய்ப்பால் தானேக்கா... பிள்ளைக்கான சத்தே தாய்ப்பால் தானாம். என்னால கொடுக்க முடிஞ்ச ஊட்டசத்தும் இதுதானேக்கா... இந்த வேதனைக்கு பயந்து ஆறு மாசத்துலையே, என் புள்ளைக்கு இன்னும் கொஞ்ச காலம் கிடைக்க வேண்டிய ஊட்டத்தை, நான் எப்படி தடுப்பேன்? பொறுத்துப்பேன்க்கா" என்றபடி கழிவறைக்குள் சென்று, பொங்கி வழிந்த தனங்களில் இருந்து, அதிகப்படியான பாலை வலிக்க வலிக்க வெளியேற்றினாள்.

வெளியேறிய பாலை வருத்தத்துடன் பார்த்து, 'என் புள்ளை பால் குடிச்சுதோ இல்லையோ?' என்று வருத்தத்துடன் முந்தானையால் முகத்தைத் துடைத்துகொண்டே, தன் இடத்துக்கு வந்து விட்ட வேலையைத் தொடங்கினாள்.

சாபமே வரமாய்... வரமே சாபமாய்.

—➤➥—

www.ingramcontent.com/pod-product-compliance
Lightning Source LLC
Chambersburg PA
CBHW070751160726
48004CB00001B/140